आपल्या स्नेहीजनांना पुस्तके भेट द्या

आधी नाझी आणि नंतर साम्यवादी राजवटीमध्येही
तब्बल साठ वर्षं तग धरून राहिलेल्या ब्रिटिश स्त्रीची कथा...

माय फॅमिली इज ऑल आय हॅव

हेलन-ॲलीस डिअर

अनुवाद
चित्रा वाळिंबे

मेहता पब्लिशिंग हाऊस

- *या पुस्तकातील लेखकाची मते, घटना, वर्णने ही त्या लेखकाची असून त्याच्याशी प्रकाशक सहमत असतीलच असे नाही.*

MY FAMILY IS ALL I HAVE
Copyright © Helen-Alice Dear 2007
First published in 2007 by Ebury Press,
an imprint of Ebury Publishing, London
Translated into Marathi Language by Chitra Valimbe

माय फॅमिली इज ऑल आय हॅव / आत्मकथन

अनुवाद : चित्रा वाळिंबे
Email : author@mehtapublishinghouse.com

मराठी अनुवादाचे व प्रकाशनाचे हक्क : मेहता पब्लिशिंग हाऊस प्रा. लि.

संस्थापक : सुनील अनिल मेहता

प्रकाशक : मेहता पब्लिशिंग हाऊस प्रा. लि.
१९४१, सदाशिव पेठ, माडीवाले कॉलनी, पुणे – ४११०३०

मुद्रक : पार्कसन्स ग्राफिक्स

मुखपृष्ठ : फाल्गुन ग्राफिक्स

प्रकाशनकाल : सप्टेंबर, २००९ / पुनर्मुद्रण : जुलै, २०२५

किंमत : ₹ ४००

P Book ISBN 9788184980660

माझ्या मुलांना, माझी मोठी मुलगी ग्लोरिया हिचे
मनापासून आभार, अनेक वर्षं भयाच्या छायेत राहून ती
माझ्यासह संकटांचा सामना करत गेली.
माझ्या मुलांची जणू दुसरी आईच झाली.
माझी सर्वांत मोठी मुलगी, रोझा आणि नात यानानं
माझी खूप काळजी घेतली,
त्यांनी दिलेला पाठिंबा खूप अनमोल आहे.

प्रस्तावना

सत्तर वर्षांपूर्वीच्या जगाच्या मानसिकतेची कल्पना करणंही आजच्या तरुण पिढीला अवघड आहे. अज्ञात अतिरेक्यांकडून होणाऱ्या बॉम्बहल्ल्यांची आता सर्वाधिक भीती वाटते. त्याकाळी, विदेशी सैन्य सीमा पार करून आपल्या देशावर ताबा मिळवण्याचं भय होतं.

काही देशांत या भीतीनं फार काळ घर केलं नाही... मात्र माझं कुटुंब ज्या देशात जाऊन पोहोचलं होतं, तिथं ही भयानक वेळ दोनदा आली. प्रथम जर्मन सैन्यानं घुसखोरी केली आणि नंतर साम्यवाद्यांनी सत्ता गाजवली. आम्हाला साऱ्या जगापासून तोडलं.

आज, युरोपमध्ये एका देशातून दुसऱ्या देशात सहज जाता येतं. पण त्या काळी, लक्षावधी लोक भिंतींआडच्या तुरुंगात खितपत पडले होते. काही भिंती खऱ्या होत्या, तर काही होत्या आदर्शवादाच्या! आम्ही सारे – मी आणि माझं कुटुंब – अगदी अशाच भिंतीआड अडकलो होतो. परकी संस्कृती आणि क्रूर शोषण यात आम्ही तब्बल अर्धशतक कसे तग धरून राहिलो त्याची ही कथा... आणि एक दिवस सारं विश्व बदललं... तोपर्यंत...

मला भेटलेली हेलन

'माय फॅमिली इज ऑल आय हॅव' हे मूळ पुस्तक खूप आवडलं होतं, पण ते इतकं व्यापून राहील... व्याकूळ करेल असं वाटलं नव्हतं. पुस्तक होत आलं तसतशी अस्वस्थता वाढायला लागली. हेलनला एकदातरी भेटावं असं खूपच वाटू लागलं. मनाशी हिशेब केला... २००३ मध्ये त्या लंडनमध्ये होत्या. तेव्हा मीही काही काळ तिथे होते; पण हे पुस्तक, लेखिकेबद्दल कल्पना नव्हती. त्यामुळे जास्तच चुटपूट लागून राहिली.

मग 'मेहता पब्लिशिंग हाऊस'कडून ई-मेल मिळाल्यावर हेलन ॲलिस डिअर यांच्या उत्तराची वाट पाहत बसले. उत्तरादाखल मूळ पुस्तकाच्या, प्रकाशकाचा ई-मेल आला. त्यांनी सांगितलं की हेलन नुकत्याच वारल्या. मला माझ्या घरचं कोणी जावं इतकं वाईट वाटलं. मग त्यांच्या मुलीला ई-मेल केला. रोझाला... तिचं बालपण माझ्या ओळखीचं झालं होतं. हळूहळू मेल आणि स्काइपवरून बोलणं, ओळख वाढत गेली. त्यांनी मला पुस्तकाच्या मराठी अनुवादामध्ये समाविष्ट करण्यासाठी फोटो पाठवले. या पुस्तकातले फोटो मूळ पुस्तकात नाहीत. पानांच्या मर्यादेमुळे ऐन वेळी ते काढून टाकावे लागले असं समजलं. पण या पुस्तकात मात्र हेलनचं कुटुंब आपल्याला बघता येईल.

मी करत असलेलं काम लगेच झालं तरच नवल. पहिल्यांदा सीडी दोन तुकड्यात मिळाली. मग पुन्हा रोझानं सीडी पाठवली. कितीतरी वेळ मी ते फोटो बघत होते. सगळ्या व्यक्तिरेखा ओळखीच्याच तर होत्या. रोझा (त्या आता साठीला आल्या आहेत.) अजून संपर्कात असतात. हेलन यांनी खूप काळ वापरलेला, त्यांचा आवडता स्कार्फ रोझानं मला पाठवला आहे. यापेक्षा मौल्यावान भेट काय असू शकते.

हे पुस्तक नको, ते पुस्तक नको, असं करण्याच्या माझ्या सवयीचा जाच वाटून न घेता हेलनची ओळख करून दिल्याबद्दल श्री. मेहतांचे आभार... राजश्रीचेही...

– चित्रा वाळिंबे

अनोळखी जगात

१९३५ च्या सुमारास, मोठ्या शहरातली रेल्वे स्थानकं नेहमी माणसांनी गजबजलेली असायची. हवाई मार्गानं प्रवास करणं फार थोड्या लोकांना परवडायचं आणि एका खंडातून दुसरीकडे जायला गाड्यांचा पर्यायही नव्हता. त्यामुळे परदेशी जायचं असेल तर रेल्वे हा एकमेव मार्ग होता. नव्या ठिकाणी पोहोचायचं, नजरेसमोर नित्य बदलणारी निसर्गचित्रं, कानावर पडणाऱ्या निरनिराळ्या भाषा, परके देश... हे सारं आकर्षक वाटायचं, साहस वाटायचं. माझ्यासारख्या सोळा वर्षांच्या, सुरक्षित वातावरणात वाढलेल्या मुलीला तर नक्कीच!

माझा भाऊ, ओक्टेव्ह, माझ्यापेक्षा पाच वर्षांनी मोठा होता. कुटुंबातला कर्ता पुरुष असल्यासारख्या आविर्भावात हिंडण्यात तो गर्क होता. तोंड उघडं ठेवून समोरच्याकडे टक लावून न बघण्याच्या प्रयत्नात होता. सामान गाडीतून नीट उतरवून घेण्याची कसरत करत, गर्दीकडे बघताना मी काहीशी हिरमुसून गेले. मित्र, नातेवाइकांची वाट पाहणाऱ्या चेहऱ्यांच्या सागरात, व्हिएन्नातल्या स्थानकावर आम्हाला न्यायला आलेल्या आजीचा चेहरा दिसत नव्हता. आजूबाजूला सगळीकडे लोक आनंदानं एकमेकांना भेटत होते, चीत्कारत होते, मिठ्या, चुंबनं... प्रश्न-बातम्यांचा भडिमार सुरू होता... पण आमच्यासाठी तिथं कोणीच आलेलं नव्हतं. आपल्या पत्रांतून तर आजी आम्हाला भेटायला फार अधीर असल्याचं जाणवायचं.

आम्हाला घ्यायला कोणीच आलं नव्हतं, तरी आईचा उत्साह मात्र ऊतू चालला होता. खरं तर आमचा इंग्लंडपासूनचा लांबलचक आणि गैरसोयीचा प्रवास एकदाचा संपला म्हणून तिला हायसं वाटत असावं. आमच्याइतकीच ती तिच्या आईला भेटायला आतुर झाली असणार. आईनं मोठ्या उत्साहानं आम्हाला शहरातून फिरवलं. आजीचं घर शोधताना तिनं आम्हाला वाटेत लागलेल्या प्रसिद्ध जागा

दाखवल्या. का कोण जाणे, पण आजीला भेटण्याची आतुरता, उत्सुकता, निराशेत परिवर्तित होऊ लागली; मात्र आईच्या उत्साहाची लागण हळूहळू मलाही झाली. व्हिएन्ना मला आनंदी शहर वाटलं. आता आठवताना वाटतं, आम्ही जाताना, वाटेत लागणाऱ्या प्रत्येक घरातून जणू संगीताचे सूर ऐकू येत होते.

आजीच्या घरी पोहोचलो आणि बेल वाजवली... अनेकदा. पण कोणीच आलं नाही. तरीही नाउमेद न होता आईनं शेजारून किल्ली घेतली आणि दार उघडलं. धुळीचा थर साचावा, तसा घरातला स्तब्धपणा आमच्या अंगावर आला. काहीतरी चुकत होतं. सगळं काही व्यवस्थित आवरलेलं दिसत होतं. तिथं कोणीच राहत नसल्यासारखं! आम्हाला हळूहळू उमजलं, की आजी आम्हाला न सांगता कुठेतरी निघून गेली होती. ओक्टेव्ह आणि मला काय बोलावं तेच सुचत नव्हतं. तिला माहीत होतं की आम्ही तिला भेटायला येत आहोत, मग अशी कशी निघून गेली असेल? आम्ही आवरलेल्या, व्यवस्थित घराकडे नजर टाकली आणि आईला कोसळलेलं रडू बघत राहिलो.

आम्हाला दोघांनाही माहीत होतं, की आजीला भेटायला आई किती उत्सुक होती ते! गेल्या वीस वर्षांत, पहिलं महायुद्ध संपल्यानंतर त्या एकमेकींना भेटल्या नव्हत्या. प्रवासाचा खूप शीण आला होता. त्यावर ही निराशा असह्य होत होती. त्या बंद घराचा आम्ही जरा शोध घेतला. तेव्हा आजीच्या हस्ताक्षरातलं आमच्या नावानं लिहिलेलं एक पत्र टेबलवर ठेवलेलं दिसलं. आईनं ते उघडलं आणि विस्फारलेल्या डोळ्यांनी वाचलं. आजीच्या लहानपणच्या मैत्रिणीनं बल्गेरिअन विद्यार्थ्याशी लग्न केलं होतं... चाळीस वर्षांपूर्वी. तिनं आजीला लिहिलं होतं, की बल्गेरियात एका प्रसूतिगृहात सध्या दायांची कमतरता भासत होती. तिनं आजीला काही आठवडे मदतीला बोलावलं होतं. आजीनं लगेच सामान बांधलं आणि ती गेली. तिचा कपडे तयार करण्याचा कारखाना काही दिवसांसाठी कामगारांच्या भरवशावर सोडला.

''ती म्हणते आहे की आपण साऱ्यांनी सुट्टीसाठी बल्गेरियाला यावं.'' आईनं सुस्कारा सोडला. ठरवलेल्या मुक्कामाच्या ठिकाणी पोहोचण्याऐवजी आम्ही एका अनपेक्षित साहसाच्या आरंभबिंदूवर पोहोचलो.

तीन दिवसांनंतर आम्ही बुडापेस्टला जाणाऱ्या रेल्वेत होतो. तिथं गाडी बदलून ओरिएंटला निघालेल्या गाडीत बसलो. व्हिएन्नाला येताना होती त्यापेक्षा इथं जास्त गर्दी होती. सामानाचा सावळा गोंधळ होता. सगळीकडे लसणीचा उग्र दर्प भरून राहिला होता. घरी बनवलेली सँडविचेस खाण्यात प्रवासी मग्न होते आणि टिपेच्या सुरात बोलत होते. ते सारे प्रवासाला निघाले नव्हते, तर जणू घरच्या समारंभासाठी

जमले होते. मी पुन्हा एकदा खिडकीतून बदलणारं निसर्गचित्र बघत होते. टुमदार घरं, छोटी-छोटी शेतं, हंस, बदकं, टर्की, कोंबड्या पाहत होते. लंडनच्या दक्षिण भागात राहत असल्यानं यापूर्वी इतके प्राणी मी कधीच पाहिले नव्हते.

हा माझा खराखुरा पहिलावहिला प्रवास असला तरी माझं कुटुंब प्रवासात लोणच्यासारखं मुरलेलं होतं. माझ्या वडिलांच्या भावांना युरोपमधून केलेल्या प्रवासाच्या सुरस कथा सांगताना मी ऐकलं होतं. तेव्हा माझे आजोबा ओरिएंट एक्स्प्रेस लाईनमध्ये अभियंता म्हणून काम करत असत. प्राण्यांना नेण्यासाठी बनवलेल्या रेल्वे वॅगनमध्ये ते राहत होते. त्यांच्या आईचा आग्रह होता, की कुटुंबानं एकत्रच राहिलं-प्रवास केला पाहिजे, त्यामुळे रेल्वेनं त्यांना दोन वॅगन देऊ केल्या होत्या. एक त्यांच्या काळजीपूर्वक बनवलेल्या बंकबेड आणि वॉर्डरोबसाठी आणि एक स्वयंपाकघर, जेवणाची खोली आणि बैठकीची खोली म्हणून. छतावरच्या पिंपामधून पाणी येत असे. माझ्या आजोबांचं ऑफिस म्हणजे इंजिनला जोडलेली एक वॅगन.

वॅगनवर सूचना होती, 'आठ घोडे किंवा बावन्न व्यक्तींसाठी.' त्यावर माझे काका विनोद करायचे.

पाच मुलांसोबत आजोबांनी एका अनाथ फ्रेंच विद्यार्थ्यालाही बरोबर ठेवलं होतं. तो शिक्षक म्हणून मोठ्या मुलांवर लक्ष ठेवत असे. एक तरुण ऑस्ट्रेलियन विधवा घरकाम, स्वयंपाक, शिवण-टिपणात मदत करत असे. ती मुलांना जर्मन शिकवत असे. माझे वडील, म्हणजे आजोबांचा सहावा मुलगा, आजोबा कॉन्स्टॅन्टिनोपलला पोहोचले तेव्हा जन्माला आला. त्यांना बारा भाषा यायच्या. आणि सात भाषांवर तर प्रभुत्व होतं. त्याच रेल्वेमार्गावर इतक्या वर्षांनतर पुन्हा प्रवास करणं काहीसं विचित्र होतं. हा प्रवास होता जणू अनुपस्थित असलेल्या वडिलांच्या आणि आमच्यातला दुवा असल्यासारखा.

आम्ही हंगेरी सोडून युगोस्लाव्हियाकडे निघालो, तशी घरं गरीब दिसू लागली. शेतं आणि बागा अव्यवस्थित. बहुतांश बायकांच्या डोक्यावर रुमाल, पुरुषांच्या डोक्यावर गोल लोकरीची टोपी. टोपीची लोकरीची बाजू बाहेर असायची. प्रत्येकजण बिनबाह्यांचं, मेंढीच्या कातड्याचं जाकीट घातलेला दिसला. पायात डुकराच्या कातडीचे जोडे. एका दोरीनं एकमेकांना बांधलेले.

आम्ही बल्गेरियाची राजधानी सोफियाला पोहोचलो. मध्यरात्री, आठ तास उशिरा आणि दमलेले. पुन्हा एकदा आजी दिसेल या आशेनं स्थानकावर पाहिलं. आईचा उत्साह अगदीच संपला होता. स्थानक अंधारलेलं, तुरळक माणसं असलेलं, ओंगळवाणं होतं. व्हिएन्नासारखे इथले प्रवासी संपन्न दिसत नव्हते. आमच्याबरोबर आलेले इतर प्रवासीही निघून गेले. आम्ही पोरक्यासारखे, घरापासून खूप खूप दूर

कुठे तरी होतो. मी आणि ओक्टेव्हनं सामान गोळा केलं. आईनं स्टेशन मास्तरला शोधलं. तिच्या थरथरत्या हातात आजीनं दिलेला पत्ता होता. तिनं त्याला पत्ता विचारला. त्याला माहीत नव्हता.

"तुम्ही घोडागाडी घेतली तर..." स्टेशनमास्तरनं सुचवलं. "गाडीवानाला कदाचित पत्ता माहीत असेल.'

हमालाला गाडी शोधायला पाठवलं तोवर आम्ही स्थानकासमोर सामानाजवळ उभे राहिलो. तो तिथं उदास, अंधारा चौक होता. अंधारात घोड्यांच्या टापांचा आवाज ऐकू आला आणि काही क्षणात आमच्यासमोर एक घोडागाडी उभी राहिली. गबाळ्या गाडीवानानं आमच्याकडच्या सामानाकडे नजर टाकली, त्रासून बघितलं; पण आम्हाला नेण्याचं मान्य केलं. आईला गाडीवानावर विश्वास ठेवावा की नाही ठरवता येत नव्हतं. मी आणि भाऊ कुठलं संकट येईल याची काळजी करण्यापेक्षा घोडागाडीतून जायला मिळणार म्हणून भलतेच उतावीळ झालो होतो. ओक्टेव्ह गाडीवानाच्या शेजारी जाऊन बसला. आई आणि मी सगळीकडून आत्ता पडेल असं वाटणारं सामान घट्ट पकडून मागे बसलो. पुढच्या दोन तासांत आम्ही तिघांना भेटलो, त्यांच्यापैकी प्रत्येकाला गाडीवानानं पत्ता विचारला. प्रत्येकानं आम्हाला वेगवेगळ्या दिशांना पाठवलं. शेवटचा माणूस आणि गाडीवान कितीतरी युगं बोलत होते आणि आईचा अस्वस्थपणा वाढत चाललेला मला दिसत होता. तिनं नंतर सांगितलं की, ते दोघं जिप्सी होते.

पहाट होत आली तेव्हा कुठं पत्ता मिळाला आणि घरमालकिणीनं आम्हाला आत घेतलं. आजीचा अजून कुठेही पत्ता नव्हता.

"मला वाटतं सुरुवात चांगली नाही झाली," ओक्टेव्ह खालच्या आवाजात, फक्त मलाच ऐकू जाईल असं पुटपुटला.

त्या बाईनं आम्हाला सांगितलं की, आजी दोन वेळा स्टेशनवर जाऊन आली होती, पण गाडी अठरा तास उशिरा येत आहे असं तिला सांगण्यात आलं.

"आमच्याकडे हे नेहमी घडतं," ती म्हणाली. "त्यामुळे तिला काल रात्री रुग्णालयातून बोलावणं आलं, तेव्हा उद्या दुपारपर्यंत तुम्ही येणार नाही ह्या कल्पनेनं ती निश्चिंतपणे गेली.'

आता आम्ही पोहोचलो होतो आणि निदान प्रवास तरी संपला होता. पहिल्यांदा स्नानगृह शोधायचं होतं, म्हणजे ताजंतवानं होता आलं असतं. आम्ही घरमालकिणीला स्नानगृहाबद्दल विचारलं.

ती गांगरली, "स्थानिक मंडळानं सांगितलं होतं, दोन रस्त्यांपलीकडे एक स्नानगृह बांधून देतील म्हणून. पण काही आर्थिक अडचणींमुळे अजून बांधकामाला सुरुवात झालेली नाही."

“मग तुम्ही कुठे अंघोळ करता?” आईनं भीतियुक्त चेहऱ्यानं विचारलं.

“आम्ही महिन्यातून एकदा मिनरल बाथसाठी बाथसेंटरला जातो.”

“महिन्यातून एकदा? आणि थंडीच्या दिवसात?” आईनं विचारलं.

“अं... नाही, थंडीत नाही जात आम्ही अंघोळीला.”

प्रवासाची मजा ओसरत चालली होती. दमणूक आणि अस्वस्थतेशी झुंज होती. बल्गेरियात एक-दोन आठवडे राहू आणि मग कॅनडाला जाण्यापूर्वी लंडनला परत जाऊ असा मीच माझ्या मनाला दिलासा दिला. कॅनडात वडील आमच्यासाठी सुखसोईंनी सज्ज असं घर बांधत होते.

गेली अनेक वर्षं छायाचित्रं आणि पत्रं पाठवल्यानं आजी आल्यावर मी तिला पहिल्यांदाच भेटते आहे असं वाटलं नाही. आई आनंदानं रडू लागली आणि आजी पहिल्यांदा माझ्या भावाजवळ गेली. ओक्टेव्हला फार लहान असताना तिनं पाहिलं होतं. मग माझ्या आईनं आणि आजीनं एकमेकींना मिठी मारली, चुंबनं घेतली. नंतर आजी मागे उभी राहिली आणि तिनं माझ्याकडे डोळे भरून पाहिलं. मग माझ्या भोवती हाताचा विळखा घालून चुंबनांचा वर्षाव केला.

आजी मूळची इंग्लिश, पण तिनं इंग्लंडमध्ये शिकणाऱ्या ऑस्ट्रेलियन माणसाशी लग्न केलं होतं. आणि त्याच्याबरोबर व्हिएन्नाला गेली होती. तिचं घरी येणं कमीकमी व्हायला लागलं. विशेषत: माझे ऑस्ट्रेलियन आजोबा तरुणपणी वारल्यानंतर. विशीतच विधवा झाल्यावर तिनं सहा शयनगृह असलेल्या मोठ्या घरात राहणं नाकारलं. तिथं तिच्या पतीच्या मधुर स्मृती होत्या. त्या मोठ्या घराऐवजी, व्हिएन्नाला आम्ही ज्या घरात गेलो होतो तिथं – तेव्हा आई दोन वर्षांची होती – आजी राहायला गेली.

आमचा उत्साह जरा शांत झाल्यावर आजी बल्गेरियाचं कौतुक करू लागली. म्हणाली, आईला पूर्ण विश्रांतीची गरज आहे.

“बल्गेरिया तुझ्यासाठी अगदी उत्तम जागा आहे,” ती म्हणाली. “मी जे काम करते आहे, त्याचे मला चांगले पैसे मिळताहेत. इथं राहणं लंडन किंवा व्हिएन्नापेक्षा स्वस्त आहे. वातावरण आरोग्यदायक आहे आणि इथं असताना तुम्हाला जगातल्या इतर कोणत्याही गोष्टीची चिंता करण्याचं कारण नाही.”

“पण आई,” माझी आई मधे म्हणाली, “कॅनडाला जाण्यापूर्वी मला इंग्लंडमधल्या काही गोष्टी मार्गी लावायच्या आहेत.”

“त्या गोष्टी थोड्या दिवसांत काही कुठे पळून नाही चालल्या,” आजीनं तिचा विरोध मोडून काढला. “जरा बघ तुझ्याकडे, किती अशक्त आणि गळून गेलेली दिसते आहेस. तुझी नीट काळजी घ्यायला पाहिजे. देवाला माहिती इतक्या दूर

देशात तुझ्यासमोर काय वाढून ठेवलं असेल.'

"डॅड वाट पाहत आहेत आमची," मी सांगण्याचा प्रयत्न केला. "जितक्या लवकर शक्य आहे तितक्या लवकर आम्हाला गेलं पाहिजे."

मला वाटत होतं की, आम्ही लवकरच वडिलांजवळ जाण्यासाठी कॅनडाच्या मार्गावर असू. बँकेतली नवी नोकरी करण्यासाठी आणि कुटुंबासाठी घर बघण्यासाठी ते गेल्या दोन वर्षांपासून तिथं होते. त्यांच्या मागच्या पत्रात होतं, की ते नव्या नोकरीत अतिशय आनंदात होते आणि लवकरच त्यांची पदोन्नती होण्याची शक्यता होती. त्यांनी आमच्यासाठी जे घर बघितलं होतं, ते आमच्या इंग्लंडमधल्या घराइतकंच चांगलं होतं. या घराला तर इंग्लंडमधल्या घरापेक्षा जास्त खोल्यासुद्धा होत्या.

मिल हील, कॅमरोज ॲव्हेन्यूमधलं आमचं घर मला फार आवडायचं. वडिलांना भेटण्याच्या आनंदामध्ये, लंडनमधलं घर सोडण्याच्या दुःखाची भरपाई होईल असं मला वाटलं.

"थोडे दिवस इथं राहून आजूबाजूला काय आहे ते पाहणं चालेल मला." साहसाला कायम तयार असलेला ओक्टेव्ह मधेच म्हणाला. "पण आपण खूप दिवस नको राहायला."

"तू व्हिएन्नाला परत जाणार नाहीस का?" आईनं पुन्हा प्रयत्न केला. "इथल्यापेक्षा तिथं राहणं मला बरं वाटतंय.

"या क्षणी तरी नाही," आजी म्हणाली. "मी नसताना माझ्या मुली तिथं उत्तम काम करत आहेत. मलाच थोडा बदल हवा आहे."

आईचा विरोध मावळत चालला होता. "तुझ्याजवळ राहण्यासाठी आम्ही इथं प्रवास केला आहे, मुलांची हरकत नसेल तर..."

"शहराची ओळख झाली की त्यांना इथं आवडायला लागेल." आजीला वाटलं सगळं काही ठीक जमलंय. "आता काहीतरी छान खाऊ या."

दुसऱ्या दिवशी सकाळी, घरमालकिणीच्या मुलानं आम्हाला शहरात हिंडवलं. तोही आमच्यासारखंच शाळेत थोडं फ्रेंच शिकला होता. त्यामुळे स्वच्छ, पिवळसर फरसबंद रस्त्यांवरून भटकताना, अगदी चित्रात शोभतील अशा चार घोड्यांच्या गाड्या दौडताना बघत आम्ही त्याच्याशी फ्रेंचमध्ये गप्पा मारू शकत होतो. मी सुट्ट्यांची मजा लुटत आहे असं मला शेवटी वाटायला लागलं होतं.

काही दिवसांनंतर आजीनं ती जिथं काम करत होती ते प्रसूतिगृह बघायला आईला बरोबर नेलं. तिथं प्रमुख डॉक्टर आईला भेटले आणि त्यांनी आईनं तिथं थोडे दिवस तरी राहावं, काम करावं म्हणून तिची गयावया करायला सुरुवात केली.

पहिल्या महायुद्धाच्या वेळी आईनं आंतरराष्ट्रीय रेड क्रॉससाठी नर्स म्हणून काम केलं होतं.

"आम्हाला काम करणाऱ्यांची अतिशय गरज आहे," त्यांनी सांगितलं. "कामाला अजून लोक येतील असं आम्हाला सांगितलं होतं, पण अजून कोणी पोहोचलं नाही. एका वेळी तीन-चार स्त्रिया प्रसूतीसाठी आल्या, तर त्यांच्याकडे बघायला आमच्याकडे माणसंच नाहीत."

कोणी मदत मागितली तर आजीसारखीच आईदेखील विरघळून जायची. डॉक्टरांच्या दबावाला आई बळी पडते आहे हे आम्हाला दिसत होतं. त्या दिवशी रात्रीच्या जेवणाच्या वेळी, ओक्टेव्ह म्हणाला, की आपण अजून राहिलो तर तिकिटं वापरायची शेवटची तारीख उलटून जाईल.

"अरे, इंग्लंडला जाण्यासाठी मी पैसे देईन तुम्हाला," त्याची काळजी पुसून टाकत आजी म्हणाली.

"पण बाबा आमची वाट पाहत असतील," मी खोटा खोटा मृदू आवाज काढायचा प्रयत्न करत होते.

"तुमच्या वडिलांनी खूप दिवस वाट पाहिली आहे, अजून दोन-तीन आठवड्यांनी काही फरक पडणार नाही." आजीच्या आवाजाला वैतागाची किनार होती, ती माझ्या त्या वेळी लक्षात आली नाही.

अजून काही मिनिटं आम्ही नकारघंटा वाजवल्यावर आजीच्या डोळ्यांतून आता अश्रू ओघळतील असं वाटायला लागलं. "ठीक आहे, माझ्याजवळ अजून काही दिवस राहण्यापेक्षा या सगळ्या गोष्टी तुम्हाला महत्त्वाच्या वाटतात तर! मला वाटलं, इतक्या वर्षांनी मला भेटून तुम्हाला आनंद झाला असेल."

शेवटी आजीनं जाता जाता कबूल केलं, की तिनं तिच्या मैत्रिणीला आणि प्रमुख डॉक्टरांना शब्द दिला आहे, की आई रुग्णालयात राहून काही दिवस मदत करेल.

"आता उद्या मी त्यांना काय सांगू तेच मला कळत नाहीये," ती सूंसूं करत म्हणाली.

"बरं, उद्या येईन मी तुझ्याबरोबर," आईनं वातावरण जरा हलकं करण्याचा प्रयत्न केला. "पण मी जास्त राहू शकत नाही, खरंच नाही."

दुसऱ्या दिवशी आई आणि आजी रुग्णालयात गेल्या, तेव्हा घरमालकिणीच्या मुलानं आम्हाला वितोशा डोंगरावर नेलं. डोंगरावरून आम्हाला खाली पसरलेलं सगळं शहर दिसत होतं. घरी बनवलेला ब्रेड आणि बेकरीचं चीज खाल्ल्यावर आम्ही डोंगरातून पाझरणाऱ्या गार झऱ्यात हात धुतले. मग सुंदर पाईनच्या जंगलातून, तिथल्या हरणांना, सशांना दचकवेल इतक्या मोठ्या आवाजात खिदळत खाली आलो.

दुसऱ्या दिवशी सकाळी आईनं सांगितलं, की ती आजही रुग्णालयात जाणार आहे, कारण तिथं अवघड केस आली आहे.

"मी दोनपर्यंत परत येईन," तिनं सांगितलं.

ओक्टेव्ह आणि मी दीड वाजता घरी आलो, तेव्हा आजी दारातच उभी होती. "आई कुठंय?" त्या दोघी एकत्रच घरी परत आल्या असतील अशा समजुतीनं आम्ही दोघांनी एकदमच विचारलं.

"छोटासा अपघात झालाय," आजी म्हणाली. "तिला रुग्णालयातच थांबावं लागलं, पण काळजी करू नका. एका तरुण माणसाचं बाळ वाचवता आलं नाही. त्याची बायकोही अत्यवस्थ आहे. तो माणूस निराशेच्या भरात जिने उतरत होता आणि आई जिने चढत होती. ती पडली आणि तिचा पाय मोडला. प्लॅस्टर घातलंय."

"अरे देवा," मी ओरडले, "आपण जाऊन भेटायला हवं तिला!"

ओक्टेव्हनंही रुकार दिला. माझ्या लक्षात आलं, की तो अगदी निस्तेज झालाय. "आजी, आम्हाला घेऊन चल ना तिथं."

"तिला जरा विश्रांती घेऊ दे," आजी म्हणाली. "रात्रीच्या जेवणाआधी घेऊन जाईन मी तुम्हाला. तिला आत्ता जरा पडू दे. तिनं खूप धीरानं घेतलं सारं."

"पण ती एकटीच आहे तिथं!" ओक्टेव्ह मला समजावत होता आणि माझ्या डोळ्यांतून घळघळा अश्रू वाहात होते. आम्ही इथं जास्त राहावं ही आजीची इच्छा शेवटी अशा रितीने पूर्ण होणार असं दिसत होतं.

तीन महिन्यांनंतर, रुग्णालयात काविळीशीही झुंज देऊन आई एकदाची घरी आली. तिचा पाय बरा झाला होता; पण मन मात्र पार मोडून गेलं होतं. रुग्णालयात जे झालं त्यानं ती अतिशय घाबरून गेली होती. अशक्त आणि फिकट झाली होती, सतत घाबरलेली असायची. परिस्थितीची आम्हाला काहीशी कल्पना आली होती, पण कोणालाच त्याबद्दल तिच्याशी बोलावंसं वाटत नव्हतं. मागे वळून बघताना आता जाणवतं, तिला कळलं होतं की जर्मन चाल करून येत आहेत आणि आम्ही लवकरात लवकर इंग्लंडला परत जाणं आवश्यक आहे. पण इतका सूज्ञ विचार त्या वेळी माझ्या डोक्यात आला नाही. आई रुग्णालयातून घरी आली, याच आनंदात होते मी! आम्ही केलेलं साहस आता पुरे झालं होतं आणि मला बाबांकडे कॅनडाला जायचं होतं.

ओक्टेव्ह माझ्यापेक्षा पाच वर्षांनी मोठा होता. तो वृत्तपत्र वाचायचा. त्याच्या बरोबरीच्या तरुण मुलांमध्ये मिसळायचा, राजकारणाबद्दल बोलायचा आणि अफवा ऐकायचा. त्यानं मला सांगितलं होतं, की नवं युद्ध सुरू होण्याच्या गोष्टी कानावर

येताहेत. देशांमधल्या सीमा बंद केल्या जाताहेत आणि अन्नधान्याची कमतरता भासायला लागली आहे. कपड्यांची त्याहून जास्त. वडील किंवा काकांची काहीच खबर नव्हती. मला बाबांची इतकी आठवण येत होती... त्यांना भेटायला कॅनडाला आम्ही कधी जाणार इतकंच मला माहीत करून घ्यायचं होतं.

''आईवर प्रश्नांचा मारा करू नका,'' आईला आता पुढे काय करणार हे मला विचारायचं होतं. तेव्हा आजी म्हणाली. ''सततचं रडणं तिच्या प्रकृतीला चांगलं नाही.''

एक दिवस दुपारी आम्ही सारे ब्रिटिश दूतावासात गेलो. तिथं काही बातमी आणि इंग्लंडला परत जाण्यासाठी मदत मिळेल अशी आम्हाला आशा वाटत होती, कारण आमची तिकिटांची शेवटची तारीख उलटून गेली होती. दूतावास बंद होता आणि बाहेर पाटी लागली होती, की सध्या कोणालाही व्हिसा मिळणार नाही. मोठ्यांच्या चेहऱ्यावरचे भाव बघून मला कळलं, की ही वाईट बातमी होती. हे सारं गोंधळात टाकणारं आणि घाबरवणारं होतं. आता आमचं काय होणार हे कोणालाच सांगता येत नव्हतं.

आम्ही घरी परत आलो आणि रोजच्या रोज आई दूतावासाला आमच्या बिकट अवस्थेबद्दल पत्रं लिहू लागली. पण त्यापैकी फक्त एकाला उत्तर आलं. त्यातलं व्याकरण चुकीचं होतं; त्यावरून ते बल्गेरियन सचिवानं लिहिलेलं असावं. पत्रात म्हटलं होतं, की दूतावास या क्षणीतरी काहीही निश्चित उत्तर देऊ शकत नाही. त्यानंतर होती फक्त तणावपूर्ण शांतता!

बल्गेरियन बनताना

आजीला भेटायला आम्ही डोव्हरहून निघालो, तोवर मी अगदी सुरक्षित आयुष्य जगले होते. दोन वर्षांपूर्वी माझे वडील कॅनडाला गेल्यानंतर, आईनं मला कडक नन्स चालवत असलेल्या सेंट फ्रान्सिस ऑफ ॲसिसी या कॉन्व्हेंट शाळेत घातलं होतं. तिथलं जगणं घड्याळाच्या काट्यावर चालायचं. उठायचं, पलंग आवरायचा, स्वच्छतागृहांच्या रांगेत उभं राहायचं, कपडे करून तयार व्हायचं, जिन्यावरून खाली यायचं, वर्गात जाण्यापूर्वी ओटच्या लापशीची न्याहारी करायची. जेवण (बहुतांश वेळा शाकाहारी आणि नेहमीच बेचव) मग दुपारची शाळा, शिवणकाम, विणकामा-साठी एक तास – तेव्हा आम्हाला अगदी हळू आवाजात बोलण्याची परवानगी असायची – मग रात्रीचं जेवण, चॅपेलमध्ये प्रार्थना आणि पुन्हा पलंगावर. आम्ही लांब हाताचे, ढगळ, काळे डगले घालायचो. आणि लांब काळे स्टॉकींग्ज. नन्सच्या चेहऱ्यावर स्मितरेषाही नसायची, सुखावणारे सौम्य दोन शब्द तर नाहीतच. तिथं खेळ नव्हते, क्रीडाप्रकार नव्हते, हास्याचे फवारे तर नव्हतेच नव्हते. सूर्यही खिडक्यांच्या पलीकडून कधी प्रकाशला नाही, ना त्याचं फुलं नसलेल्या बागांकडे कधी लक्ष गेलं. शिक्षणापेक्षा ती एखादी शिक्षाच वाटायची. ते दिवस मी आयुष्यभर भावुकतेनं अन् प्रेमानं आठवेन असं जर मला कोणी तेव्हा सांगितलं असतं, तर मी त्यावर काडीचा विश्वास ठेवला नसता. आमच्यापुढे काय वाढून ठेवलं आहे याची तेव्हा कोणालाच कल्पना नव्हती. आमच्यापैकी कोणालाच...

खंडामधल्या माझ्या पहिल्या प्रवासाची चव चाखली ती ओस्टेंडहून आम्ही बोटीचा प्रवास केला तेव्हा. लंडनमधल्यापेक्षा इथली घरं काहीशी छोटी आणि अधिक रंगीबेरंगी होती. खिडक्या एकही डाग न पडलेल्या, स्वच्छ होत्या. खिडक्यांना

लेसचे पांढरेशुभ्र पडदे लावले होते. खिडक्यांवर, दारांवर, रस्त्यांवर रंगीबेरंगी फुलं होती. आम्ही रस्ता शोधत होतो, तेव्हा आम्हाला दोन मुली भेटल्या. माझ्या घरी डच बाहुल्या होत्या, अगदी तशाच होत्या त्या दोघी! कानावर वळलेल्या, पांढऱ्या लिननच्या कडक टोप्या आणि पांढरे पिनाफोर, गुढग्यापर्यंत लाल मोजे, बुटांचे वैशिष्ट्यपूर्ण तळवे, चालताना त्यांचा मजेशीर आवाज येत होता. मी एका मजबूत माणसाला धडकले तर त्यानं माझ्या डोक्यावर थोपटलं आणि मला छोटं चॉकलेट दिलं.

"घे, छान डच चॉकलेट आहे," तो म्हणाला.

चकित होऊन मी त्याचे आभार मानले आणि आईकडे धावले. मी लांबवर भटकत होते म्हणून ती ओरडली. मला नुकतंच सोळावं लागलं होतं, पण मी लहान मुलीसारखीच दिसायचे.

आम्ही सोफियातल्या आयुष्याशी जुळवून घ्यायला लागलो, तसा तो साहसी प्रवास पार मागे पडल्यासारखा झाला. आमचा एक शेजारी प्राध्यापक होता. त्याच्या मदतीनं मी आणि ओक्टेव्ह बल्गेरियन लिहा-वाचायला शिकलो. त्यामुळे वृत्तपत्रात काय छापलं जातंय, ते समजायला लागलं. आता ही सुट्टी वाटत नव्हती. आमच्या आयुष्यानं एक अभद्र, अशुभ वळण घेतलं होतं. जीवन बदललं होतं.

"हे बघ," एका संध्याकाळी आजी आईला म्हणाली, "हे असंच कायम राहणार नाहीये. नव्या युद्धाची चाहूल लागते आहे. मुलांना थंडीसाठी कोट, बूट हवे. इतरही अनेक गोष्टींची गरज आहे. तू थोडे दिवस रुग्णालयात काम का नाही करत? थोडे पैसे मिळतील."

"ममा प्लीज," आईनं विरोध केला. "आधीच डोक्यात सगळा गोंधळ झालाय. विल्यम माझ्या पत्रांना उत्तरं देत नाही. मला दूतावासामध्ये संपर्क करता येत नाही. आमची परदेशी राहण्याची परवानगी संपली आहे. परत जायची परवानगी मिळाली तरी माझ्याकडचे पैसे संपले आहेत. बल्गेरियन अधिकारी आपल्यासाठी गोष्टी मुद्दाम अवघड करताहेत असं दिसतंय. मुलांनी आता शाळेत जायला हवं. काय करू मी?"

"तू जर काम करायला लागलीस, तर त्यांना वाटेल तुझा काही उपयोग आहे." आजीनं जोरच धरला. "त्यांना जिथं सर्वाधिक गरज आहे, तिथंच काम करशील तू."

"मला एका हॉटेलमध्ये, स्वागतकक्षामध्ये नोकरी मिळते आहे," ओक्टेव्ह मधेच बोलला. "मला इंग्लिश, जर्मन आणि स्पॅनिश बोलता येतं, त्यामुळे ते म्हणाले की माझा उपयोग होऊ शकेल."

"चांगलं आहे तुझ्यासाठी," आजी अभिमानानं म्हणाली.

"नोकरी करायला तू अजून फार लहान आहेस," आईचा आवाज चढला. "तू आधी शिक्षण पूर्ण करायला हवंस."

"मला माहीत आहे," त्यानं शांतपणे उत्तर दिलं, "पण मी शिक्षणासाठी कुठे जाऊ? त्यासाठी आपण पैसे कुठून आणणार?"

आई तिरीमिरीत आतल्या खोलीत गेली. तिला आत्ता चक्कर येईल असं वाटत होतं. झोपायच्या वेळेपर्यंत तिनं कोणाला खोलीत फिरकू दिलं नाही.

सोफियातल्या एका उत्तम हॉटेलमध्ये ओक्टेव्हनं नोकरी धरली. तो बारा ते चौदा तास काम करायचा. अनेक परदेशी अधिकारी त्या हॉटेलमध्ये यायचे. त्यामुळे त्याला आजूबाजूला काय चाललं आहे ते कळायचं. युरोप युद्धाकरता तयार होत होतं ते त्याला समजलं. त्याला जितकं जास्त कळलं, तितका तो अबोल आणि आत्ममग्न राहायला लागला. माझ्या अजाण अल्लडपणानं त्याला अधिकाधिक वैताग यायला लागला आणि मला उमजू लागलं, माझा एकुलता एक भाऊ माझ्यापासून दूर चालला आहे. तो फक्त भाऊच नव्हता, तर माझा एकमेव आणि चांगला मित्र पण होता.

ओक्टेव्ह हा आईच्या पहिल्या, कमी काळ टिकलेल्या दुर्दैवी लग्नाचा परिणाम होता. त्याचे वडील रोमेनियन परराष्ट्र वकील होते. त्यांना आई व्हिएन्नामध्ये भेटली होती. ओक्टेव्ह बुखारेस्टमध्ये जन्मला. त्यानंतर वर्षभरातच त्याचे वडील एका रेल्वे अपघातात ठार झाले. पहिल्या महायुद्धाच्या वेळी आई माझ्या वडिलांना भेटली. ते इंग्लिश होते. त्यांनी तिला लंडनला नेलं आणि तिच्याशी लग्न केलं.

ओक्टेव्हचं अनुकरण करून, आईनं सारी शक्ती कामावर परत जाण्यात लावली. मी माझा वेळ बल्गेरियन आणि इटालियन भाषेतल्या 'टीच युवरसेल्फ' पुस्तकांच्या मदतीनं भाषा सुधारण्यात घालवला. आम्हाला इथून निघण्याची परवानगी कशी मिळणार आणि आम्ही व्हिएन्ना, लंडन आणि शेवटी कॅनडाला कसे पोहोचणार याबद्दल मोठ्यांच्या चिंताक्रांत चर्चा माझ्या कानावर पडत होत्या. दूतावासानं पत्रांना उत्तरं देणं पूर्णपणे थांबवलं होतं आणि आम्हाला दूतावासाच्या दारापाशी जाण्याची परवानगीही सुरक्षारक्षक नाकारू लागले. सगळेजण बोलत होते आणि बोलतच होते. पण परिस्थिती निराशादायक भासत होती.

आजीला जिनं बल्गेरियात बोलावलं होतं, त्या मैत्रिणीनं, ग्रेटेलनं व्हिएन्नाला सुटीसाठी जाण्याची परवानगी काढली. तिनं इथं असेपर्यंत, आमच्यासाठी ब्रिटिश आणि कॅनेडियन दूतावासाशी संपर्क साधण्याचा प्रयत्न केला. त्या प्रयत्नांना काही यश आलं नाही. ऑस्ट्रियातली परिस्थिती बल्गेरियासारखीच अस्वस्थ होती. सारं जग एका आकस्मिक संकटासाठी तयार होत होतं आणि आमच्यासारख्या छोट्या

कुटुंबाच्या भविष्याला प्राधान्य देण्याचं कोणालाच कारण नव्हतं.

संशय आणि तिरस्कार आमच्या आजूबाजूला घोंगावत होता. कोणावर विश्वास ठेवावा हे कोणालाच उमजत नव्हतं. एक दिवस मी एकटीच घरात होते, तेव्हा दार जोरात वाजलं. घरमालकीण बाहेरच्यांशी बोलताना चढलेला आवाज मी ऐकला. मग दार जोरात उघडलं आणि काही तरुण आत घुसले. त्यांनी लंगडणाऱ्या ओक्टेव्हला आणलं होतं. ओक्टेव्हला कोचावर टाकलं, काहीतरी सांगितलं, ते मला कळलं नाही... आणि ते निघून गेले. मी धावत त्याच्याजवळ गेले. मला वाटलं तो गेला. माझ्या शरीरातला कणन्‌कण थरथरत होता. त्याचा श्वास चालू होता. पण तो बेशुद्ध होता, त्याच्या डोक्यातून रक्त येत होतं. त्याचे कपडे मळलेले, फाटलेले होते. घरमालकीण आणि तिच्या मुलानं मला मदत केली. आम्ही ओक्टेव्हचे कपडे बदलले आणि जखमा धुतल्या. मग आमची घरमालकीण बँडेज शोधायला गेली.

आजी परत आली तोवर ओक्टेव्ह शुद्धीवर आला होता. पण अजून तो बोलण्याच्या स्थितीत नव्हता. त्याचं तोंड सुजलं होतं आणि जबडा खूप दुखत होता. आजीनं त्याला तपासलं आणि सांगितलं की त्याला मार बसला होता, पण कोणतंही हाड मोडलं नव्हतं. आम्ही त्याला पलंगापाशी नेलं. तो पुन्हा एकदा बेशुद्ध झाला.

त्याला चार दिवस धड उभंही राहता येत नव्हतं. ते चारही दिवस त्याला मरणप्राय वेदना होत होत्या. अशी हिंसा थेट आपल्या घरापर्यंत कुठूनतरी, कोणत्याही कारणाशिवाय, झंझावातासारखी येऊ शकते हा विचारच हादरवणारा होता. काय चाललं होतं ते मला कळतच नव्हतं आणि आता ओक्टेव्हला माझ्याशी बोलायचं नव्हतं. तो त्याच्या विचारात गढलेला असे. तो जरा बरा झाल्यावर कुठे जातो आहे ते न सांगता घराबाहेर गेला. अनेक तासांनंतर, जेव्हा तो परतच आला नाही, तेव्हा आईला काळजी वाटायला लागली. मनात भलतेसलते विचार यायला लागले. घरमालकिणीच्या मुलानं रात्री साडेदहाला ओक्टेव्हनं आम्हाला देण्यासाठी त्याच्याकडे दिलेलं पत्र आणलं.

'मी ठीक आहे,' पत्रात लिहिलं होतं. 'कृपा करून माझी काळजी करू नका. मी लवकरच लिहीन. तुमची काळजी घ्या... प्रेमपूर्वक, ओक्टेव्ह.'

आई रडत होती आणि आजी काहीच म्हणाली नाही. मी इतकी थक्क झाले होते की मला एकही प्रश्न सुचला नाही. त्याला काय झालं असेल? कोणाकडे मदतीसाठी जावं असा एक माणूसही नव्हता. काही विचारावं तर सांगेल असंही कोणी नव्हतं. आम्हाला नुसतंच वाट पाहत, काळजी करत बसावं लागलं. दिवसांमागे दिवस गेले, मुलगा नाहीसा झाल्याचं दुःख पचवण्यात आईचे काळजीनं

भरलेले नि:शब्द आठवडे गेले. कामाच्या ठिकाणी तिचं मन जरा तरी गुंतून राही. पण घरी काहीच नसायचं... ती क्वचितच बोलायची.

ओक्टेव्ह गेल्यानंतर काही महिन्यांनी, एका संध्याकाळी, आई रात्रपाळीमध्ये काम करण्यासाठी गेली होती. एका मध्यमवयीन माणसानं दार ठोठावलं. चहा घेताना त्यानं आजीला सांगितलं, की तो व्यावसायिक होता आणि त्यानं खूप प्रवास केला होता. लंडनमध्ये तो अचानक ओक्टेव्हला भेटला.

"त्यानं मला तुमच्याकडे यायला आणि तो ठीक आहे असा निरोप द्यायला सांगितलं आहे."

ओक्टेव्ह आमच्याशिवाय लंडनमध्ये असेल यावर माझा विश्वासच बसत नव्हता. आम्हाला का नाही जाता आलं त्याच्याबरोबर? तो माणूस बोलत असताना डोळ्यांसमोर माझं शहर अगदी लख्खपणे आलं आणि मला तिथं खूप खूप जावंसं वाटलं.

सोफिया सोडल्यावर ओक्टेव्ह कसाबसा बर्गसला पोहोचला. त्या बंदरावर ब्रिटिश बोटी येतात हे त्याला माहीत होतं. तिथं पोहोचण्यासाठी त्यानं तीन दिवस प्रवास केला आणि मग ब्रिटिश बोट येण्याची वाट पाहिली. एक बोट आली, तेव्हा त्यानं कप्तानाला सारं काही सांगितलं आणि मदत मागितली. कप्तानानं त्याला हमालाचे कपडे दिले आणि प्रवाशांचं सामान वाहायला सांगितलं. बोट सुटण्याची वेळ झालीच होती. कस्टम अधिकारी शेवटची तपासणी करत असताना बोटीवरच्या कर्मचाऱ्यांनी त्याला लपवलं. हीच शक्कल त्यानं डोव्हरलाही लढवली. इंग्लिश कस्टम अधिकाऱ्याच्या हातावर तुरी दिली.

हे सारं ऐकल्यावर माझ्या लक्षात आलं, की तो आम्हाला न घेता एकटाच का गेला ते! आम्हाला सगळ्यांना असं लपवून छपवून बोटीवर घेऊन जाणं त्याला शक्यच झालं नसतं. आता तो सुरक्षित होता आणि आमच्या सुटकेसाठी इंग्लंडहून मदत आणण्यासाठी प्रयत्न करू शकत होता. तो जिवंत आहे या बातमीनं आम्हाला हुरूप आला. आमच्यासाठी गोष्टी अधिकच अवघड बनत चालल्या होत्या, आम्हाला इथून बाहेर पडता यावं यासाठी त्यानं काहीतरी करावं अशी आमची अपेक्षा होती.

किमती दिवसागणिक वाढत होत्या. विकायला माल नाही म्हणून अनेक दुकानं बंद होत होती. कपडे आणि अन्न मिळणं अवघड झालं होतं. बंदरांमध्ये केवळ 'सरकारी मालाची' ने-आण करायला परवानगी होती. सामान्य माणसांना कधीच कळायचं नाही त्या 'माला'मध्ये काय असायचं ते!

युद्ध जेव्हा अगदी उंबरठ्यावर येऊन ठेपतं तेव्हा अधिकाऱ्यांना गोष्टी गुप्त ठेवायला आणि सगळ्या गोष्टींवर नियंत्रण ठेवायला चांगलंच कारण मिळतं. लवकरच फक्त पैसेवाल्यांना ताज्या गोष्टी घेणं परवडू लागलं आणि काळा बाजार तेजीत आला. आमच्यासारख्या, कोणाशी काहीच ओळखपाळख नसलेल्यांसाठी गरजेच्या वस्तूंची किंमतही वाढतच गेली.

घरातले बाकीचे कामावर गेलेले असताना माझं काम होतं ते दुकानांमधून, बाजारामधून भटकणं आणि उद्या कोण काय विकणार आहे यावर लक्ष ठेवणं. कुठे काय स्वस्त मिळणार आहे, याकडे डोळा ठेवून वस्तू उपलब्ध झाली, की त्या दुकानासमोरच्या रांगेत मी पहिली असेन हे बघणं. मला रस्त्यांवर ऐकू येणाऱ्या आवाजात जर्मन भाषा जास्तच कानावर पडत चालली होती. ते एका अर्थी चांगलं वाटायचं, कारण किमान लोक काय बोलत आहेत ते मला समजायचं. माझं बल्गेरियन सुधारत होतं, पण बरेचदा माझ्या बल्गेरियन बोलण्याच्या प्रयत्नांनी लोकांना हसायला आयतंच कारण मिळायचं. पण माझं जर्मन चांगलं होतं. मी आजवर वेगवेगळ्या भाषा ऐकतच मोठी झाले होते, त्यामुळे एका भाषेकडून दुसऱ्या भाषेकडे वळणं मला फार अवघड वाटायचं नाही. भविष्याबद्दल सारं काही अंधारात होतं आणि कोणावर विश्वास ठेवावा हे उमजत नव्हतं, तेव्हा एकापेक्षा अधिक भाषा बोलणाऱ्या लोकांवर संशय वाटत असे. ते आले कुठून? ते कशाशी एकनिष्ठ आहेत? ते हेर आहेत का? याबद्दल साऱ्यांना संशय वाटायचा.

इंग्लंड आणि ओक्टेव्हसाठी जीव कासावीस झालेला असल्यानं, आई आणि आजी कामावर गेलेल्या असताना मी पुन्हा एकदा ब्रिटिश दूतावासातल्या कोणाशी तरी बोलण्याचा प्रयत्न करायचं ठरवलं. सुरक्षारक्षकांनी मला दूतावासाच्या दरवाजाजवळही येऊ दिलं नाही. मी कोणी धोकादायक शत्रू असल्यासारखं त्यांनी मला पाहताच हाकलून लावलं. मी अपमानित होऊन घरी परतले. हे आता आईला कळू नये इतकीच माझी इच्छा होती. दुसऱ्या दिवशी जिल्हा परिषदेचा एक माणूस आला आणि त्यानं मला त्याच्याबरोबर जिल्हा परिषदेच्या कार्यालयात येण्याबाबत फर्मावलं. आई घाबरली आहे हे मला दिसत होतं आणि तिलाही माझ्याबरोबर यायचं होतं. त्या माणसानं विरोध केला. आता पुढे काय होणार या कल्पनेनं मला कापरं भरलं, शिवाय मी केलेल्या छोट्या साहसाबद्दल आईपाशी कबुली द्यायच्या कल्पनेचं भयही त्यात होतंच.

कार्यालयात गेल्यावर परिषदेचा सभासदच आम्हाला भेटला आणि त्यानं प्रश्नांच्या फैरी झाडायला सुरुवात केली. आम्ही सोफियाला का आलो, कसे आलो अशी अगदी प्रश्नांची सरबत्ती केली. मला एकाच वेळी भीती वाटली, गोंधळायला झालं आणि मनातून त्याचा रागही यायला लागला.

"तुम्हाला काम करायला कोणी परवानगी दिली?" त्यानं आईला खडसावत विचारलं. "आणि तू, तू ब्रिटिश दूतावासापाशी काय करत होतीस?"

आई उत्तरं देताना अडखळायला लागली, काय सांगावं ते तिला सुचतच नव्हतं. त्यामुळे तो अजूनच चिडला. एक तास चौकशी झाल्यावर त्यानं आम्हाला आज्ञा दिल्या.

"तुम्ही ताबडतोब नवीन, स्वतंत्र ओळखपत्रांसाठी अर्ज केला पाहिजे आणि तात्पुरत्या बल्गेरियन नागरिकत्वासाठीही. काळ फार कठीण होत आहे. आम्हाला प्रत्येकाबद्दल प्रत्येक गोष्ट माहीत हवी, हे तुमच्याच सुरक्षिततेसाठी आहे. तुम्हाला आता इतकं तरी समजायला हवं."

"पण मी माझ्या पतीकडून काही कळण्याची वाट बघत आहे. कोणत्याही क्षणी त्याच्याकडून निरोप येऊ शकतो," आईनं सांगितलं. "त्याचा निरोप आल्यानंतर आम्हाला लगेचच बल्गेरिया सोडावं लागेल."

"तुमच्या पतीचा निरोप आला की मला येऊन सांगा, मी बघेन काय करता येईल ते. मात्र तोवर मी सांगतो त्याप्रमाणे तुम्हाला वागलं पाहिजे. उद्या प्रत्येकी तीन छायाचित्रं आणा आणि तुम्ही अजून कुठल्या संकटात पडण्यापूर्वी आपण सारं काही कायदेशीर करून घेऊ." मग तो माझ्याकडे वळला. "मी जर तुझ्या जागी असतो, तर दूतावासाच्या जवळपासही फिरकलो नसतो."

आम्हाला घरी सोडण्यासाठी एक पोलीस आला. तेवढ्यात आजी घरी पोहोचतच होती. काय झालं हे जाणून घ्यायच्या आधीच आजी त्या माणसावर प्रश्नांनी हल्ला चढवेल अशी शंका येऊन आईनं आजीला खूण केली, की आम्ही ठीक आहोत.

तो पोलीस गेल्यावर, मूर्खासारखं एकटीनं दूतावासात गेल्याबद्दल आईनं मला चांगलंच फैलावर घेतलं. आजीनं तिला शांत करण्याचा प्रयत्न केला, पण आई थांबायलाच तयार नव्हती. सारं दुःखं, भीती, कुशंकांचा ती माझ्यावर वर्षाव करत राहिली. निराशेनं मला जोरात ओरडावंसं वाटत होतं, पण मी काहीच बोलले नाही. सगळं काही चुकत होतं आणि माझ्यासारखीच आईही हतबुद्ध झाली होती. आम्ही जितके दिवस बल्गेरियात अडकून राहू, तितकंच इथून निघणं कठीण होणार होतं. ते आम्हाला नागरिकत्व देणार म्हणजे तर फारच. मला बल्गेरियन व्हायचं नव्हतं. मी फक्त माझ्या आजीला भेटायला या देशात आले होते. शेवटी आजीनं आईला कसंबसं झोपायला पाठवलं. आम्हाला जे सांगितलं आहे ते करण्यावाचून आणि जे घडेल ते मान्य करण्याशिवाय पर्याय नाही हे आता आमच्या लक्षात आलं होतं.

बल्गेरियन नागरिक बनणं सोपी गोष्ट नव्हती. छायाचित्रांबरोबरच आम्हाला बोटांचे ठसेही द्यायला लागले. अनेक बल्गेरियन माणसांना सह्याही करता येत

नव्हत्या. आमची विदेशी उच्चार असलेली भाषा इथल्या अधिकाऱ्यांना समजत नव्हती म्हणून मग ठसे द्यावे लागले. फक्त उच्चारच नाही तर त्यांना हे कळत नव्हतं, की आमची आडनावं आमच्या वडिलांच्या पहिल्या नावासारखी, आजोबांच्या पहिल्या नावासारखी का नाहीत? त्यांच्याकडे तशीच पद्धत होती. आमच्या देशातली पद्धत निराळी होती यावर त्यांचा विश्वासच बसत नव्हता.

"नाही," ते आमच्यावर ओरडले. "फक्त टोपणनावं पुढच्या पिढीला दिली जातात! तुमची नावं बल्गेरियन असली पाहिजेत."

"ठीक आहे, ठीक आहे," त्या अधिकाऱ्यांच्या खेकसण्यानं आपण अस्वस्थ झालो आहोत हे लपवण्याचा प्रयत्न करत आई म्हणाली. "आमची नावं बदलणं हे काही ठीक वाटत नाही; पण कायद्यात जे बसत असेल तसं करा."

"तुम्हाला काय बरोबर वाटतं त्यानं काही फरक पडत नाही. आता सांगा, तुमचं ख्रिश्चन नाव काय आहे? तुम्ही ख्रिश्चन आहात, बरोबर ना?"

"रोझा," आई थरथरत्या आवाजात म्हणाली.

"मधलं नाव?"

"डिअर."

"माझी चेष्टा करण्याचा प्रयत्न करू नकोस, असं नाव असूच शकत नाही."

"हे बघा, माझं लग्नाचं प्रमाणपत्र."

कारकुनानं प्रमाणपत्र हातात उलट धरून ते वाचत असल्याचं नाटक केलं... मी मोठ्या प्रयत्नानं हसू दाबून ठेवलं.

"तुमच्या वडिलांचं नाव काय?"

"अँटनी."

"हे जरा ठीक आहे. म्हणजे तू रोझा अँटोनोव्हा आहेस. तुमच्या पतीचं नाव?"

"विल्यम."

"नाही, नाही, हे बरोबर जुळत नाही, अशा विनोदी नावामुळे तुम्ही कदाचित संकटात सापडू शकाल. आपण सध्या रोझा अँटोनोव्हा हेच नाव कायम करू. इथं तुमच्या नावाची सही करा."

त्यानं सांगितल्याप्रमाणे आईनं सही केली. तसा तो माझ्याकडे वळला.

"तुझं नाव?"

"हेलन डिअर."

"ठीक आहे, मला वाटतं, की तुझं नाव एलेना हे ठीक आहे. साधं, सुटसुटीत. तुझ्यासारख्या चांगल्या मुलीचं असं चांगलं नाव सगळ्यांनाच आवडेल आणि उच्चारायलाही सोपं!" त्यानं हसण्याचा प्रयत्न केला.

"पण हे नाव रशियन वाटतं," माझा आवाज बोलताना चढला, तसा आईचा चेहरा अस्वस्थ झालेला माझ्या लक्षात आलं.

"तुझं तसं बरोबर आहे," तो म्हणाला. "तुझं नाव अधिक सोपं करण्यासाठी तू आहेस एलेना अँटोनोव्हा."

"पण या नावाचा माझ्या खऱ्या नावाशी काहीच संबंध नाहीये. मला माझं खरं नाव हवंय!"

"अं, आता काही करता येणार नाही, मी तुझं नाव इथं लिहिलंसुद्धा. चल, सही कर, म्हणजे तुम्ही घरी जायला मोकळ्या..."

त्यानं सांगितल्याप्रमाणे करण्याशिवाय माझ्याकडे काही पर्यायच नव्हता. आई नजरेतूनच मला आणखी तमाशा न करण्याबद्दल दटावत होती.

"पत्र, ओक्टेव्हचं पत्र!" आईचा आनंद शब्दात मावत नव्हता. तो आमच्या आयुष्यातून अदृश्य झाला त्याला आता एक वर्ष लोटलं होतं.

तिनं थरथरत्या हातांनी पत्र उघडलं. ते छोटं आणि मुद्देसूद होतं. त्याच्याहून थोड्या वर्षांनी मोठ्या मुलीशी त्यानं लग्न केलं होतं. तिच्याकडे काकाकडून मिळालेली बरीच संपत्ती होती. तिच्या आर्थिक मदतीमुळे तो विद्यापीठात जाऊन शिक्षण पूर्ण करू शकला. आपण आनंदी असल्याचं त्यानं अगदी खात्रीपूर्वक लिहिलं होतं. दुर्दैवानं वडिलांशी मात्र तो संपर्क साधू शकला नव्हता.

माझी सपशेल निराशा झाली. तो ठीक आहे हे कळल्यामुळे मला आनंदच झाला होता, पण तो आमच्या सुटकेसाठी काही करेल अशी त्याच्याकडून अपेक्षा होती. तो तिथं जाऊन लग्न करेल, जणू काही आम्ही त्याच्या आयुष्याचा भागच नाही असं समजून पुढचं आयुष्य जगायला सुरुवात करेल... असं नव्हतं वाटलं. आम्हाला बल्गेरियाबाहेर काढण्यासाठी तो सर्व प्रयत्न करेल असं त्यानं वचन दिलं होतं, पण त्यासाठी तो काही करतोय असं वाटत नव्हतं. युद्ध आता अधिक जवळ आलं होतं. आजीच्या ऑस्ट्रियन दूतावासात ओळख असलेल्या मैत्रिणींनी तिला सांगितलं, की ऑस्ट्रियापेक्षा बल्गेरिया सुरक्षित आहे. ऑस्ट्रियावर हिटलर लवकरच आक्रमण करेल अशी अफवा होती. आम्हाला सुरक्षित राहायचं असेल तर इंग्लंडला परत जाणं भाग होतं.

दुसरी बातमी आमच्यापर्यंत येऊन ठेपली. प्रसूतिगृहाच्या जागी आता संरक्षण मंत्रालय उभं राहणार होतं. काही कर्मचाऱ्यांना इतर रुग्णालयांत पाठवलं जाणार होतं. आई आणि आजी विदेशी आणि तात्पुरते कर्मचारी असल्यानं दोघींना दुसरीकडे काम बघा असं सांगितलं होतं. आम्ही घर सोडावं असंही आम्हाला फर्मावलं गेलं. कोणताही अधिकार असलेला कोणीही आम्हाला आमच्या आयुष्याचं

काय करावं हे सांगू शकत होता अशी परिस्थिती होती.

मुख्य डॉक्टरनं आजीला सांगितलं की आम्ही उपनगरात जावं. आतापर्यंत तो भाग म्हणजे खेडंच होतं, आता तो ग्रेट सोफियाचा भाग होता.

''तिथले लोक साधे आणि प्रेमळ आहेत,'' त्यानं सांगितलं. मी जवळच्याच खुर्चीत बसून ऐकत होते. ''ते तुमच्याकडे आदरानं बघतील. त्या भागात प्रसूतीसाठी मदत करणाऱ्या बहुतेक आयांना सहीसुद्धा करता येत नाही.

''तिथं काही अडचण आली तर?'' आजीनं विचारलं

''नशीब समजायचं,'' डॉक्टर उत्तरला. ''तिथल्या लोकांना वैद्यकीय सल्ला दिलात तरच तुमचा निभाव लागू शकेल.'

आईचं मनोबल आता, पूर्णपणे कोसळणार असंच मला वाटायला लागलं.

चौकशा

डॉक्टरचं बरोबर होतं. राजधानीच्या शहराचा भाग असण्यापेक्षा मेझद्रा हे खेडंच होतं. मागासलेलं वाटत होतं. बहुतांश घरं ही खेडुतांनीच शेजारीपाजारी, नातलगांची मदत घेऊन स्वतःच बांधली होती. ते अजूनही तसंच करत होते. माती, पेंढा आणि पाण्यापासून कौशल्यानं विटा बनवताना बघून मला त्यांचं खरंच कौतुक वाटलं. ते भलतंच कठीण काम होतं. कुटुंबातला प्रत्येक जण या कामात भाग घेत होता, अगदी लहान मुलंदेखील. आम्ही जणू भूतकाळात पाऊल टाकलं होतं.

खेड्याच्या मध्यभागी असलेली पांढऱ्या रंगाची इमारत म्हणजे शस्त्रक्रियेची जागा होती. तिथले रुग्ण जाईपर्यंत मी आणि आजीनं वाट पाहिली. मग मध्यमवयीन, प्रसन्न व्यक्तिमत्त्वाच्या डॉक्टरला आमची ओळख करून दिली. त्यानं आमचं मनापासून स्वागत केलं.

"तुमच्यासाठी इथं खूप काम आहे," डॉक्टर आजीला म्हणाले, "कारण इथं जी महिला प्रसूतीसाठी मदत करते, तिचं आता वय होत चाललं आहे. जेव्हा गरज असते, तेव्हा तिला यायला जमतंच असं नाही, विशेष करून रात्रीच्या वेळी. तुमच्यासाठी इथं राहण्याची व्यवस्थाही आहे, तुम्ही जागा बघून घ्या ना."

तिथली दाई आम्हाला जागा दाखवायला तयार झाली. तिनं आमची ज्या ज्या लोकांशी ओळख करून दिली ती माणसं अगदी मित्रत्वानं वागली. पण आम्हाला राहण्यासाठी ज्या खोल्या दाखवल्या गेल्या, त्यांना दुरुस्तीची फारच आवश्यकता होती.

"आपण राहणार आहोत ती ही जागा तुझ्या आईनं पाहिली तर तिची प्रतिक्रिया काय होईल याचा विचार करण्याचीदेखील मला धास्ती वाटते आहे," आजी म्हणाली.

सोफियातली जागा मोकळी करावी यासाठी पोलीस आमच्यावर इतका दबाव आणत होते, की आमच्याकडे काही पर्यायच नव्हता. प्रत्येक घरमालकांकडे किती खोल्या आहेत त्याची सरकार यादी बनवत होतं. त्यापैकी जितक्या अगदी गरजेच्या आहेत तितक्याच वापरात ठेवण्याची परवानगी दिली जात होती.

त्यातल्या त्यात बरी जागा बघून काही दिवसांत आम्ही एका खोलीत राहायला आलो. खोलीला जोडूनच छोटं स्वयंपाकघर होतं. खोलीत दोन मोठे पलंग, एक मोठं-जड टेबल, बहुधा ते घरमालकानं स्वत:च्या हातानं बनवलं असावं, खुर्च्या आणि खोली गरम करण्यासाठी एक लोखंडी शेगडी इतकं सामान होतं. स्वयंपाकघरामध्ये दोन बेसिन असलेलं एक टेबल होतं. एक बेसिन ताटं स्वच्छ करण्याकरता आणि एक आम्हाला स्वच्छ करण्यासाठी!

"तुम्ही अंघोळ वगैरे करता का कधी?" मी घरमालकिणीला विचारलं.

"हो, करतो ना," ती म्हणाली,"उन्हाळ्यात आम्ही जवळच्याच नदीवर जातो. तिथलं पाणी इतकं छान आहे, की अंघोळीनंतर केस चमकायला लागतात."

"पण तुम्ही आता कुठे अंघोळ करता?" सोफियात मिळालं तसंच उत्तर मिळणार हे गृहीत धरून मी चिकाटीनं विचारलं.

"थंडीत कोणी इथं आंघोळ करतं असं मला तरी नाही वाटत," ती उत्तरली. आईचा चेहरा पडला आणि आजीनं आवंढा गिळला.

अंगणातल्या विहिरीतून आम्ही पाणी घेऊ शकतो, असं सांगितलं; पण स्वयंपाक आणि पिण्यासाठी पाणी आणायला आम्हाला बाजारात जावं लागणार होतं. लोखंडी सिंहाच्या मुखातून तिथल्या झऱ्याच्या पाण्याची संततधार पडत होती.

"उद्‌घाटनाला राजे स्वत: आले होते," शेजाऱ्यांनी आम्हाला सांगितलं. "म्हणून याला राजाचं कारंजं म्हणतात."

माझ्या आईला एका रुग्णाच्या घरी काम मिळालं आणि आजी स्त्रियांना प्रसूतीच्या वेळी सोडवण्याच्या कामाला जुंपली. स्थानिक लोक कृतज्ञ होते, पण अपेक्षित पैसे मात्र देऊ शकत नव्हते. त्याऐवजी ते वस्तू घेऊन यायचे; अंडी, पीठ, भाज्या, फळं, नुकत्याच कापलेल्या शेळी, कोंबड्या किंवा डुकराचं मांस. त्यांनी दिलेलं काहीही आम्हाला हवंच असायचं, कारण आम्ही दिवसागणिक कंगाल होत चाललो होतो. लंडनमधल्या चांगल्या घरात राहत होतो ती लक्षावधी वर्षांपूर्वीची गोष्ट वाटत होती. आता जागेपणीचा प्रत्येक तास आम्ही कसं जगायचं, उसळणारे भुकेचे डोंब शांत करण्यासाठी पुरेसं अन्न कसं मिळवायचं आणि उबेसाठी इंधन कसं पुरवायचं याची चिंता करण्यात घालवत होतो. या सगळ्यात शक्य असेल ती सारी मदत मला करायची होती.

मला समजलं, आजूबाजूला राहणाऱ्या माझ्या वयाच्या मुली लोकरीच्या

कारखान्यात सूत बनवण्याचं काम करायच्या. तिथं काही काम मिळतं का बघावं असं माझ्या मनात आलं. शेजाऱ्यांच्या मुलीसोबत मी तिथं गेले आणि संचालकाच्या केबिनचं दार हळूच वाजवलं. तिथल्या लोकांना कामाबद्दल विचारलं.

"आम्हाला नवे कामगार नको आहेत," त्यांच्यापैकी एक म्हणाला. "आमच्याकडे असलेल्या काही मुलींना आम्ही लवकरच काढून टाकणार आहोत."

निराश होऊन मी वळले.

"तू कुठली आहेस?"

"इंग्लंड."

"इथं कधीपासून आहेस?"

ते सर्वजण मी अडखळत्या बल्गेरियन भाषेत सांगितलेली कहाणी ऐकायला थांबले.

"माझ्याबरोबर ये," त्यातला एक म्हणाला. "घाबरू नकोस."

त्यानं मला निराळ्या ऑफिसमध्ये नेलं आणि कारखान्याच्या मालकाशी, श्री. क्लाइन यांच्याशी माझी ओळख करून दिली. त्यांनी मला बसायला सांगितलं आणि माझी कहाणी इंग्लिशमध्ये सांगायला लावली. ते मँचेस्टरचे होते. ते इथं व्यवसायासाठी आले होते आणि पहिल्या पत्नीच्या निधनानंतर त्यांनी बल्गेरियन तरुणीशी विवाह केला होता.

"मला शक्य नाही." माझं सांगून झाल्यावर ते म्हणाले. "तुला माहितेय, अठरा वर्षांखाली असलेल्याने काम करणं हा खरंच गुन्हा आहे, अं... पण बघू या, मला काही करता येतंय का ते!"

काही दिवसांनंतर शेजारच्या मुलीनं मला कारखान्यात जायला सांगितलं. तिथं गेल्यावर मला थेट श्री. क्लाइनच्या कार्यालयात नेण्यात आलं.

"हे काम सोपं नाही," त्यांनी सूचना केली. "मजुरी कमी आहे आणि काम करण्याची जागाही फारशी चांगली नाही. जर्मन आता अगदी उंबरठ्यावर आले आहेत आणि उत्पादन किती काळ सुरू ठेवता येईल हे मलाच माहीत नाही. पण तुला हवं असेल तर तू सोमवारपासून कामाला सुरुवात करू शकतेस."

मी उत्साहानं मान हलवली. कामाच्या ठिकाणची परिस्थिती किती वाईट होती याला महत्त्व नव्हतं, उपासमारीपेक्षा काहीही चांगलंच होतं.

"ठीक आहे, सोमवारी सकाळी पाच वाजता हजर राहा. जर अधिकारी तपासणीला आले तर इतर अल्पवयीन मुलींबरोबर तुलाही ते जाईपर्यंत लपून राहावं लागेल. आणि कोणालाही कृपया सांगू नकोस तू इथं काम करते आहेस ते! तू इंग्लिश आहेस हेही शक्यतो कोणाला सांगू नकोस."

त्या संध्याकाळी आई रडली आणि आजीनं मला सूचनांवर सूचना केल्या. "तुला सतत सावध राहावं लागेल, यंत्रांजवळ काम करणं धोकादायक असतं.

तिथले कामगार आडदांड अन् उद्दाम असतात. सतत मारामाऱ्या करत असतात. या साऱ्यापासून तुला दूर राहिलं पाहिजे आणि चुकूनही कोणाला सांगायला जाऊ नकोस, इंग्लंडमध्ये सगळं कसं छान आहे ते! फार धोकादायक काळ आला आहे. कायम लक्षात ठेव!''

सोमवारी पहाटे आजीनं मला उठवलं तेव्हा मध्यरात्री उठल्यासारखं वाटलं. ती रुग्णालयात जाताना घालायची त्यातले कपडे तिनं मला घालायला दिले. तिचं उबदार जॅकेटही दिलं. बरोबर काही सँडविच दिले आणि शेजारच्या मुली वाट पाहत होत्या, तिथवर आजी मला सोडायला आली. त्या मुलींबरोबर काही मोठी माणसंही होती, त्यांनी आजीला आश्वासन दिलं, की ते माझी सर्वतोपरी काळजी घेतील. त्यांच्याकडे बघून मला तरी त्यांच्या सांगण्यावर विश्वास ठेवणं अवघड गेलं. कारखान्यात पोहोचेपर्यंत सगळेजण टिपेचा सूर लावून बोलत होते, मला त्यातला एक शब्दही कळला नाही. आम्ही चार किलोमीटर गेलो असू, अजून काही जण आमच्यात सामील झाले. त्यांचा पेहराव अगदीच गरीब होता, बूट झिजले होते. मी लवकरच त्यांच्यासारखी दिसायला लागेन का?

आम्ही कारखान्यात पोहोचलो तेव्हादेखील अंधारलेलं होतं, थंडीही होती. 'मालकानं' मला काय करायचं, कोणत्या जागा धोकादायक आहेत ते दाखवलं. पुढचे आठ तास मी असह्य वास येणारी, नुकतीच धुवून वाळवायला ठेवलेली मेंढीची लोकर ठीकठाक करणार होते. तो दर्प सहन करण्यापलीकडे होता. इतर लोक काय करतात हे मी पाहिलं आणि मला चक्कर येईल असं वाटायला लागलं. काही मिनिटांत माझी पाठ असह्य दुखायला लागली. आता मला कळलं, आजी इतकी काळजी का करत होती ते आणि आई इतकी का रडली होती ते! डोळ्यांच्या कडांपर्यंत आलेले अश्रू थोपवून धरण्यापलीकडे काहीच करता येणं मला शक्य नव्हतं. यापुढे माझं आयुष्य हे असं असणार होतं का?

जवळ जवळ चार तासांनी सगळे आपापला डबा खायला लागले. ब्रेडचे तुकडे, त्यावर मीठ आणि लाल मिरचीची पावडर. काही जणांनी त्यावर तेलाचे दोन थेंब टाकले आणि त्याला जिप्सी पाय म्हणून खायला लागले. सारेजण एका हातानं खात होते आणि दुसऱ्या हातानं लोकर पसरवण्याचं काम करत होते. हवेमध्ये सगळीकडे लोकरीचे कण उडत होते. ते ब्रेडलाही चिकटत होते. काही जण ते झटकून टाकण्याचा प्रयत्न करत होते तर काही त्यासकट खात होते. माझ्याजवळचं सँडविच बघून ते सारे काय म्हणतील याचा मी विचार करत होते. मला माहीत होतं त्यांना उत्सुकता वाटेल.

''तू पटकन खाऊन घे ना,'' माझी शेजारीण म्हणाली, ''कारण मालक बाहेर गेलेत.''

माझे हात घाण आणि चिकट झाले होते. त्यांना वास येत होता. मी याआधी कधीच हात धुतल्याशिवाय खाल्लं नव्हतं. तसं करण्याचा विचारही भयप्रद होता त्यामुळे खूप भूक लागली होती तरी मी मान हलवली.

"अं... नंतर," मी म्हणाले.

मालक लवकरच परत आले आणि माझी वेळ संपेपर्यंत गेले नाहीत. वेळ झाल्यावर सगळे धावतच ओव्हरकोट ठेवले होते तिथं गेले. त्यांच्यात चिरडली जाऊ नये याची काळजी घेत मी बाजूला उभी राहिले आणि सगळ्यात शेवटी बाहेर पडले. इतरांच्या बरोबर जाण्यासाठी घाईघाईनं जाऊ लागले, कारण मला एकटीनं घरी जायचं नव्हतं. शेजारणी माझी वाट पाहत होत्या.

"पुढच्या वेळेपासून लवकर ये," त्या म्हणाल्या. "घरी गेल्यावरही दिवस मावळण्यापूर्वी आम्हाला खूप कामं उरकायची असतात."

मी घरी पोहोचले तेव्हा आई नव्हती हे बघून मला हायसं वाटलं. तिनं मला या अवतारात बघण्याची भीतीच वाटत होती. एका आयाऐवजी तिला बोलावलं होतं. आजीनं मला गरमागरम सूप दिलं. आता दमल्यानं सूप संपवणंही मला शक्य झालं नाही; पण ते सूप किती चवदार लागत होतं. मी आजवर चाखलेल्या सगळ्या पदार्थांपेक्षा जास्त. आमच्या घरापासून वीस मीटरवर असलेल्या दुर्गंधीनं भरलेल्या स्वच्छतागृहात जाऊन अंग धुण्यासाठी तिनं मला पाणी गरम करून दिलं. आजूबाजूला गायी मोकळ्याच फिरत होत्या, त्यांची मला खूप भीती वाटायची. पाणी अंगावर घेण्यासाठी एक टिनचा पेला होता आणि अंग घासण्यासाठी एक साबण. तिथं थंडीनं कुडकुडत मी अंगावरचं तेल आणि मळ काढून टाकण्याचा प्रयत्न करत होते. हातातला अमूल्य साबण लाकडाच्या फटीतून पडेल आणि कायमचा दिसेनासा होईल या विचारानं माझा थरकाप उडाला होता. अंघोळीनंतर मी पंचानं अंग कोरडं केलं. हा सारा वेळ बाहेर लोकांची रांग मोठी होत होती.

अशा वेळी मला बाबांची खूप आठवण यायची. लंडनमध्ये आम्हाला जास्तीत जास्त आराम मिळावा म्हणून ते किती प्रयत्न करायचे! जी काही नवी वस्तू बाजारात येईल ती तत्काळ घेऊन यायचे. त्याला बाबा गमतीनं 'कल्चरल ॲक्विझिशन्स' म्हणायचे. आमच्यावरचं प्रेम व्यक्त करायला ते फार वेळ काढू शकायचे नाहीत, पण मला त्यांची काळजी, प्रेम जाणवायचं. मलाही ते खूप आवडायचे. पण आता कुठे होते ते? आमच्या पत्रांना आता उत्तरं का देत नव्हते? आम्हाला परत कधी भेटतील? आधी आम्ही त्यांना गमावलं आणि नंतर ओक्टेव्हला. दुसऱ्या दिवशी मला इतकं असहाय, भयावह वाटत होतं, पण कळत होतं, की आला दिवस ढकलण्यावाचून माझ्यासमोर पर्याय नाही.

सगळी मोठी माणसं तोंडावर आलेल्या युद्धाबद्दल बोलत असायची. १९१४-

१९१८ च्या पहिल्या महायुद्धाचे दिवस आठवणारी माणसं आता पुढे काय होणार या भीतीनं थरारून गेली होती आणि येणारं युद्ध म्हणजे तरुणांना आव्हानात्मक साहस वाटत होतं. युद्ध होईल तेव्हा आम्ही कॅनडा किंवा इंग्लंडमध्ये असू असं मी माझ्या मनाला बजावत होते. पण खोलवर कुठेतरी, हे कसं शक्य होणार असा प्रश्न भेडसावत होता. आम्ही तिथून शेकडो मैल दूर होतो.

आमच्यासारखं विस्थापित झालेलं एक इटालियन कुटुंब, फोन्टानोटी, आमच्या जवळच राहायला आले. वडील आणि तीन मुलं कोणत्यातरी विषयातली तज्ज्ञ होती आणि त्यांना बल्गेरियात पाठवण्यात आलं होतं. दोन मुलांच्या बायकाही त्या कंपनीत काम करायच्या. मला थोडंसं इटालियन येत असल्यानं माझी या कुटुंबाशी ओळख झाली. झालं असं की त्या मुलांची आई एका दुकानात काही घेत होती आणि तिला भाषेची अडचण येत होती. त्यांच्यामुळे आम्हाला आमच्याच परिस्थितीत अडकलेलं एक फ्रेंच कुटुंबही भेटलं. त्यांची मुलगी माझ्यापेक्षा एखाद्या वर्षानं लहान असेल. एका हंगेरियन स्त्रीशी ओळख झाली. त्यांना दोन मुली होत्या. आम्ही सारे विदेशी होतो.

इटालियन लोकांना हसण्यासाठी निमित्त शोधण्याचं अद्भुत वरदान होतं. ते सारे उत्तम गवय्ये होते, साथीला उत्तम गिटार, मेंडोलिन वाजवायचे. त्यातल्या पुरुषांनी आम्हाला सापडलेल्या लाकूड, स्क्रू आणि अर्धवट भरलेले रंगाचे डबे वापरून जवळच्या नदीवर जाण्यासाठी बोटी बांधल्या.

शेवटी नावा पूर्ण तयार झाल्या आणि त्या वसंत ऋतूत एका रविवारी आम्ही बाहेर जेवायचा बेत ठरवला. आम्ही सारे मिळून वीस जण असू. प्रत्येकानं खाण्यासाठी बरोबर काही ना काही आणलं होतं; टोमॅटो, हिरवे मिरे, मेंढीचं चीज, कलिंगडं, सफरचंद, प्लम्स. काहींनी घरी बनवलेला ब्रेड आणला होता. जुन्या बाबागाडीच्या चाकांवर ठेवून, पुरुषांनी नदीपर्यंत नावा ढकलत आणल्या आणि स्त्रियांनी खाणं, गिटार आणि पांघरुणांबरोबर जुना, ठिगळं लावलेला, घरच्या घरी बनवलेला तंबू आणला. शहराबाहेर सुरक्षित बाहेर पडल्यावर आम्ही सारे प्रचंड उत्साहानं, मोठ्या खुषीनं गाऊ लागलो.

मोठी मंडळी झाडाखाली सावलीत बसली आणि आम्हा साऱ्यांसाठी नावा सुरक्षित आहेत ना, हे इटालियन मुलांनी तपासलं. लहान मुलं आणि प्रौढ स्त्रियांनी लाकडं गोळा केली आणि चूल पेटवली. चहा-कॉफी केली. जुन्या काऊबॉय सिनेमात असतात तशा तांब्याच्या पातेल्यात अन्न शिजवायला सुरुवात केली. लंडनमध्ये वडिलांबरोबर केलेली पिकनिक मला आठवली, पण आईसाठी मी माझं दुःखं लपवण्याचा प्रयत्न केला. इतर बायका सूपसाठी भाज्या साफ करत होत्या.

त्यांच्याशी ती शांतपणे बोलत होती. डोळ्यातलं पाणी लपवायला मी पोहोण्यासाठी पाण्यात उडी घेतली. सूपबरोबर आम्ही सॅलड आणि पकडलेले ताजे मासे खाल्ले. मासे काटक्यांना लावून, आगीवर भाजून काढले.

उन्हाळ्यात भाज्यांच्या मळ्यातल्या छोट्या घरात राहणाऱ्या जोडप्याने आम्हाला थोडेसे भाडे घेऊन तिथं बोटी ठेवण्याची परवानगी दिली. त्या बदल्यात आम्ही जमवलेले पैसे त्यांना दिले. त्यामुळे आम्हाला परत पुढच्या काही आठवड्याच्या सुट्ट्यांमध्ये इथं येता आलं असतं. अशा बाहेर जाण्यामुळे आमचा उत्साह इतका वाढला होता, की ते शेजारच्यांच्याही लक्षात आलं आणि त्यांनी त्याबद्दल तक्रारही केली. युद्धाच्या छायेच्या या काळात असं 'निवांत' असणं त्यांना योग्य वाटत नव्हतं.

"देवाला माहीत ते तिथं काय करतात," ते कुजबुजायचे, "शहराबाहेर आणि सर्वांपासून इतकं दूर..."

मत्सरानं भरलेले त्यांचे शब्द यथावकाश स्थानिक मुख्य अधिकाऱ्यांच्या कानी गेले. त्यांनी ठरवलं, की या उत्साही, विदेशी लोकांची चौकशी करायची. त्यानं फोन्टानोटीची चौकशी करण्यापासून सुरुवात केली.

"तुम्ही बल्गेरियात का आलात?" त्यानं श्री. फोन्टानोटींना विचारलं.

"मी माझ्या कुटुंबाबरोबर आलो, कारण आम्हाला बल्गेरियाच्या सरकारनं बोलावून घेतलं. विमान जोडण्यासाठी लागणाऱ्या सुट्या भागांच्या उत्पादनाच्या कारखान्याचं काम अधिक कार्यक्षमतेनं व्हावं यासाठी बल्गेरिया सरकारला आमची मदत हवी होती," त्यांनी उत्तर दिलं.

"किती काळासाठी?"

"कंपनीच्या अधिकारी मंडळाला आता आमच्या सल्ल्याची गरज नाही असं वाटेपर्यंत!"

"त्यानंतर तुम्ही काय करणार?"

"आम्ही परत इटलीला जाऊ, किंवा दुसऱ्या देशानं बोलावलं तर तिथं."

चौकशीअंती, त्यांना घरी जाऊ देण्यात आलं. त्याआधी त्यांच्याकडून कबूल करून घेतलं, की कोणताही राष्ट्रीय समारंभ असल्याशिवाय इतर माणसं असल्याखेरीज बोट घेऊन नदीवर जायचं नाही. हंगेरियन महिलेलाही पोलीस स्थानकात बोलावून तेच सांगितलं गेलं. तिथं नेमकं काय झालं याबद्दल काही बोलायची तिची इच्छा नव्हती. ती स्वत:मधे मग्न राहू लागली आणि नंतर बाहेरही क्वचितच दिसली. आमच्या आनंदी जथ्यातल्या प्रत्येकाला हीच सूचनावजा धमकी मिळाली. एका शनिवारी, संध्याकाळी थकून भागून कामावरून घरी येताना, दुसऱ्या दिवसाच्या सुटीची स्वप्न रंगवत असताना, माझी पाळी आली. पोलीस समोर आला. म्हणाला, "तुला माझ्याबरोबर पोलीस स्थानकात आलं पाहिजे.

"मी फक्त आईला कुठे जाते सांगून येऊ का?" आता पुढे काय होणार याची भीती वाटून मी विचारलं.

एका शब्दानंही उत्तर देण्याची तसदी न घेता त्यानं माझा दंड पकडला आणि मला स्थानकापर्यंत ओढत नेलं. पोलीस अधिकाऱ्याच्या खोलीत ढकललं.

"इथं आहे ती," तो दार आपटत खोलीबाहेर जाण्यापूर्वी म्हणाला. मी अर्थातच अतिशय घाबरले होते.

"घाबरू नकोस," मुख्य अधिकारी म्हणाला."मी तुला काही इजा करणार नाही, फक्त खाली बस आणि काही विचारलेल्या प्रश्नांची उत्तरं दे."

मी त्याच्या समोर खुर्चीच्या कडेच्या टोकावर बसले, आणि शांत राहण्याचा प्रयत्न केला.

"ज्या लोकांबरोबर तू नदीवर जातेस, त्यांची आणि तुझी ओळख कशी झाली?"

"ते आमच्या जवळ राहतात, इतकंच."

"आणि तुमच्या नदीकाठच्या भेटीत काय काय होतं?"

"उकाडा असेल तर आम्ही पोहायला जातो."

"बरं बरं आणि काय करता तुम्ही?"

"अं, झाडांच्या सावलीत बसतो, सँडविच बनवतो आणि खातो."

"आणि दिवसभर काय बोलता तुम्ही?"

"कधी विनोद सांगतो, गाणी म्हणतो, गप्पागोष्टी करतो."

"गाणी म्हणता, ओह्, कुठली गाणी? खास असतात का? कोणी शिकवली तुम्हाला ती गाणी?"

"खरंच कोणी नाही, आपण रेडिओ किंवा ग्रामोफोनवर ऐकतो तीच गाणी?"

"अच्छा आणि नावांबद्दल काय?"

"आम्ही त्या फक्त तीनदा वापरल्या. आता आम्ही त्या वापरत नाही, पोहायलासुद्धा जात नाही."

"ठीक आहे, तू जाऊ शकतेस, पण कुणाशी बोलतेस, काय करतेस याबद्दल सावध रहा.'

मी तिथून निघाले तेव्हा गोंधळले, घाबरले होते. हे कुणाला सांगावं की नाही ते ठरवता येत नव्हतं. आई हल्ली इतकी उदास असायची, की तिला अजून काळजीत पाडावंसं वाटत नव्हतं. मी घरी पोहोचले तेव्हा फक्त आजी घरी होती, त्यामुळे मी काहीच बोलले नाही. झोपायला जाण्यापूर्वी आम्ही जेवलो. दुसऱ्या दिवशी सकाळी आई परत आली होती, पण तिला सांगण्यासाठी तोंड उघडायचं धारिष्ट्य मला होत नव्हतं. जेव्हा इटालियन कुटुंबातला एक मुलगा आमच्याकडे आला तेव्हा मला माझी चूक कळली.

“आज माझ्या काकूचा वाढदिवस आहे,” त्यानं सांगितलं. “आम्ही बागेत ग्रामोफोन घेऊन जाणार आहोत. नृत्य करणार, धमाल करणार. आमचे सगळे मित्र येणार आहेत. तुम्हालाही यायला आवडेल का?”

त्या अधिकाऱ्याची सूचना आठवली. आईनं नाही म्हणावं असं मला वाटलं, पण तिनं लगेचच आमंत्रण स्वीकारलं आणि माझ्या लक्षात आलं त्या चौकशीसंदर्भात तिला सांगायला खूप उशीर झाला आहे. आजीनं आम्हाला थोडी बिस्किटं दिली आणि तिला कुणा नवीनच आई झालेल्या बाईने कृतज्ञतेने दिलेली वाईनची बाटलीही. आईची मन:स्थिती उत्फुल्ल होती, तिनं काही वेळ नृत्यदेखील केलं. लंडनमध्ये असताना ती वडिलांबरोबर जायची तसं नृत्य करायला जाणं आता शक्य होत नाही हे तिला जाणवत असावं.

साडेदहाच्या सुमारास आमच्या लक्षात आलं, की बागेतले आजूबाजूचे लोक घाईघाईनं वस्तू गोळा करून निघत आहेत. फोन्टानोटी आजोबा आणि त्यांच्या एका मुलानं ग्रामोफोन आणि रेकॉर्ड उचलल्या आणि सर्वांनी आता घरी जावं असं ओरडून सांगितलं. मी इतर मुलांबरोबर खेळत होते, काहीतरी घडतंय हे लक्षात येऊन मी आईला शोधलं, पण तिला कोणीतरी ओढत नेलं होतं. कुठूनतरी पोलीस उगवले. त्यांनी मला आणि अजून सात मुलांना घेरलं. आम्हाला अटक करून पोलीस स्थानकात नेलं. स्थानकामागच्या बाकड्यावर गप्प बसून राहा असं त्यांनी आम्हाला सांगितलं. ती जागा गलिच्छ होती, घाणीचा वास येत होता. ड्युटीवर घोरणाऱ्या पोलिसाच्या बुटांचादेखील दर्प त्यात मिसळला होता.

दुसऱ्या दिवशी सकाळी सातच्या सुमारास एक वरिष्ठ अधिकारी आला आणि त्यानं आमची चौकशी सुरू केली. आम्ही काही गुन्हा केला आहे हे सिद्ध न करता आल्यानं त्यानं आम्हाला जाऊ दिलं.

“पुन्हा असं करू नका,” त्यानं सूचना केली. “सध्याचा काळ धोकादायक आहे आणि तुम्ही सारे खरंच संकटात सापडू शकता.”

परतीच्या वाटेवर मी इटालियन मुलांपैकी एकाला पोलीस अधिकाऱ्यानं दिलेल्या सूचनेबद्दल सांगितलं. “मी काय करू?” त्याला विचारलं.

“माझ्या वडिलांना विचारतो,” तो म्हणाला, “आणि तुला सांगतो.”

आई आणि आजी चिंताक्रांत विकल मनस्थितीत बसल्या होत्या.

“आम्ही फोन्टानोटी आजोबांबरोबर पोलीस स्थानकाच्या बाहेर आलो होतो,” आजीनं सांगितलं,“पण सारं काही तसं शांत होतं, त्यामुळे त्यांनी आम्हाला घरी जायला सांगितलं.”

त्यानंतर आम्ही लोकांना भेटायचं टाळलं, बहुतांश वेळ घरातच राहायचो. आईची अवस्था अजूनच नाजूक झाली. एवढ्यातेवढ्या आवाजानं ती दचकायची.

दोन आठवड्यांनंतर मला पुन्हा पोलीस स्थानकात मुख्य अधिकाऱ्यापाशी नेण्यात आलं.

"मी ऐकलं की रात्रीच्या वेळी बेकायदेशीररित्या जमलेल्या लोकांमधे तू मिसळलीस,' तो म्हणाला.

"तुम्हाला 'बेकायदेशीर भेटी' म्हणजे काय म्हणायचं आहे ते मला समजलं नाही." त्याला उलट उत्तर देत आहे याची जाणीव होऊन, सारं बळ एकवटून मी उत्तरले. मला त्याची किती भीती वाटते आहे हे त्याला कळू नये याचा मी प्रयत्न करत होते. "नृत्य करणं हे बल्गेरियात बेकायदेशीर आहे हे मला माहीत नव्हतं. तिथं अजून बाकी तरुण मुलंही होती."

"तू नृत्य करू नकोस असं कोणी म्हणत नाहीये, मूर्ख मुली आणि माझ्यापेक्षा जास्त हुशार आहेस असं दाखवू नकोस." त्याचा आवाज चढत होता. बोलताना त्याच्या तोंडातली थुंकी माझ्या चेहऱ्यावर उडत होती. "तुमच्या साम्यवादी कल्पनांवर चर्चा करण्यासाठी जमता की नाही सांग. तुम्हाला अजूनही काही कामं दिली असतील ना! सरकारच्या नकळत तुम्हा मंडळींचं काय सुरू आहे याची मला कल्पना नाही असं समजू नकोस!"

काय म्हणावं ते मला कळत नव्हतं. माझ्या चेहऱ्याचा रंग पार उडाला असावा.

"बघ, कसं पकडलं तुला?" तो विजयोन्मादानं ओरडला.

त्याच्या कुरूप चेहऱ्यावर समाधानाचं हसू पसरलं आणि मला रडू आवरणं अशक्य झालं.

"रडणं थांबव, नाहीतर मला खरंच संताप येईल," त्यानं धमकी दिली.

"कृपा करा," मी हुंदके देत होते. "मी अशा लोकांबद्दल काही ऐकलं नाहीये, त्यांच्याबरोबर असणं तर लांबच राहिलं. आम्ही फक्त वाढदिवस साजरा करत होतो."

"हो, हो, बाकीचेही तेच म्हणाले. तो फक्त एक बहाणा आहे."

मी रडत, थरथरत होते. त्याला कळलं की हे अति होतंय. तो जरा शांत झाला. आणखी मला न समजणारे थोडे मूर्ख प्रश्न ऐकल्यावर मी त्याला सांगितलं, की माझी आई काळजी करत असेल. मी जाऊ शकते का असं त्याला विचारलं.

"ठीक आहे, आता जाऊ शकतेस तू. पण शनिवारी ठीक चार वाजता तुला इथं यावं लागेल."

"का? मी काय केलं आहे?" भीतीची एक लहर पुन्हा शरीरात वाहू लागली.

"आत्ता तरी, काही केलं नाहीयेस. पण तरीही... ही आज्ञा आहे."

मी घरी पोहोचले तोवर आईचा जीव काळजीनं निम्मा झाला होता. "आहेस कुठे तू अख्खा दिवस? कोणाबरोबर होतीस तू? इतकी बेजबाबदारपणानं वागतेस की वेडी होईन मी. मी किती काळजी करते तुझी याची काही पर्वा नाही तुला."

आजीनं तिला शांत करायचा प्रयत्न केला, पण आईचा आवाज चढतच गेला.

"पण आई," मी काही सांगायचा प्रयत्न केला.

"पण, परंतु काहीएक नाही. हात-पाय धू आणि कपडे बदल. कशी दिसते आहेस ते बघ एकदा!"

आजीनं मान हलवली आणि मी एकही शब्द न उच्चारता आईनं सांगितलं ते केलं. रात्रीच्या जेवणात अजून एक ब्रेड हवा होता तरी तोही मागितला नाही मी. आई स्वच्छतागृहाच्या दिशेनं गेली तेव्हा काय झालं ते मी आजीला कुजबुजत सांगितलं. मला बोलूही न दिल्याबद्दल आजी आईवर संतापली.

"थांब तिला येऊ दे," आजीचा संताप अनावर झाला होता.

"आजी, आई शांत होईपर्यंत काही म्हणू नकोस तिला."

"नाही हेलन, हे गंभीर आहे."

सुरुवातीला आई काही ऐकूनच घ्यायला तयार नव्हती. जेव्हा आईनं पोलीस स्थानकाचा उल्लेख केला, तेव्हा ती उठून उभी राहिली आणि अशी दिसत होती, जशी ती मला तोंडात मारणार आहे, पण आजी चपळाईनं आमच्या मधे पडली.

"आता काय उपद्व्याप केलेस तू? तुला सांगितलं होतं ना दूतावासाजवळ फिरकायचं नाही म्हणून?"

"आरडाओरडा बंद कर आणि ती पोर काय सांगते आहे ते ऐक जरा. तिला चौकशीसाठी नेलं होतं, पण तेवढंच नाही. तिला पुन्हा शनिवारी बोलावलं आहे. त्यामुळे आपण शांत राहू आणि त्यांचा काय उद्देश आहे ते जाणून घ्यायचा प्रयत्न करू. आपण इथं परके आहोत, विदेशी आहोत. सगळं शांत होईपर्यंत आपल्याला इथून निघता येणार नाही, त्यामुळे कोणत्याही संकटात पडायचं नसेल तर आपल्याला या लोकांच्या नियमांच्या चौकटीतच राहिलं पाहिजे. मी उद्या डॉक्टरांकडे जाऊन त्यांचा सल्ला घेईन."

दुसऱ्या दिवशी ब्रेडच्या दुकानात मला फोन्टानोटींचा मुलगा दिसला. मी त्याच्याकडे बघून हसले. त्यानं आजूबाजूला बावरून बघत, खूण करून मला शांत राहायला सागितलं. "आत्ता नाही," तो खालच्या आवाजात म्हणाला आणि घाईनं दुकानातून निघून गेला. तो कायम विनयानं, मैत्रीपूर्ण वागायचा. मला त्याच्या अशा वागण्याचा काही अर्थच लागला नाही. त्यांच्या कुटुंबालादेखील पोलीस मुख्य अधिकाऱ्यासमोर हजेरी द्यावी लागली होती की काय? मी बहुधा आमच्या कोणत्याच मित्रांशी बोलणं योग्य नव्हतं. पण का नाही? आम्ही फक्त गात, नाचत होतो, आनंदी होतो. तोही गुन्हा होता का?

असं वागणं म्हणजे गुन्हा होता हे मला लवकरच कळणार होतं.

शत्रू बनण्याच्या वाटेवर

"मी डॉक्टरांशी बोलले आहे," दुसऱ्या दिवशी दुपारी चहा घेताना आजीनं सांगितलं. "तो इथून शंभर किलोमीटरवर असलेल्या एका रुग्णालयात जातो आहे." ती किती अस्वस्थ होती, काळजीत होती ते दिसत होतं. "तुझी आई काम करते ते रुग्णालयही लवकरच सुरक्षा मंत्रालयाच्या अखत्यारित येणार आहे. कामाशिवाय आपल्याकडे पैसा नसेल आणि अन्नही!"

आजीला तिच्या ऑस्ट्रियन मैत्रिणीचाही निरोप आला होता, की ती आजारी होती आणि तिला आजीच्या मदतीची गरज होती.

"मला गेलं पाहिजे तिच्याकडे," आजी म्हणाली. "फक्त थोड्याच दिवसांसाठी."

असं एकटं राहण्याची कल्पना आईला फारशी मान्य नव्हती, पण आजीला पटवणं अवघड होतं. ती गेल्यावर घरात स्मशानशांतता पसरली. आई कामाला गेल्यावर जेवण बनवायला कोणीच नव्हतं, त्यामुळे आम्ही सँडविच आणि सॅलड्सवर भागवलं. आजीच्या हातच्या सूपची मला भारी आठवण यायची. आईला काही म्हणायची किंवा प्रश्न विचारायची माझी शामत नव्हती. संध्याकाळी ती वाचत असल्याचं नाटक करायची; पण ती रडते आहे हे दिसायचं मला. शेवटी एकदाचं मी बोलण्यासाठी धैर्य गोळा केलं.

"आपण असे बल्गेरियात किती काळ अडकून राहू असं वाटतं तुला?" मी विचारलं. "आपण परत इंग्लंडला जाण्याचा काही मार्ग आहे का?"

माझ्या शब्दांनी तिच्या अश्रूंचा पूर थांबेनासा झाला. ती थरथरत रडत होती. मी तिला थोपटण्याचा प्रयत्न केला; पण काही उपयोग झाला नाही. ती रात्रभर रडत राहिली. मला शेजारच्या मुलींसोबत कामावर जाण्यासाठी पहाटे साडेतीनला उठणं भाग होतं. तिला एकटं सोडून जाणं माझ्या जिवावर आलं.

आईची तब्येत कशी आहे हे बघण्याच्या ओढीनं, त्या आठवड्यात दररोज संध्याकाळी मी कामावरून घाईनं परतत असे. आजीनं लवकर घरी यावं अशा आशेने येत असे आणि नको तेच घडलं. ज्या पोलिसानं मला पकडून पोलीस स्थानकात नेलं होतं, त्यानं पुन्हा तेच केलं.

"मला फक्त बघू दे माझी आई कशी आहे ते," मी विनवण्या केल्या.

"या क्लृप्त्यांचा काही उपयोग होणार नाही." तो हसला.

"तू इतकी घाबरलेली का दिसते आहेस?" माझं गाठोडं पोलीस स्थानकात नेलं गेलं, तेव्हा मला बघून मुख्य अधिकाऱ्यानं विचारलं. "मी तुला कधी इजा केली आहे का?'

"माझी आई आजारी आहे," मी सुरुवात केली.

"बरं," त्यानं माझं बोलणं मध्येच तोडलं, "मी काल पाहिलं तिला, तिची तब्येत इतकी खराब नसणार."

"पण ती आहे आजारी." माझ्या गालांवर अश्रू ओघळू लागले होते.

"कोणी माझ्याशी खोटं बोललेलं किंवा मला मूर्ख समजलेलं मला अजिबात आवडत नाही. ती आजारी असती तर तू रस्त्यावर फेरफटका मारताना दिसली नसतीस."

मी त्याला सांगणार की मी कामावरून परतत होते, तेवढ्यात मला आठवण झाली की मी काम करते हे कोणाला सांगता कामा नये. मी काहीच बोलले नाही.

"खरं तर, मी विचार करतो आहे," तो बोलतच होता, "रस्त्यावरून इकडे तिकडे उंडारण्यापेक्षा तू काहीतरी बरं काम केलं पाहिजेस. असं का नाही करत, अधूनमधून माझ्यासाठी रात्रीचं जेवण बनवायला का नाही येत?"

"मला जेवण बनवता येत नाही," मी विरोध केला.

"अं, जेवणाबाबत मी इतका काटेकोर नाही, काहीही साधंसं चालेल मला. अंडी वगैरे, काहीही आणि आपण थोडी गंमतही करू."

तो माझ्याकडे ज्या नजरेनं बघत होता, त्यावरून काही काळंबेरं असल्यासारखं वाटत होतं ते मला खटकलं, पण त्याला नेमकं काय म्हणायचं आहे हे मला कळत नव्हतं.

"नाही, कृपा करा, मला जेवण बनवता येत नाही आणि संध्याकाळी मला शक्यतो आईच्या बरोबर राहायला आवडतं."

"अच्छा," तो उपहासानं म्हणाला, "तुझ्या इटालियन मित्रांसारखा मी देखणा नाही म्हणून माझ्याशी मैत्रीच्या नात्यानं वागायचं नाहीये का तुला."

"नाही, तसं काही नाही. संध्याकाळी आई मला बाहेर जाऊ देत नाही."

"आता माझं ऐक, पोरटे, तुझी आणि तुझ्या आईची मला हवं तेव्हा कुठेही

रवानगी करू शकतो. इतके अधिकार आहेत माझ्याकडे. समजलीस? तुझे ते इटालियन मित्रही लवकरच अडकतील, तुरुंगाची हवा खातील. यापुढे एकदा जरी त्यांना भेटलीस तरी तू त्यांच्याबरोबर तुरुंगात जाशील. मूर्ख परदेशांनो, तुम्हाला वाटतं सारं जग तुमच्या मालकीचं आहे. इथं आमची सत्ता आहे!''

धमकावल्यानंतर त्यानं मला सोडून दिलं, पण भीती आणि धोक्याचं सावट सतत माझ्याभोवती फेर धरून होतं. त्यानंतर बरेच दिवस काही घडलं नाही; पण भीती माझी पाठ सोडत नव्हती. एका संध्याकाळी, स्वच्छतागृहात जाताना, कुंपणाबाहेर मला फोन्टानोर्टीपैकी दोन भाऊ दिसले. मी त्यांना हाक मारण्यासाठी तोंड उघडलं, तेवढ्यात माझ्या लक्षात आलं ते माझ्याकडे बघून गप्प राहण्यासाठी खुणा करताहेत.

''आमचं वडिलांशी बोलणं झालं,'' मोठा मुलगा कुजबुजला. ''परिस्थिती फारच धोकादायक बनत चालली आहे. आपण खरंतर शक्य तितक्या लवकर ही जागा सोडायला हवी. खूप सतर्क राहा, तुम्ही सारेच. आम्ही तुमच्याशी संपर्क ठेवण्याचा प्रयत्न करू. गुड लक.''

कोणीतरी घरातून बाहेर आलं, आणि ते जितक्या छुपेपणानं उगवले होते, तितक्याच शांतपणे तिथून गेलेही.

थोड्याच दिवसांत मला पुन्हा पोलीस स्थानकात हजेरी लावण्याची आज्ञा झाली. ''मग, कुठे गेले तुझे लाडके मित्र?'' मी स्थानकात पाऊल टाकल्याक्षणी मुख्य अधिकाऱ्यानं विचारलं.

''मला खूप मित्र आहेत, तुम्ही कोणत्या मित्रांबद्दल विचारता आहात?''

''तुला पक्कं माहीत आहे, मी त्या विनोदी इटालियन्सबद्दल विचारतोय ते,'' तो गुरगुरला. माझ्या लक्षात आलं, मी जर काळजीपूर्वक बोलले, वागले नाही तर मोठ्या संकटात सापडेन.

''मला माहीत नाही. मी त्यांना खूप दिवसांत भेटले नाही.''

''तुला माहीत नाही? हलकट कुठची, तुला काय वाटलं, तू मला फसवू शकतेस? तुला जितका वाटतो ना तितका मी मूर्ख नाही, लक्षात ठेव. माझ्यासमोर अगदी संतसज्जन असल्याचं नाटक करतेस, पण मला असल्या नाटकांची चांगली कल्पना आहे.'' त्याचे शब्द टेबलावर आपटल्या जाणाऱ्या मुठींबरोबर कानावर आदळत होते. त्याच्या तोंडातून उडणारी थुंकी अलगद माझ्या चेहऱ्यावर येऊन बसत होती. गलिच्छ वाटून मी हातानं चेहरा पुसला.

''सांग मला ते कुठं गेले आहेत, नाहीतर तुझी ती पवित्र माता परत तुझं थोबाड बघू शकणार नाही.''

त्यानं माझ्यावर विश्वास ठेवावा म्हणून मी विनवणी करत होते. माझ्या डोळ्यांतून अश्रू वाहायला लागले. तेवढ्यात एक पोलीस आत आला आणि ह्या प्रश्नांच्या भडिमाराला आळा बसला.

"काय हवंय तुला?" तो गुरगुरला

"आम्ही एका संशयास्पद गटाला पकडलंय," पोलिसानं त्याला सांगितलं.

अधिकाऱ्यानं माझ्या मुस्काटात लावली. मी हेलपाटले.

"तू..." तो म्हणाला, "जा. पण तुला परत बोलावणार आहे मी."

मी घरी पळाले, माझ्या गालातून रक्त येत होतं आणि डोकं वेदनांनी फुटेल असं वाटत होतं. यापूर्वी कोणीही माझ्यावर कधी हात उगारला नव्हता. मला अपमानित झाल्यासारखं वाटलं. मी काय गुन्हा केला आहे तेच मला समजत नव्हतं. आई बाहेर गेली होती. आजीनं मला झोपवलं आणि चेहऱ्यावर गार पाण्याच्या पट्ट्या ठेवल्या. आम्हा सगळ्यांना बल्गेरियाला आणल्याबद्दल ती स्वत:लाच दोष देत राहिली.

"पण मी त्यांना मदत करायला आले," ती म्हणाली, "मी अजूनही त्यांना मदत करते आहे, मग ते आपल्याला का वागवतायत असं?"

दुसऱ्या दिवशी तिनं ठरवलं की, त्या पोलीस अधिकाऱ्याला जाब विचारायचा. आम्ही बरोबरच पोलीस ठाण्यात गेलो आणि मुख्य अधिकाऱ्याला भेटायचं आहे असं सांगितलं. आजी सोबत होती तरी मला भीती वाटत होती. त्यानं आम्हाला भेटायला बोलावण्यापूर्वी बराच वेळ वाट पाहायला लावला. तिथं दुसराच अधिकारी होता हे लक्षात येताच मला चक्कर यायचीच वेळ आली. हा माणूस बराच तरुण होता, दिसायलाही बरा होता.

"बघ काय केलं आहेस तू या लेकराचं," माझ्या जखमा त्याला दाखवत आजीनं हल्ला चढवला. "तिला मारण्याचा अधिकार कोणी दिला तुम्हाला? तिचा गुन्हा तरी काय आहे?"

तो माणूस आश्चर्यचकित झाला ह्यात काहीच नवल नव्हतं.

"आजी," मी म्हणाले, "हा तो माणूस नाही."

या माहितीनं फारसा फरक न पडून आजी ओरडायला लागली, की ती या गोष्टीची तक्रार राजदूताकडे करणार आहे आणि त्यांना सांगणार आहे, कशी वागणूक दिली जाते ते...

"प्रसूतिगृहात अडलेल्या बायकांना मदत करायला मला बोलावलं होतं. मी अजूनही त्यांना मदतच करते आहे आणि त्याची अशी परतफेड करता तुम्ही?"

ती शांत झाल्यावर अधीक्षकानं दिलासा दिला, की त्याला याबद्दल काहीच माहीत नव्हतं आणि तो स्वत: साऱ्या प्रकरणात लक्ष घालेल. माझी आजी

बाणेदारपणे पोलीस ठाण्यातून बाहेर पडली आणि मी तिच्या मागे. तिनं वाचवलेल्या बुडणाऱ्या कुत्र्याच्या पिलासारखी!

लोकरीचा कारखाना बंद पडल्यावर काही जणांना बेरोजगार भत्ता मिळाला. पण मला त्यासाठी अर्ज करता आला नाही, कारण मी बेकायदेशीर काम करत होते. माझी कमाई किरकोळ असली तरी ती मिळणं बंद झाल्याचं आम्हा साऱ्यांनाच प्रकर्षानं जाणवलं. काही आठवड्यांनंतर मी ऐकलं, की रेशमाच्या कारखान्यात कामगारांची गरज आहे, कारण तिथले लोक काम सोडून गेले आहेत. मी आणि शेजारच्या काही जणींनी नशीब अजमावायचं ठरवलं आणि आम्हाला पुढच्याच आठवड्यापासून कामाला या असं सांगितलं. पैसे कमी मिळणार होते आणि काम खूप अवघड होतं, पण काहीतरी हातात पडणार होतं. आम्हाला कारखाना ते घर अशा चार किलोमीटरच्या फेऱ्या चार वेळा कराव्या लागत होत्या. आम्ही पहाटे पाच ते नऊ काम करायचो आणि मग दुपारी एक ते पाच. हवा चांगली असेल तर तिथले वयस्क कामगार घरी जा-ये करण्यापेक्षा अंगणातच पथारी पसरायचे.

युरोपात आता युद्धाचे ढग गडद झाले होते आणि आमच्या कारखान्यात सगळीकडे भित्तिपत्रकं लागली होती. त्यात एका सैनिकाच्या हातात संगीन होती आणि एक बोट तोंडावर. 'दक्ष राहा, शत्रू ऐकत आहे,' असे शब्द त्यावर लिहिले होते.

काही वयस्कर कामगारांना कळलं होतं, की मी विदेशी आहे आणि त्या भित्तिपत्रकांसमोर उभं राहून, माझ्याकडे पाहत ते कुजबुजत. मला अपमान वाटे, पण मी काही न बोलणंच योग्य होतं. माझं काम जाण्याची किंवा मी कुठल्यातरी संकटात पडण्याची शक्यता नाकारता येत नव्हती. मला पुन्हा माझी कमाई गमवायची नव्हती आणि अर्थातच मला पुन्हा शत्रूचा हेर म्हणून चौकशीला तोंड द्यायचं नव्हतं.

घरी आम्ही आता भूतकाळाबद्दल बोलायचो नाही, कुठे जायचो नाही, ना विश्वास ठेवावा असे कोणी मित्र उरले होते. आम्ही फक्त दिवसामागे दिवस ढकलत होतो. मला जे पैसे मिळायचे त्यातून एखादा ब्रेड मुश्किलीनं विकत घेता येत होता. बाळंतिणींची सुटका करून आजीच्या हाती फारसं काहीच लागत नव्हतं आणि आईला बरेच दिवस काम मिळत नव्हतं. आम्हाला ओक्टेव्ह, वडील आणि दूतावासाकडून बऱ्याच दिवसांत काही कळलं नव्हतं.

आम्ही या जगात आहोत याचा सगळ्या जगाला बहुधा विसर पडला असावा. इतक्या दिवसांत एकच चांगली गोष्ट घडली ती म्हणजे बऱ्याच महिन्यांत मला पोलीस ठाण्यात बोलावणं आलं नव्हतं.

दोन मुलींबरोबर कामावरून घरी परतत असताना पोलिसांनी वेढलेली, गर्दी दिसली. त्यातले काही तरुण पळ काढून आमच्यापाशी येऊ पाहत होते. दचकून, आम्ही तिथून पळ काढण्याचा प्रयत्न केला. पण पोलिसांनी वेगानं आम्हाला पकडलं. तिथून जाणाऱ्या एका जोडप्यालाही पकडलं. पुन्हा मी तिथंच होते, पोलीस ठाण्यात. काही जणांना वेगळ्या खोलीत बंद केलं होतं. माझी आणि माझ्याबरोबर असलेल्या कामावरच्या मुलींची चौकशी करण्यासाठी तो दुष्ट अधिकारी यायच्या आत पोलिसांनी त्या जोडप्याला जाऊ दिलं. काय झालं ते सांगण्याचा आम्ही प्रयत्न केला.

"त्या नेमक्या वेळी तरुण मंडळी तिथं असणार याची तुम्हाला कल्पना होती तर," तो गुरकावला, "तुमच्याकडून त्यांना काय हवं होतं?'

आमच्यातल्या एका मुलीनं रडायला सुरुवात केली.

"ताबडतोब रडणं थांबव," तो वसकन अंगावर आला, "का तुला थोड्या थपडा खायच्या आहेत?"

तिनं हुंदके दाबायचा प्रयत्न केला आणि दुसऱ्या मुलीनं मैत्रिणीला शांत करण्यासाठी तिच्या खांद्याभोवती हात ठेवला.

"एकटं सोड तिला. दूर हो तिच्यापासून," तो ओरडला. आणि मग त्याचा या मुलींमधला रस संपल्यासारखा दिसला. "तुम्ही जाऊ शकता, पण लक्षात ठेवा, जर तुम्ही खोटं बोलताय असं कळलं, तर मात्र मी तुमची काय अवस्था करेन याची तुम्हाला कल्पनाही करता येणार नाही."

आमच्या नशिबाचं दार असं अचानक उघडल्यानं चकित होत आम्ही वेगानं दाराकडे वळलो.

"नाही, तू नाही जायचं," तो म्हणाला, "तुझ्याबरोबर बोलणं अजून संपलेलं नाही."

बाकीच्या मुली गेल्या, मी थिजून गेले.

त्यानं सूचना केली. "मी तुला काहीही केलं नाही तरी तू माझ्याविरुद्ध तक्रार केलीस ना."

"तुम्ही मला मारलंत," मी खालच्या आवाजात म्हणाले.

"ते फक्त तुला वागण्याची पद्धत शिकवावी म्हणून, एखादे वडील करतील तसं. ते जाऊ दे, तुझे वडील कुठे आहेत?"

"ते काम करण्यासाठी कॅनडाला गेले आहेत."

"ओहो! आणि ते तुम्हाला संस्था चालू ठेवण्यासाठी पैसे देतात. आता मला सगळं काही सांग."

"कसले पैसे? कसली संस्था? किती युगात मला त्यांच्याबद्दल काही कळलेलं नाही."

''मला माकड बनवण्याचा प्रयत्न करू नकोस. मला सगळं ठाऊक आहे.''

''कृपा करा,'' मी म्हणाले, ''ते कुठे आहेत हे जर तुम्हाला माहीत असेल, तर मला सांगा. मी त्यांना कशी भेटू शकते हे तरी सांगा. मी त्यांना किती तरी पत्रं लिहिली; पण त्यांनी एकाचंही उत्तर धाडलं नाही. शेवटी थकून मी लिहायचं सोडलं.''

तरुणांना जिथं बंद करून ठेवलं होतं, तिथून खूप गोंधळ ऐकू येत होता. पोलीस अधिकाऱ्यानं त्यांच्याशी बोलावं असं सुचवत एक पोलीस आला.

''तू खरंच नशीबवान आहेस,'' तो मला म्हणाला, ''पण माझं अजून संपलेलं नाही. मी तुला बोलावणं पाठवलं की लगेच तुला इथं यावं लागेल.''

मी घरी पोहोचले तेव्हा आई आणि आजी कामावर माझ्याबरोबर असलेल्या मुलींपैकी एकीच्या वडिलांशी बोलत होत्या. ते सारे काय बोलत होते हे मला कळलं नाही, पण सगळे गेल्यावर रात्री जेवणाच्या वेळी आई ओक्साबोक्शी रडायला लागली.

''तो असं कसं म्हणाला तिला? ती किती लहान आहे अजून?'

''तू अशी खचून नको जाऊस,'' आजी म्हणाली, ''सांभाळ स्वत:ला.''

''मी लहान मुलगी आहे असं कसं म्हणालीस तू?'' ती असं का म्हणाली ते मला समजायलाच हवं होतं. ''तुम्ही कशाबद्दल बोलत होतात?''

आई अजून हुंदके देत होती. आजीनं उत्तर दिलं, ''तो जो कोण आहे, तो अधिकारी... त्याच्या चौकशांपासून सुटका होण्यासाठी तू लग्न करावंस हा एक मार्ग आहे असं काहीतरी वेड्यासारखं म्हणाले ते.''

मी हातातला चमचा खाली ठेवला. ''आपण इंग्लंडला परत जाणार आहोत त्याचं काय?'' मी विचारलं. ''किंवा निदान कॅनडाला? आपण इथून सुटका होण्यासाठी जराही प्रयत्न न करता आयुष्यभर इथंच राहणार आहोत का? माझं लग्न झाल्यावर गोष्टी कशा काय सुधारणार आहेत?'' आई अजून गदगदत होती, तिला आत्ता चक्कर येईल इतकी फिकट दिसत होती. मी इतकी गोंधळून गेले होते, की मला योग्य शब्दही सापडत नव्हते.

''तुम्ही मला सगळं स्पष्ट सांगत का नाही? मी काय करू ते सांगा मला, तुमच्या काय अपेक्षा आहेत माझ्याकडून? पण माझं लग्न लावणार तुम्ही... उफ्!''

पहिल्यांदाच मी त्यांच्यावर आवाज चढवून बोलले होते किंवा कशालातरी विरोध केला होता. आणि त्या दोघी शांत होत्या. ती पूर्ण रात्र मी रडत होते. दुसऱ्या दिवशी कामावर जाण्यासाठी मी कशीबशी पलंगावरून उठले, तेव्हा अगदी भयानक दिसत होते.

''काय झालं तुला?'' माझ्या शेजारणीनं, मारियानं विचारलं. ''बरं नाहीये

का? काल रात्री तू पोलीस ठाण्यात गेलीस म्हणून आईनं, आजीनं मारलं का तुला?''

"नाही, नाही, तसं काही नाही, फक्त...'' मला पुन्हा रडू कोसळलं.

त्यांच्यापैकी कोणीच मला यापूर्वी रडताना पाहिलं नव्हतं आणि त्यांच्या चेहऱ्याकडे बघून कळत होतं, की त्यांना धक्का बसला आहे. मी आनंदी आणि धीराची आहे असंच त्यांना वाटत होतं. आम्ही चालत होतो तेव्हा रस्ताभर मला काय झालं आहे हेच त्या विचारत होत्या.

"आम्ही विदेशी आहोत ना म्हणून...'' मी सांगितलं, "आम्ही जगातले सर्वांत वाईट लोक असल्यासारखे काही जण वागवतात आम्हाला.''

"जाऊ दे, काही लक्ष देऊ नकोस. तू हुशार आणि सुंदर आहेस म्हणून ते जळत असतील तुझ्यावर आणि...''

"असं नको म्हणू,'' मी म्हणाले, "ते कधीकधी... फार जास्त होतं.''

काम करायला सुरुवात करताना मी माझं मन स्थिर करण्याचा प्रयत्न केला. दिवसभर काम करताना माझ्या लक्षात आलं, की आता माझ्यावर जबाबदारी आहे. आईची तब्येत दिवसेंदिवस खालावत होती आणि आजीचं वय वाढत चाललं होतं. आम्ही इंग्लंडला जाण्याची किंवा वडिलांशी काही संपर्क होण्याची चिन्हं दिसत नव्हती. काय करू मी? वडिलांकडे जाणं मला शक्य नव्हतं. फक्त पुढ्यातलं काम करत राहणं इतकंच काय ते माझ्या हातात होतं. काही आठवड्यांनंतर कारखान्याच्या दारात पोलीस माझी वाट पहात होता आणि मी त्याला न पाहिल्यासारखं करून पुढे निघाले. त्यानं माझा हात पकडला. "चल, तुला माझ्याबरोबर आलं पाहिजे.''

"पण मी काय केलंय?''

"ते कळेलच तुला लवकर.''

"मला किमान आईला तरी सांगू दे.''

"ते सांगतील तिला तू ठीक आहेस म्हणून.'' एकीकडे तो मला ओढतच होता.

"कोण सांगेल तिला?''

"तुझी घरमालकीण.''

आता मला समजलं की हे सारं सगळ्या गल्लीला कळणार होतं. त्यात त्यांच्या कल्पनांची भर पडणार होती. आता ते सारे आमच्या गरीब कुटुंबाची कीव करणार. शेवटी आईच्या मरणाचा दोष माझ्याच माथी येणार. माझ्या भीतीमध्ये आता प्रचंड संताप मिसळत होता. पुन्हा एकदा, पोलिसानं मला अधिकाऱ्याच्या कार्यालयात ढकललं.

"हं, पुन्हा आपण इथं आहोत. आता तरी काही अक्कल चालवशील आणि माझा सल्ला मानशील असं वाटतं.''

मी काहीच म्हणाले नाही.

"ते तरुण लोक दंगा करत होते, तेव्हा तू तिथं काय करत होतीस हे अजून सांगितलं नाहीस."

"काही नाही," मी तडकून म्हटलं.

"तू तिथं होतीस याचा अर्थ नक्कीच काहीतरी करत होतीस.'

"मी आमच्या दोन शेजारच्या मुलींबरोबर होते.'

"त्यांना यात अडकवू नकोस. त्या चांगल्या माहीत आहेत मला, त्यांच्या घरच्यांनाही ओळखतो मी. मी तुझ्याबद्दल बोलतो आहे."

मी पुन्हा शांत राहिले.

"काही सांगण्यासारखं आहे तुझ्याकडे?"

"मी जे सांगते त्यावर तुमचा विश्वास बसत नाही."

"हे काही खरं नाही," तो विषयाला फाटा फोडत गुरकावला. "मी तुला सल्ला द्यायचा नेहमी प्रयत्न करतो, पण तूच हट्टीपणा करतेस."

त्यावरही मी काहीच म्हणाले नाही.

"हे बघ, तू आज संध्याकाळी माझ्याबरोबर आलीस आणि जेवण बनवलंस तर मी तुझ्या वागण्याकडे कानाडोळा करेन."

"तुम्हाला सांगितलं ना मला जेवण बनवता येत नाही म्हणून आणि मी संध्याकाळी कधीही बाहेर पडत नाही."

"पुन्हा संत असल्याचं नाटक करतेस काय? अं?"

माझा स्वतःवरचा ताबा सुटला. मला रडं कोसळलं.

"रडणं थांबव ताबडतोब. मी तुला अजून हातही लावलेला नाही!" तो ओरडला, मी मागे सरकले. "मी जे सांगेन ते तू ऐकलं नाहीस तर तू जिवंत आहेस याचाही पश्चात्ताप होईल तुला, इतकं साधं शिरत नाही डोक्यात? घाणेरडे विदेशी लोक तुम्ही, तू खुरडत, दयेची भीक मागत येशील माझ्यापाशी आणि मी तेव्हा तुझ्याकडे बघणारही नाही.'

घशात आवंढा आला होता, कानशिलं गरम झाली होती. तेवढ्यात फोन वाजला आणि तो फोनवर गुरगुरला. मग अचानक माझा कान धरून मला खोलीबाहेर काढलं.

"आणि इथलं बोलणं जर कोणाला सांगितलंस तर याद राख.'

मी कोणाला काही सांगितलं नाही. काही दिवसांनंतर मी बेकरीवाल्याच्या दुकानात गेले होते, तेव्हा घरी जाण्यासाठी मारियाचे वडील माझ्यासाठी थांबले. येताना त्यांनी माझ्या लग्नाचा प्रश्न काढला.

"माझ्यावर विश्वास ठेव,' ते म्हणाले, "या सगळ्या भयानक प्रकारातून

सुटकेचा तो एकमेव मार्ग आहे. या पोलीस अधिकाऱ्याला मी चांगलाच ओळखतो. त्यानं याआधी काय केलंय ते मला ठाऊक आहे. तो खरा राक्षस आहे. तू एखाद्या बल्गेरियन माणसाशी लग्न केलंस तर तो तुला आणि तुझ्या आईला त्रास देण्याचं थांबवेल.'

''माझी आई?' मला धक्का बसला. ''तिला पण तिथं नेलं होतं का?'

''तिनं काही सांगितलं नाही, पण मला असं वाटतं, की तिलाही जावं लागलं होतं.''

हा विचार माझ्या मनातच आला नव्हता. मारियाचे वडील त्यांच्या घरच्यांशी आमच्याबद्दल बोलत असणार या विचारानं मी शरमले. आता त्यांच्या डोळ्याला डोळा देण्याची हिंमतही नव्हती माझ्यात. माझं मन चेहऱ्यावर उमटलं असावं.

''काळजी करू नकोस,' त्यांनी दिलासा दिला, ''मी याबद्दल कोणाशीच अजिबात बोललो नाहीये. आपलं बोलणं कोणाला माहीत असण्याची काही आवश्यकता नाही. वेळच अशी आहे, की आपण सर्वांनीच जिभेवर शक्य तितकं नियंत्रण ठेवायला हवं.''

लग्नाची बोलणी

आजीला तिच्या बहिणीचं पत्र आलं. ती अभिनेत्री होती. नाटकाचा संच घेऊन, पतीसोबत इथं दौरा करणार होती. तिचे पतीदेखील नाट्यलेखक आणि मुलांसाठी कविता करणारे होते.

"ते हंगेरी आणि युगोस्लाव्हियाला गेले होते," आजी उत्साहानं म्हणाली, "ते बल्गेरियाला येत आहेत. तिनं एक घर भाड्यानं घेतलं आहे आणि जरा ते घर कसं आहे ते बघावं असं ती म्हणते आहे."

याचा अर्थ आजी थोडे दिवस इथून जाणार होती. असं असलं तरीही या बातमीनं आईलाही उत्साह वाटला.

माझ्या मावस आजीचं घर लावायला आजी गेली होती, तेव्हा शेजारच्यांनी आम्हाला त्यांच्या मुलीच्या बारशाचं निमंत्रण दिलं. जर एखाद्या संताचं नाव बाळाला द्यायचं असेल तर संताच्या जन्मदिवशी बारसं करायचा रिवाज होता. त्या कुटुंबातले सगळे खूप आदरातिथ्य करणारे होते. त्यांनी आम्हाला बसायला चांगल्या खुर्च्या दिल्या. टेबलावर निरनिराळे पदार्थ ठेवले होते, प्रत्येकजण हवं तसं घेत होते. आम्हाला त्यांनी पदार्थ ताटल्यात भरून हातात दिले. सारेजण तारस्वरात बोलत होते. मग ते सारे मुक्त कंठानं गाऊ लागले. लोक येऊन गर्दी वाढत गेली, तसं आम्ही त्यांना जातो म्हणालो, पण त्यांनी आमचं काहीएक ऐकलं नाही. एक तरुण माझ्याशेजारी येऊन बसला आणि अनेक वर्षांची ओळख असल्यासारखा माझ्याशी बोलायला लागला.

त्यानं सांगितलं की त्याचं नाव व्लादिमीर होतं. तो देखणा, हसरा होता आणि सारखा मजेशीर बोलत होता. तो अगदी खेडवळ भाषा बोलत होता, तरी स्वत:ला शहरी समजण्यात त्याला भूषण वाटत असावं. मी तशी लाजाळू नव्हते, पण मला

मुलांशी बोलण्याची सवय नव्हती. तो माझी खुशामत करत होता, तरी मला तिथून पळ काढावा असं वाटू लागलं.

"तू माझ्याबरोबर सिनेमाला येशील का?' त्यानं विचारलं.

आईचं माझ्याकडे लक्ष होतं. मी त्याला नम्रपणे नकार दिला. तिथं अजून लोक आले आणि मग आम्हाला त्या मंडळींचा निरोप घेता आला. माझ्या आयुष्यात काळजी करण्यासारख्या इतक्या गोष्टी होत्या, की कोणा तरुणाला भेटून, त्याची काळजी करण्याची माझ्यात शक्तीच नव्हती. इतकं काम करून आल्यावर आईला मदत करून मी थकून जात असे. कामाच्या ढिगातून माझ्याकडे थोडाही वेळ उरायचा नाही. पण तरीही, पार्टी संपल्यावर मी त्याचा विचार करते आहे हे माझ्याच लक्षात आलं.

आजी आणि तिची बहीण हे तेरा भावंडांतले जगलेले शेवटचे होते. ते सगळे उत्तम शिकलेले होते. कोणी डॉक्टर, वकील, संगीतकार, अधिकारी, कलाकार आणि शिक्षक झालेले होते. एका बहिणीच्या लग्नाच्या दिवशी, विवाहसमारंभाला येताना एक भाऊ घोड्यावरून पडून मरण पावला आणि हे ऐकून ती बहीणही हृदयविकाराच्या झटक्यानं वारली.

खेड्यात तेव्हा कोणी अगदी आत्ता बाळंत होण्यासारखं नव्हतं, म्हणून आजी सगळ्या कलाकारांची राहण्याची सोय नीट होते आहे ना हे बघायला तिच्या बहिणीकडे गेली!

सारे आमच्याकडे कधी येतात असं आईला झालं होतं. पण ते आल्यावर त्यांचा पाहुणचार कसा करायचा ही चिंता तिला एकीकडे सतावत होतीच. उत्तम कपडे, उंची फर्निचर, डिनर आणि टी-सेट्स अशा गोष्टी इंग्लंडमध्ये तिच्यासाठी खूप महत्त्वाच्या होत्या. पण आता, या खालावलेल्या परिस्थितीत कोणी आम्हाला पाहणं तिला अगदी नको वाटत होतं. आम्ही येणाऱ्यांचं नीट आदरातिथ्यही करू शकणार नव्हतो.

"ती आपल्याला मागच्या दारानं नाटक बघू देईल असं वाटतं तुला?' वलयांकित कलाकारांना भेटायच्या कल्पनेनं मी उत्साहानं विचारलं.

"कदाचित," ती म्हणाली, "पण आपण कपडे कुठले घालणार? तुझ्यापुढे तर मोठा प्रश्न आहे. इथल्या स्थानिक सिनेमाला जाण्यासाठीही तुझ्याकडे ठाकठीक कपडे नाहीत.'

"ओह, ठीक आहे," मी एका तरुणाचं सिनेमाला जायचं निमंत्रण आठवून म्हणाले, "तू आणि आजी तरी जा आणि नाटक कसं होतं ते मला नंतर सांगा."

"वेडेपणा करू नकोस" तिनं विरोध केला, "तुला माहीत आहे मी तुला

सोडून कधीच जाणार नाही.''

थोड्याच दिवसांत मी पुन्हा पोलीस मुख्यालयात उभी होते.

''खाली बस आणि मला सांग तुझं काय चालू आहे ते,'' तो छद्मीपणानं हसत म्हणाला.

''काहीच नाही.''

''हं, तर काहीच सांगण्यासारखं नाही तुझ्याकडे?''

''नाही.''

''पण मला कळलं, की तू बाहेर कुठकुठे फिरत होतीस.''

''आम्ही फक्त बारशाला गेलो होतो.''

''हे 'आम्ही' कोण?'' माझ्या थंडपणावर तो चिडला होता.

''माझी आई आणि मी.''

''अच्छा, मजा करत होतात, बऱ्याच लोकांना भेटलात आणि कारवाया केल्यात. तुमची पुढची गुप्त बैठक कुठे आहे?''

''मला कोणत्याही गुप्त बैठकीबद्दल माहीत नाही आणि मी आणखी कुठेही गेले नाही.''

''काय? तुझ्यासारखी तरुण मुलगी कुठेच जात नाही? तुला काय वाटलं मी मूर्ख आहे?''

''इतर मुलींना आपल्या मर्जीनं बाहेर जाण्याची परवानगी असेल, पण मला नाही आणि तसंही मला कुठे जायचं नाही.''

''तुला इच्छा नसेल, पण तुला यावंच लागेल. कारण मी तुला आजच संध्याकाळी माझ्या घरी नेतो आहे. तुझी इच्छा असो किंवा नसो.''

''पण माझी आई आजारी आहे,'' मी गयावया केली. माझा शांतपणा संपत चालला होता. ''मी तिला एकटीला नाही सोडू शकत. मी अजून घरी आले नाही म्हणून तिला खूप काळजी वाटत असेल.''

मला पुन्हा घाबरवू शकला या जाणिवेनं तो खूश झाला असावा. ''काळजी करू नकोस, ती काही इतक्या लवकर मरणार नाही.''

''कृपा करा, मला जाऊ द्या घरी. मी काहीही चुकीचं केलेलं नाहीये. तुम्ही कशासाठी माझ्यावर आरोप करताय तेच कळत नाहीये.''

दार ढकलून एक तरुण माणूस आत आला. तो या अधिकाऱ्याचाही वरिष्ठ होता असं दिसत होतं. ''काय चाललंय इथं?'' त्यानं विचारलं. ''या मुलीनं काय केलंय? ती वेश्या आहे का?''

मी जे ऐकत होते त्यावर विश्वास बसत नव्हता.

"अं..." अधिकारी गांगरला, "आम्ही तिला प्रत्यक्ष गुन्हा करताना पकडलं नाहीये अजून, पण तिच्याबद्दल काही गोष्टी कानावर आल्यात माझ्या."

"कोण आहे ती? माहीतेय का तुला?'

"मला माहीतेय ती... ती त्या सुईणीची..."

तरुण माणसानं हातानं खुणावून अधिकाऱ्याला थांबवलं आणि तो माझ्याकडे वळला. "सरळ घरी जा आणि या घटनेबद्दल कुठेही बोलू नकोस."

मी बाहेर पळाले. माझ्या बुटाची लेस सुटली होती, ती बांधण्याकरता वाकले. तो तरुण माणूस अधिकाऱ्याच्या गैरवर्तनाबद्दल त्याच्यावर तोंडसुख घेत होता, ते संपेपर्यंत मी लेस बांधत राहिले. मग घाईनं घरी निघाले, तेवढ्यात कोणीतरी हळू आवाजात मला हाक मारत आहे असं वाटलं. मी वळले, तर मारियाचे वडील होते.

"माफ कर मला," ते म्हणाले."तुला दचकवायचं नव्हतं मला. तुझ्याशी जरा एका गंभीर विषयावर बोलायचं होतं."

"मला जाऊ दे, खूप उशीर झालाय."

"ठीक आहे, तू घाईत आहेस ते दिसतंच आहे. पण उद्या थोडा वेळ काढ. ते खूप महत्त्वाचं आहे."

आमच्या कुटुंबाशी काहीच देणंघेणं नसलेल्या प्रत्येकालाच मला उपदेश करायचा अधिकार मिळाल्यासारखं का वाटत होतं? मी घरापाशी पोहोचण्यापूर्वी, अंगणात असतानाच मला घरातून मोठमोठे आवाज ऐकू आले.

"आली ही एकदाची,"

"किती मोठी झालेय,"

"किती सुंदर दिसतेय!"

माझी आजी आणि दोन अनोळखी माणसं मला जवळ घेत होती, माझी चुंबनं घेत होती.

"ही माझी बहीण," आजीनं मला सांगितलं, "रोझा पोपोव्हा, साऱ्या युरोपात खूप नाव आहे हिचं आणि हे तिचे पती स्टोइजन पोपोव्हा, 'अंकल स्टोइआन'चे लेखक म्हणून प्रसिद्ध आहेत."

माझी मावसआजी उंच होती. तिचे डोळे काळसर-पिंगट रंगाचे, सुंदर होते, आवाज मृदू, दमदार आणि स्पष्ट होता. ती खूपशी माझ्या आई आणि आजीसारखी दिसत होती. माझे मावसआजोबा हसरे आणि डोळ्यांवरून सुस्वभावी वाटत होते. त्यांचे डोळे खूपच प्रेमळ होते. त्यांनी आम्हाला खाण्यासाठी कितीतरी पदार्थ आणले होते. उद्यापासून त्यांना तालमी सुरू करायच्या होत्या, त्यामुळे ते आजच रात्री शेवटच्या बसनं परत चालले होते. मला इतकं वाईट वाटलं.

माझी बोटं यांत्रिकपणे काम करत होतो आणि डोक्यात विचारांचा गुंता सुरू होता. आम्ही बल्गेरियाला आलो नसतो, तर आत्ता मी विद्यापीठात शिकत असते. कला, संगीत, साहित्य व इतर विषयात रस असणाऱ्या लोकांबरोबर बोलत असते. गोष्टी इतक्या भयानक वाईट कशा घडत गेल्या? माझं बालपण इतक्या अचानक संपून गेलं! अचानक जगातल्या सगळ्या चिंता माझ्या डोक्यावर आल्या.

मारिया आणि बाकीच्या शेजारणी निरोपाचा हात हालवत होत्या तेव्हा मी दिवास्वप्नातून भानावर आले. माझे कामाचे तास संपले होते; पण मला घरी जाणं शक्य नव्हतं; कारण माझ्या यंत्रावर काम करणारी सहकारी अजून आली नव्हती. बदली कर्मचारी येईपर्यंत काम करत राहणं आम्हाला भागच होतं. याआधीही अशी वेळ आली होती, पण कधी इतकी रात्र झाली नव्हती. इतक्या रात्री, अंधारात, एकटीनं घरी चालत जायचं, या विचारानंच मला अस्वस्थ वाटायला लागलं.

वीस मिनिटांनंतर माझी सहकारी आली, तेव्हा तिनं मला उशीर का झाला हे तर सांगितलं नाहीच, पण साधे आभारही मानले नाहीत. मी घाईनं लोखंडी दरवाजाबाहेर पडले. कामाची पाळी बदलली की दारं कुलूपबंद होत असत. दरवान हातात किल्ल्या घेऊनच उभा होता.

"ये लवकर," तो म्हणाला, "भाग्यवान आहेस म्हणून चांगल्या शेजारणी मिळाल्या आहेत हं, त्यांनी मला सांगितलं की कदाचित उशीर होईल तुला."

"खूप आभारी आहे मी तुमची," मी म्हणाले. "पण माझी काही चूक नव्हती."

"माहीत आहे मला, पण जा आता लवकर आणि अनोळखी माणसांशी बोलू नको."

"नाही बोलणार," मी म्हणाले.

हमरस्त्यावरच्या हॉटेलच्या अर्ध्या वाटेवर मी पोहोचते, तेवढ्यात माझ्या पुढे एक आकृती चालताना दिसली. मी पळणं थांबवलं. कारण त्या व्यक्तीचं लक्ष मला वेधून घ्यायचं नव्हतं. जशी मी जवळ गेले तसं मला दिसलं त्या व्यक्तीनं युनिफॉर्म घातला होता. माझं हृदय धडधडू लागलं. मी अशीच पुढे जाऊ की मागे वळून कारखान्यात जाऊ? तो अगदी हळू चालत होता आणि मी मागून येत असल्याचं त्याच्या लक्षात आलेलं नव्हतं. त्यानं पेयपान करण्यासाठी हॉटेलमध्ये जावं अशी मी आशा केली. त्याच्यापासून सुरक्षित अंतर राखत चालत राहिले.

मला उशीर होत होता आणि तो जास्तच हळू चालत होता. मला त्याला ओलांडून जाणं भागच होतं. नाहीतर मुद्दाम मी त्याचा पाठलाग करते आहे असं वाटलं असतं. सारा धीर एकवटून मी वेग वाढवला आणि गरज लागली तर हॉटेलमध्ये जाऊ, असं ठरवलं. तशी वेळ आली तर पळ काढायचा अशी मनाची तयारी केली.

त्या युनिफॉर्म घातलेल्या व्यक्तीच्या जवळ पोहोचले तसा तो वळला आणि हसला.

"या वेळी तरी बरोबर पकडलं की नाही तुला?"

मी रस्त्यावरच गोठून गेले. तो पोलीस प्रमुख होता.

"मी कामावरून घरी चालले आहे," बोलताना आवाजात कंप येऊ न देण्याचा प्रयत्न करत, चालणं न थांबवता मी म्हणाले.

"या वेळी?" त्यानं माझा हात पकडला. त्याच्या आवाजात उपरोध होता. "सगळेजण कधीच घरी गेलेत, कदाचित झोपलेही असतील."

त्याची माझ्यावरची पकड घट्ट होती. श्वासाला दारूचा भपकारा येत होता.

"माझ्यानंतर जी काम करते, ती उशिरा आली."

"अच्छा, म्हणजे तुम्ही तुमची गिऱ्हाइकं आपसात वाटून घेता?" त्याची बोटं माझ्या हातात रुतली होती.

"नाही, माझ्या कामाबद्दलच सांगितलं मी. मला जाऊ दे, मला इथं असं अडकवण्याचा काही अधिकार तुम्हाला नाही."

"तू किंचाळलीस तरी इथं कोणी येणार नाही. तुझ्या मदतीला कोणी आलंच तरी मी सिद्ध करू शकेन, की तुला मी रंगे हाथ पकडलं आहे..."

"तिनं असं काय केलं आहे ते सिद्ध कराल?" अंधारातून एक आवाज आला. आमच्यामागे मारियाचे वडील येत आहेत हे माझ्या लक्षात आलं नव्हतं. "तिला जाऊ द्या. तुम्ही तिला त्रास देता आहात."

"पुन्हा आलास तू," ते दोघे एकमेकांचे जुने शत्रू असल्यासारखा प्रमुख थुंकला, "तू कुठून उगवलास?"

"मी या मुलीला घरी घेऊन जायला आलो आहे."

"पाठवलं कोणी तुला?"

"कोणी नाही. आम्ही एकाच वेळी काम करतो. हिच्यानंतर काम करणारी उशिरा आली हे लक्षात आलं माझ्या. बाकीच्या मुलींना घरी सोडून मी हिला न्यायला परत आलो. बरं झालं मी वेळेत आलो."

"मी तिला काही दुखापत करणार नव्हतो," प्रमुख गुरगुरला, "मी फक्त तिला घाबरवत होतो."

"चल बाळ," मारियाच्या वडिलांनी मला बाजूला घेतलं. "इथून आपण जितक्या लवकर जाऊ तितकं बरं!"

आम्ही चालायला लागलो आणि बऱ्याच वेळानंतर त्यांचे आभार मानण्याकरता तोंडातून शब्द फुटले.

"त्यात काय एवढं?" ते म्हणाले. "मीच लवकर पोहोचू शकलो नाही."

मला रडू कोसळलं.

"डुक्कर," तो पुटपुटला, "एक दिवस धडा शिकवेन त्याला."

आम्ही घराजवळ आलो, तसे ते पुन्हा बोलू लागले. "या संकटापासून दूर जाण्याचा एकमेव मार्ग म्हणजे लग्न करणं हाच आहे. मग तुझा नवरा तुझी काळजी घेईल आणि रक्षणही करेल."

मी घराबाहेर थांबले, त्यांच्याकडे पाहिलं, "मी लग्न नाही केलं तर हे असंच चालू राहील?"

"मला वाटतं, असंच चालू राहणार... फार घाई नाही, पण तू याबद्दल विचार कर. तुला कोणीतरी अनुरूप मिळावं म्हणून मी स्वतः प्रयत्न करेन."

मी दारातून आत आले आणि असहाय वाटू लागलं. कुठली गोष्ट कमी वाईट आहे समजत नव्हतं. बहुतेक बल्गेरियन नवरे, बायकांना 'बिनपगारी नोकर' अशीच वागणूक देताना पाहिलं होतं. दुसऱ्या कोणी पुरुषानं नुसतं पाहिलं तरी बायकांना मारणारे हे नवरे! पण त्या पोलीस प्रमुखाच्या कचाट्यातून मला शेवटच्या क्षणी कोणी कायम वाचवेल अशा आशेवर राहण्यात तरी काय अर्थ होता? मला कोणापाशी तरी मन मोकळं करायचं होतं, पण आई किंवा आजीला हे सारं सांगायला जीव झाला नाही.

एका लहान मुलीला जर्मन शिकवण्यासाठी, आई आठवड्यातून तीनदा, शहरात जायला लागली. ती त्या मुलीला बरेचदा प्राणीसंग्रहालयात घेऊन जाई. तिथं वाटेवरच ब्रिटिश दूतावास लागे. तिथं असं विचारायची, ती आत जाऊ शकते का? पण तिथले अडथळे वाढतच होते. बल्गेरियन सुरक्षारक्षक कायम नकारघंटा वाजवत असे. तुच्छपणे बोलत असे. सचिवाला देण्यासाठी आई रक्षकाकडे पत्र देत असे. तो ते घुश्श्यातच घ्यायचा. पण त्या पत्रांना उत्तर, निरोप काहीच, कधीच आलं नाही. तिथं, आत असलेल्या माणसांना आमचं अस्तित्व जरी कळलं असतं तरी त्यांनी आम्हाला मदत केली असती; पण त्या क्षणी त्यांनी खिडक्यांमधून बाहेर पाहिलं असतं तरी त्यांना दरिद्री वेषातल्या शेतकरी बायकाच दिसल्या असत्या. आम्ही त्यांच्या नजरेपलीकडे, जणू अदृश्य होतो. हे सगळं फार फार निराशाजनक होतं.

एका रविवारी आई आणि आजीला बाहेर जावं लागलं. त्या गेल्यावर दार बंद करून झोप काढावी असा मी विचार करत होते. कोणतं तरी सुखद स्वप्न पाहत असताना धडाधड दारं-खिडक्या वाजण्याच्या आवाजानं खडबडून जाग आली. मी पलंगावर पडून राहिले, भीतीनं कापरं भरलं होतं, पण ते जे कोणी होते ते जातच नव्हते. मला ओरडून दार उघडायला सांगत होते. त्यांचे आवाज वाढतच होते,

दारावरच्या धडका मोठ्या झाल्या. मी आईचा गाऊन घालून दार उघडलं आणि अनेक पोलीस आत घुसले. मला त्यांनी अंगणात खेचलं. घरमालक आणि त्यांच्या घरचे पोलिसांकडे नीट नजर ठेवून बघत होते.

"काय झालंय?" मी घरमालकिणीला विचारलं.

"गप्प बस, नाहीतर मिळेल बडगा," पोलीस ओरडला.

घरमालकिणीनं खुणेनंच मला गप्प बसायला सांगितलं. आजूबाजूचे लोकही काय चाललं आहे ते बघायला अंगणात जमले होते, तर काहीजण रस्त्यावर आले होते.

"आत दुसरं कोणीही आम्हाला सापडलं नाही," पोलिसानं घोड्यावर बसलेल्या दुसऱ्या पोलिसाला सांगितलं.

"तुझ्या घरचे कुठे आहेत?" ओळखीचा आवाज आला. पोलीस प्रमुख आमच्या खोलीतून बाहेर येत होता.

"ते इथं नाहीयेत," मी आवाजात थरथर न आणण्याचा प्रयत्न करत म्हटलं.

"मी तुला विचारलं, घरचे कुठे आहेत?" तो खेकसला.

"घरचे चर्चमध्ये गेले आहेत आणि तिथून शहरात जाणार आहेत."

"कधी आणि कोणाबरोबर?"

"त्यांच्या त्याच जाणारेत, बसमधून."

"ते बघू आपण, तू आत्ता माझ्याबरोबर ये."

"मला तयार तरी होऊ दे."

"तू आहेस तशी ठीकच आहेस," त्यानं मला पकडत, रस्त्यावरून फरफटत नेताना म्हटलं. तिथं आधीच जमलेल्या एका घोळक्यात त्यानं मला ढकललं.

आम्हाला पोलीस ठाण्यात नेण्यात आलं. चौकशी होईपर्यंत शांतपणे वाट बघायला सांगितलं. त्यांना काय हवं आहे हेच मला कळत नव्हतं. तेवढ्यात मी एक शब्द ऐकला, 'गद्दार'. हा शब्द मी याआधी ऐकला नव्हता, शब्दाचा अर्थही मला माहीत नव्हता. शेवटी मला चौकशीसाठी आत नेण्यात आलं तेव्हा पोलीस प्रमुख तिथं होता, पण बोलण्याचं काम दुसरंच कोणी करत होतं. आम्ही इथं का राहत आहोत, माझी आई आणि आजी कोणत्या चर्चमध्ये गेले आहेत, आम्ही कोणत्या धार्मिक बैठकांना जातो, ही माहिती ते विचारत होते. ते सारे प्रश्न मला अर्थहीन वाटले.

"कोणाही अनोळखी व्यक्तीशी बोलू नको आणि कोणत्याही बैठकांना जाऊ नको." त्यांनी मला तिथून जाऊ देण्याअगोदर बजावलं.

मी अडखळत बाहेर पडले आणि मारियाच्या वडिलांवरच आदळले. त्यांनी मला जे सुचवलं होतं, त्याबद्दल मी काय विचार केला असं मला सौम्यपणे विचारलं.

''एक तरुण तुला भेटायला आला आहे,'' त्यांनी सांगितलं. ''फक्त ये आणि भेट त्याला. नंतर तुझा विचार सांग.

''पण मी नीट कपडेही केलेले नाहीत,'' मी विरोध करण्याचा प्रयत्न केला.

''तू छान दिसते आहेस,'' त्यांनी आग्रह केला.

तो व्लादिमीर होता. त्या दिवशी पार्टीच्या वेळी माझ्यापाशी आलेला तरुण. आम्ही सभ्य शब्दात थोडं बोललो आणि त्या शिष्टाचारातूनच मी त्याला पुन्हा भेटण्याचं मान्य केलं. आणखी काय बोलायचं ते मला माहीत नव्हतं. मला मुलांशी बोलण्याची सवयच नव्हती. आम्ही हस्तांदोलन केलं आणि मग, मारियाच्या वडिलांनी मला घरी सोडलं. आई आणि आजी घरी परतल्या होत्या आणि पोलिसांनी उलथापालथ केलेलं घर नीट करण्याचा प्रयत्न करत होत्या. मला बघून आईला रडू कोसळलं, आजीही डोळे पुसत होती. दोघींनी मला मिठीत घेतले. पलंगपोस जमिनीवर पडले होते, त्यावर घाणेरडे बुटाचे ठसे होते. ड्रॉवर बाहेर ओढलेले होते, त्यातल्या वस्तू खोलीभर विखुरल्या होत्या. पत्रं, छायाचित्रं, कागदपत्रं, फुटलेल्या थाळ्या आणि अंतर्वस्त्र – सगळंच पसरलं होतं. सारं काही आवरण्याचा प्रयत्न करताना आईचे हात कापत होते. घरमालकिणीनं सांगितलं, की पोलीस गद्दारांना शोधत होते.

''गद्दार म्हणजे काय?''

''सरकारविरोधात बेकायदेशीर लढणारे,'' आजीनं समजावलं.

थोड्या दिवसांनंतर, आजी कामावर गेली होती, मी आणि आई कामावर जाण्याची तयारी करत होतो, तेव्हा पोलीस परत आले आणि आम्हाला पुन्हा पोलीस ठाण्यात नेलं. आम्हाला पोलीस प्रमुख आणि अधीक्षकासमोर उभं करण्यात आलं.

''बेकायदेशीररित्या राहणाऱ्या विदेशी लोकांसाठी इथं काही नवीन नियम केले आहेत. तुम्हाला शक्य तितक्या लवकर हा देश सोडून जावं लागेल.'''

''त्याचसाठी तर आम्ही कधीपासून प्रयत्न करत आहोत,'' आई म्हणाली.

''मग का नाही गेलात?'' त्यानं विचारलं,

आईनं त्याला सांगितलं, की ती दूतावासाशी संपर्क साधण्यासाठी प्रयत्न करत आहे आणि त्यांच्या व्हिसाची मुदत संपली आहे.

''तुम्हाला इंग्लंडला जाण्यासाठी तर आम्ही मदत नाही करू शकत,'' तो आईच्या स्वराची नक्कल करत म्हणाला, ''आणि आम्ही तुम्हाला व्हिसाही नाही देऊ शकत. तो तुमचा प्रश्न आहे.''

''आम्ही काय करावं याबद्दल काही सल्ला द्याल का?'' आईनं विचारलं.

''कायमस्वरूपी निवासासाठी अर्ज करून तुमची सध्याची स्थिती तुम्ही कायदेशीर

करू शकता. पण याचा अर्थ असा की तुम्ही विशेष परवानगीशिवाय देश सोडून जाऊ शकत नाही. आणि ती मिळणं फारच अवघड आहे,'' एवढंच मी सांगू शकतो.

''अजून काही मार्ग आहे का?''

''हा,'' तो हसला, ''तू लग्न करू शकतेस.''

''हिच्याशी कोण लग्न करणार?'' पोलीस प्रमुखानं हास्याचा गडगडाट केला.

थोडंसं प्रणयाराधन

दुसऱ्या दिवशी, कारखान्यातल्या सगळ्या लोकांसमोर मालक माझ्यावर ओरडले. काल सुट्टी घेतली म्हणून! मी त्यांना सांगण्याचा खूप प्रयत्न केला, की पोलीस ठाण्यात जावं लागलं, त्यामुळे येता आलं नाही, पण त्यांनी मला बोलूच दिलं नाही. ते ओरडतच होते. मी खोटारडी आहे, आळशी आहे, देशाविषयीच्या कर्तव्याची मला काही जाणीव नाही...

"साहजिकच आहे म्हणा," ते म्हणाले, "तुला कशाला काही वाटेल, हा थोडाच तुझा देश आहे. तुला इथं आम्ही कामावर का घेतलं तेच मला कळत नाहीये."

बचावासाठी काही सांगण्याचा, बोलण्याचा प्रयत्न करणं व्यर्थ होतं, हे आजूबाजूच्या मंडळींच्या डोळ्यातला तिरस्कार, संशय बघून उमजत होतं. अवाक्षरही न काढता मी मुकाट्यानं कामाच्या जागी मशीनजवळ गेले.

"लक्षात ठेव, तू एक दिवस सुट्टी घेतलीस तर तुझा तीन दिवसांचा पगार कापला जाईल," तो माझ्यावर खेकसला.

कामाची वेळ संपल्यावर, मी बुटाची नाडी बांधण्याच्या मिषानं खाली वाकले अन् इतरांच्या नजरेला नजर देण्याचं टाळत राहिले. आपण परके असल्याचं जाणवत होतं. सगळेजण मी त्यांची शत्रू असल्यासारखे माझ्याकडे बघताहेत असंच वाटत होतं.

"चल मुली," मारियाचे वडील मला शोधत आले, "उशीर होतोय!"

मी काय करावं याबद्दलचे त्यांचे विचार माझा थरकाप उडवणारे असले तरी त्यांच्या दयाळूपणानं मला फार फार धीर वाटायचा.

दुसऱ्या दिवशी सकाळी आईनं बनवून ठेवलेला चहा घेत होते. काल रात्री उरलेलं सँडविचही खायला घेतलं. चहा पीत असतानाच बाहेर आवाज आला. खिडकीबाहेर पाहिलं, तर आमचे शेजारी, मिलेना, मारिया, मारियाचे आई-वडील, घरमालकीण आणि व्लादिमीर होते. त्यांनी मला दारापाशी बोलावलं.

"आम्ही उद्या सिनेमाला जाणार आहोत," दोन्ही मुली अगदी एकसुरात म्हणाल्या, "तू आणि तुझ्या घरचेही आलात तर..."

"अं, माफ करा, पण आई घरी नाहीये आत्ता," मी गोंधळून म्हटलं, "आजीपण बाहेर गेली आहे, मी उद्याशिवाय नाही सांगू शकणार पक्कं काही."

"ऐक तर," घरमालकीण म्हणाली, "दहा जण जमले तर तिकिटात सवलत मिळणार आहे."

"फक्त तेवढंच नाही," व्लादिमीर मधेच म्हणाला, "सिनेमा मस्त आहे, तू आलीस तर सगळ्यांनाच छान वाटेल."

आम्हाला गुन्हेगारांसारखं पोलीस ठाण्यात फरफटत घेऊन जाताना या मंडळींनी पाहिलं होतं. मी कस्पट असल्यासारखं मालक माझ्यावर खेकसत होते, तेव्हाही हे सारे साक्षीला होते. त्या साऱ्यांबरोबर जाण्याच्या कल्पनेनंच मला कसंसं होत होतं. दुसरीकडे व्लादिमीरशी कसं वागावं हे उमगत नव्हतं. तो चांगला होता. पण इतरांना वाटत होतं, मी त्याच्याशी लग्न करावं, अन् त्या विचारानं माझा थरकाप उडत होता.

"तुझी आई नक्की परवानगी देईल," घरमालकिणीनं आग्रह केला. "तिला आवडतं सिनेमा बघायला."

"ठरलं तर मग," व्लादिमीर आनंदानं म्हणाला, "मी आजच तिकिटं खरेदी करतो, उद्या आपण सिनेमागृहासमोर भेटू या."

"पण माझ्याकडे आत्ता पैसे नाहीत," मी विरोध करण्याचा प्रयत्न केला.

"आता तू पैशाची चिंता करू नकोस," व्लादिमीर म्हणाला.

आईला बाहेर उगाचच फिरत राहणं बरोबर वाटत नव्हतं म्हणून आम्ही सिनेमा सुरू व्हायच्या काही क्षण आधी तिथं पोहोचलो. आईला याबद्दल आधीच माहीत होतं असं मला वाटलं. तिला इतक्या लोकांबरोबर जाण्यात फारसा रस नव्हता; पण तरी ती आली. मला वाटतं, तिनं हे माझ्यासाठी केलं असावं. माझ्या वयाच्या मुलीच्या मानानं मी बराच वेळ घरी घालवते हे जाणून बहुधा! व्लादिमीर माझ्याजवळ येऊन बसला आणि सिनेमा सुरू झाला तशी मी शक्य तितकी आईच्या बाजूला सरकून बसले. त्याचा हात माझ्या खांद्याखाली येतोय याची जाणीव होताच मी तो ढकलला. तो परत तसा प्रयत्न करत राहिला आणि मला संताप आला. आई किंवा आणखी कोणाला कळेल याचीही भीती वाटली. सिनेमा संपल्यावर मी त्याच्याकडे

दुर्लक्ष करण्याचा प्रयत्न केला. आम्ही मोकळ्या हवेत आल्यावर, बाकीचे कॉफी प्यायचा आग्रह करत होते तरी मी आईला जवळजवळ ओढतच घरी नेलं.

"मी तुला घरी सोडू का?" व्लादिमीर म्हणाला.

"नको, काही गरज नाही," मी लगेचच उत्तरले. आई माझ्याकडे आश्चर्यानं बघत होती हे जाणवत होतं.

"बरं, पुन्हा कधीतरी," तो आईच्या हाताचं चुंबन घेत म्हणाला. तो माझा हात हातात घेणार इतक्यात मी त्याच्याकडे बघत हात हलवला आणि आईला जवळजवळ दूर खेचू लागले.

"हा तरुण चांगला आहे असं वाटतं ना," आम्ही घरी जाताना आई म्हणाली.

"आजी कधी येणारे?" मी विषय बदलण्यासाठी विचारलं.

"नक्की माहीत नाही," आईनं उत्तर दिलं. "लवकर आली तर बरं होईल."

"मलाही तसंच वाटतंय," मी दुजोरा दिला. आजी आजूबाजूला असली की आश्वासक वाटायचं. अशा कितीतरी गोष्टी होत्या ज्या आईशी बोलता यायच्या नाहीत, पण आजीला विश्वासानं सांगता यायच्या.

दुसऱ्या दिवशी रविवार होता. घरकाम करायचं होतं, धुणंही धुवायचं होतं. प्रत्येक काम म्हणजे संघर्ष होता. साधे केस धुवायचे असले तरी त्यासाठी आमच्याकडे असलेल्या सर्व भांड्यांमध्ये पाणी तापवायला जास्त लाकडं तोडायला लागायची. आम्हाला बाहेरून पाणी आणायला लागायचं आणि वापरून झालेलं पाणी पुन्हा बाहेर नेऊन टाकायला लागायचं. घराची आणि आमचीही साफसफाई करण्यात दुपार संपत आली. घरमालकिणीनं आम्हाला चहा-बिस्कीट घेण्यासाठी बोलावलं तेव्हा माझे केस ओलेच होते. तिनं नुकतीच बिस्किटं बनवली होती. तिला स्वत:च्या स्वयंपाक कलेचा खूप अभिमान होता, त्यामुळे आम्हीही तिला नाही म्हणू शकायचो नाही. आई पुढे गेली आणि मी केस वाळवू लागले. थोड्याच वेळात मिलेना आणि मारिया आल्या, त्या हसतहसतच मला घेऊन गेल्या.

घरमालकिणीनं टेबल छान सजवलं होतं. तिनं स्वत: विणलेला टेबलक्लॉथ त्यावर घातला होता. बागेतली फुलं तिथं ठेवली होती आणि तिच्याकडचे उत्तम कॉफीचे कप बाहेर काढले होते. आई तिथंच बसलेली होती. घरमालकिणीच्या मोठ्या बहिणीशी बोलत व्लादिमीर मारियाच्या वडिलांशी बोलत होता. त्या दोघांपैकी कोण जास्त चांगलं मासे पकडतं यावर चर्चा चालली होती. मी तिथून काढता पाय घेणार, तेवढ्यात घरमालकिणीनं आईच्या शेजारी एक खुर्ची ठेवली. कॉफी आणि बिस्किटं समोर केली.

"कशी झाली आहेत?"

"मस्त," तिला कौतुक केलेलं आवडतं हे माहीत असल्यानं मी म्हणाले.

"तुझं लग्न झालं, की मी शिकवीन तुला बिस्किटं कशी बनवायची ते!"

"आभारी आहे," मी म्हणाले, "पण त्यासाठी तुम्हाला खूप काळ वाट पाहावी लागेल."

"का?" व्लादिमीरला जाणून घ्यायचं होतं. "सुंदर मुली तर लवकर लग्न करतात."

त्या सगळ्यांना हे गमतीशीर वाटत होतं.

"मी त्यांच्यापैकी नाही," मी किंचितही न हसता म्हणाले आणि ते सारे पुन्हा हास्यकल्लोळात मग्न झाले.

संभाषणाची गाडी ज्या दिशेनं वळत होती, त्यामुळं माझ्याप्रमाणेच आईदेखील अस्वस्थ झाली. शक्य तितक्या लवकर आम्ही काही कारण सांगून तिथून निघालो.

"कामावरून परत येताना, बाजारात जाऊन शेळीच्या दुधाचं ताजं चीज आणशील का ग?" आई दुसऱ्या दिवशी सकाळी म्हणाली.

बाजारातला गोंधळ-गडबड, रंगांची उधळण मला भारी आवडायची. त्या दुपारी मी फळं, भाज्या, अंडी, मध, जिवंत कोंबड्या आणि बायकांनी तिथं मांडलेल्या वेगवेगळ्या वस्तूंपाशी रेंगाळले. ज्यांच्यापाशी वस्तू खरेदी करायला पैसे नव्हते, ते लोक पैशांऐवजी त्यांनी तयार केलेल्या वस्तू देत होते. अंडी देऊन त्या बदल्यात दिवे जाळण्यासाठी पेट्रोल घेत होते, एक बाई मुलांना दंतवैद्याकडे घेऊन जाण्यासाठी पैसे मिळवायला लोणी विकत होती. मी चीज घेतलं, तेवढ्यात कोणीतरी माझा हात पकडला. मी वळले, तर व्लादिमीर माझ्याकडे बघून हसत उभा होता.

"तू काय करतो आहेस इथं?" मी विचारलं.

"का? हा बाजार फक्त बायकांसाठीच आहे का?" तो हसला.

आम्ही काहीबाही बोलत घरी निघालो. वाटेत आम्हाला घरमालकिणीची बहीण भेटली. तिनं विचारलं की ती आमच्याबरोबर आली तर चालेल का, अन् आम्ही तिघं घरी जायला लागलो. काही पावलं पुढे गेलो, तर कोपऱ्यावरनं आरडाओरडा आणि किंकाळ्या ऐकू आल्या. टापांचा आवाज करत घोड्यांवर स्वार झालेले सैनिक येत होते आणि लोक वाट फुटेल तिकडे धावत होते. जमेल तितक्या लवकर सर्वांना तिथून निघून जायचं होतं. त्यांच्या नजरेतून दूर. व्लादिमीरनं आम्हाला दोघींना वाटेवरच्या पहिल्या अंगणात ढकललं.

"धरपकड सुरू झालेली दिसते," तो खालच्या आवाजात म्हणाला, "इथून दुसऱ्या अंगणात आणि तिथून दुसऱ्या रस्त्याला लागता येतंय का ते बघू या!"

तुर्कींनी पाचशे वर्षं दाबून ठेवल्यानं बल्गेरियन लोकांनी आवारात लहान लहान

दारं केली होती. ही दारं आजूबाजूच्या आवारांना जोडलेली असायची. त्यामुळे त्यांना आपापल्या नातेवाइकांकडे पोहोचता यायचं. अगदी भाज्यांच्या मळ्यातूनसुद्धा रस्ता काढलेला असे. सूर्यास्तानंतर लोकांना चेहरा दाखवत न फिरता, हवं तिथं पोहोचता यावं म्हणून! व्लादिमीरनं आम्हाला या गुंतागुंतीच्या दारांमधून नेलं आणि आम्ही निराळ्याच रस्त्याला लागलो. त्याही रस्त्यावर पोलिसांची गस्त असल्याचं लक्षात आलं. तितक्यात, आम्ही उभे होतो तिथं असलेल्या घराचं दार उघडलं आणि एका माणसानं आम्हाला आत घेतलं. तिथं आमच्यासारखे डझनभर बसले होते, हळू आवाजात बोलत होते. आमच्या घरमालकिणीच्या बहिणीच्या ओळखीचे काही जण होते तिथं. तिनं भीतीनं थरथरतच त्यांच्याशी बोलायला सुरुवात केली. काय चाललं आहे ते जाणून घेण्यासाठी एका लहान मुलाला झाडावर चढायला सांगितलं. दोन तासांनंतर त्यानं सांगितलं की पोलीस आणि सैनिक परत गेले आहेत. मग आम्ही घरी परतलो. त्या संध्याकाळी आजी परत आली, अन् आईला रडू आवरेना. तिच्या भावनांचा बांध तुटला.

माझं लग्न ठरलं आहे, असं सांगूनही पोलीस प्रमुखानं नाद सोडला नाही. मी खरं बोलत नाही हे बहुधा त्यानं माझ्या डोळ्यांत वाचलं असावं. पुढच्या वेळी मला त्याच्या भेटीला नेण्यात आलं, तेव्हा मी खोटं बोलते आहे असा आरोप त्यानं केला.

''तू मला सांगितलंस, की तुझं लग्न ठरलं आहे, पण ते खोटं आहे हे मला समजलं आहे. तुझं लग्न ठरलेलं नाही,'' तो ओरडला. ''तू माझ्या घरी यायला नाही म्हणालीस आणि बाकीच्या पुरुषांबरोबर मात्र फिरतेस. खोटारडी आणि फसवी आहेस तू!''

''मी कामावर जाणं आणि परत येणं एवढं सोडलं तर कुठेही जात नाही.'

''बाजारात एका तरुणाबरोबर तुला लोकांनी पाहिलं आहे.''

''बाजारात जाणं हा गुन्हा आहे का? तिथं खूप माणसं असतात आणि त्यातली काही तरुण असणारच.''

''माझ्याशी जास्त हुशारी दाखवू नकोस. आत्ता जर का माझ्याबरोबर आली नाहीस, तर खरंच संकटात पडशील.''

''माफ करा, माझा प्रियकर वाट पाहत असेल,'' मी शांत राहण्याचा आटोकाट प्रयत्न करत होते.

''पुन्हा खोटं बोलते आहेस माझ्याशी, तुझं कोणाशीही लग्न ठरलेलं नाहीये आणि ठरणारही नाही. कारण तुला जर माझ्याशी दोस्ती करायची नसेल तर मग तुला आणि तुझ्या घरच्यांना सीमेपलीकडे टाकायला माझ्याकडे चांगलं कारण

आहे. जिथं टाकून देईन तिथं तुमची काही ओळख नसेल. सीमेजवळच्या तुरुंगामधे आयुष्यभर युद्धकैदी म्हणून खितपत पडाल.'' तो इतक्या जोरात ओरडत होता, की त्याची थुंकी माझ्या चेहऱ्यावर पडत होती. काय करावं किंवा बोलावं हे मला कळत नव्हतं. जितक्या जोरात शक्य आहे तितक्या जोरात मी रडू लागले. माझ्या शेजाऱ्यांच्या मुलीला मी असंच करताना पाहिलं होतं, तिचे आई-वडील तिला ओरडले, की ती अशीच मोठ्यानं रडायला लागायची.

''काही झालंय का?'' एका पोलिसानं आत डोकवत विचारलं, ''काही मदत हवीय?''

''चालता हो,'' पोलीस प्रमुख खेकसला.

पोलीस वळून निघून गेला आणि प्रमुखानं माझ्या कानशिलात भडकावली. इतक्या जोरात की मी भेलकांडत खुर्चीवर कोसळले.

''तुम्हाला एक माणूस भेटायला आला आहे आणि त्याला तुमच्याशी तातडीनं काही बोलायचं आहे.'' तो पोलीस परत आला होता.

''त्याला थांबायला सांग!'' पोलीस पुन्हा गेला आणि प्रमुखानं माझ्याकडे मोर्चा वळवला. ''आणि तू, उठून उभी राहा, आणि ती खुर्ची नीट उचलून ठेव.''

गाल जळजळत होता. पुढच्या प्रहाराची वाट बघत मी उभी राहिले. तेवढ्यात एक माणूस पळत आत आला, त्याच्यामागे पोलीसदेखील.

''मी आता थांबू शकत नाही,'' तो माणूस ओरडला. ''तुमची बायको जिन्यावरून पडली आहे, रक्ताच्या थारोळ्यात आहे ती.''

पोलीस प्रमुख शिव्या देत उठला आणि ऑफिसबाहेर पळाला. तो माणूस त्याच्यामागे गेला. त्या गोंधळाचा फायदा घेऊन मी तिथून सटकले. पळत घरी जाताना व्लादिमीरला धडकले.

''काय झालं तुला?'' त्याला जाणून घ्यायचं होतं. ''लागलंय का तुला?''

त्यानं खिशातून रुमाल काढला आणि माझा चेहरा पुसू लागला. मी त्याला थांबवायचा प्रयत्न केला, पण मला रडूच यायला लागलं. तो मला सारखा विचारत होता, काय झालं म्हणून आणि त्याला सांगणं मला कसंसंच वाटत होतं. आम्ही चालत होतो आणि वाटेत मारियाचे वडील भेटले.

''तुम्ही दोघं भांडलात की काय?'' त्यांनी विचारलं, ''तुझा गाल सुजलेला दिसतोय.''

''एलेनावर काहीतरी संकट आलं होतं,'' व्लादिमीरनं त्यांना सांगितलं, ''पण काय झालं ते ती सांगत नाही.''

''तुला परत 'तिथं' बोलावलं होतं का?'' मारियाच्या वडिलांनी विचारलं आणि मी मान डोलावली. 'मला वाटतं या साऱ्याला तू आता पूर्णविराम द्यावास.'

"हो, पण काय करावं ते मला कळत नाहीये. मी काही ठरवलं तर आईला निराशेचा झटका येईल."

"मी तुझ्या आई-आजीशी बोललो तर चालेल का?"

"कुणास ठाऊक! अंऽऽ चालेल. पण पुन्हा कधीतरी, आत्ता नको."

"नाही, नाही, आत्ताच योग्य वेळ आहे." ते म्हणाले. "तुझ्या आईलाही काही निर्णय घ्यावे लागतील. मी रात्री जेवणानंतर येतो तुमच्याकडे."

आईनं माझा चेहरा पाहिला आणि काय झालं असावं याचा अंदाज केला. गालाला औषध लावताना तिचा हात थरथरत होता. मी मारियाच्या वडिलांबद्दल तिला काहीच सांगितलं नाही, मला त्या विषयाला तोंड फोडताच येत नव्हतं. त्यामुळे जेवणानंतर ते आमच्याकडे आले तेव्हा आईला आश्चर्य वाटलं. थोडा वेळ इकडचं तिकडचं बोलून त्यांनी विषयाला हात घातला. मी बल्गेरियन नागरिकाशी लग्न करणं कसं फायदेशीर ठरेल हे त्यांनी आईला सांगितलं.

"पण ती किती लहान आहे," आई म्हणाली. "फक्त सोळा वर्षांची आहे ती!"

"बल्गेरियन कायद्यानुसार फार लहान नाही."

"पण माझ्याकडे द्यायला हुंडासुद्धा नाही आणि तिनं असं बळी का जावं?"

"तुम्हाला समजत नाहीये," मारियाच्या वडिलांनी कळकळीनं सांगितलं. "तुमच्या साऱ्यांचा बळी जाऊ शकतो. या माणसात माणुसकीचा अंशही नाही. जनावर आहे तो आणि तुम्ही हुंड्याची काही काळजी करू नका. आपण हिच्यासाठी हुंड्याशिवाय लग्न करणारा शोधू."

"मला तर काहीच कळेनासं झालंय," आई रडत म्हणाली. "माझी पत्रं दूतावासापर्यंत पोहोचत का नाहीयेत? हे साऱ्या जगाच्या नियमांविरुद्ध आहे."

मारियाचे वडील गेल्यानंतर तिनं मला विचारलं, की मारियाच्या वडिलांच्या मनात कोणी मुलगा आहे का?

"माझा आपला एक अंदाज, ते व्लादिमीरचा विचार करत आहेत असं वाटतं."

"तुम्ही दोघं या विषयावर कधी बोलला आहात का?"

"खरंच नाही, तो मला नेहमी विचारतो सिनेमाला येतेस का म्हणून, पण मी नेहमी नाही म्हणते."

"तुला आवडेल का त्याच्याशी लग्न करायला?"

"खरं तर नाही, अं... मला माहीत नाही. पण कदाचित त्यामुळे पोलीस ठाण्यात घडणाऱ्या किळसवाण्या गोष्टी तरी थांबतील."

तिनं माझ्या गालावर हळुवार हात फिरवला. "बिचारं माझं छोटं लेकरू,"

एवढंच म्हणाली आणि तिला भोवळ आली. तिला अमोनिया देण्यासाठी मी घाईनं औषधांची पेटी आणली. जरा ठीक झाल्यावर तिला पलंगावर नेऊन झोपवलं आणि ताजा चहा बनवला.

दुसऱ्या दिवशी कामावर जाताना मी चेहरा स्कार्फनं झाकून घेतला. त्यामुळे माझ्याकडे कोणाचं लक्ष जाणार नाही असं वाटलं मला. पण व्लादिमीर माझी वाट पाहत होता. त्यानं माझा हात पकडला. मारिया आणि तिचे वडील जवळच नजर ठेवून होते. मला घाई आहे आणि आईजवळ जायला पाहिजे असं मी त्याला निक्षून सांगितलं; पण त्याने माझ्याशी बोलण्याचा आग्रह धरला.

"हे बघ," तो म्हणाला, "तुझ्याशी लग्न करून तुला मदत करायला मी तयार आहे. मी यावर खूप काळ विचार केला आहे आणि तू नकार देणार नाहीस अशी मला आशा आहे."

"मी एकटी निर्णय घेऊ शकत नाही, मला आई आणि आजीशी बोलणं भाग आहे."

"तुझ्या आईशी आत्ता बोलण्याची माझी तयारी आहे. मारिया आणि तिचे वडीलसुद्धा येतील आपल्याबरोबर."

"मारिया नको, प्लीज," मी विनंती केली. तिथं जितकी जास्त लोकं, तितकं मला जास्त विचित्र वाटलं असतं.

त्यामुळे मारियाला घरी पाठवलं गेलं आणि आम्ही तिघे आईला भेटायला निघालो. आजी घरी आली होती आणि मी दिलासा मिळावा म्हणून तिच्या गळ्यात हात टाकले. चहा घेताना मारियाचे वडील आंतरराष्ट्रीय परिस्थितीबद्दल बोलायला लागले. उंबरठ्यावर असलेलं युद्ध आणि आमची ही भयानक गोंधळाची परिस्थिती...

"एलेनाशी लग्न करायला हा एक तरुण तयार आहे, तुमची त्याची नीट ओळख करून देतो," ते म्हणाले. "त्यामुळे अनेक असह्य आणि नकोशा गोष्टींपासून, घटनांपासून, हल्ल्यांपासून तुम्ही वाचू शकाल. तो सव्वीस वर्षांचा आहे."

"आम्ही शांततेनं, सुरक्षित राहण्याचा हा एकमेव मार्ग आहे का?" आजीनं रागानं विचारलं.

"आमचं रक्षण करण्याची किंमत या पोरीनं अशा प्रकारे द्यायची?"

"पण मी तिला नीट वागवेन," व्लादिमीर खात्रीपूर्वक म्हणाला. "तिची शक्य ती सारी काळजी घेईन. मी शहरातल्या श्रीमंत कुटुंबांपैकी नाही, याची जाणीव आहे मला पण मी नोकरी करतो. सुरुवातीला कदाचित जरा ओढाताण होईल; पण आम्ही जमवू सारं."

"तू उमदा, सभ्य तरुण आहेस," आजीनं समजुतीच्या स्वरात म्हटलं, "तुझ्याविरुद्ध व्यक्तिगतरित्या माझ्या मनात काही किंतू नाही. पण आम्ही आमच्या

देशात परत जाऊ अशी आशा अजून आहे मनात. हेलनला परत जायचं असेल तर मग तुम्हा दोघांसाठी गोष्टी अवघड होतील.''

''मला घरी परत जायचंय, बसं. बाकी काही नको.'' मी म्हणाले.

त्यानंतर तिथं थोडा वेळ शांतता पसरली. आई विव्हळली आणि व्लादिमीरनं आवंढा गिळला.

''हं,'' मारियाचे वडील थोड्या वेळानं म्हणाले, ''तुमच्यावर आहे सारं. तुम्ही संकटात असलेलं आम्हाला कोणालाच नाही बघवत, म्हणून आम्ही फक्त मदत करतो आहोत तुम्हाला. कधीही, काहीही लागलं तर बिनदिक्कत सांगा.''

''हो, हो, कधीही सांगा,'' व्लादिमीरनं री ओढली आणि ते दोघे खोलीबाहेर गेले.

माझ्यासमोरचे सारे पर्याय संपत चालले होते असं दिसत होतं.

लग्न

बऱ्याच आठवड्यांनंतर, कारखान्यातून घरी जात होते, तेव्हा एक दिवस मला जाणवलं, की बाकीच्या कामगारांमध्ये असंतोष आहे. सगळे कशाबद्दल तरी कुजबुजत होते, चर्चा करत होते, शपथा घेत होते. काही पुरुष विनोद करत होते, पण बायका घाबरल्या होत्या आणि धावतपळत घरी जात होत्या. हे सारं काय चाललं आहे ते मला कळत नव्हतं. दरवाजाबाहेर व्लादिमीर उभा असलेला दिसला. त्याचं सतत माझ्या मागावर असणं वैतागवाणं होतं आणि आता तर बाकीच्या बायकाही त्याला बघून मला चिडवायला लागल्या होत्या.

त्याला जा म्हणून सांगण्याअगोदरच त्यानं माझा हात पकडला आणि मला बाजूच्या बोळातून घाईनं शहराच्या दिशेनं नेऊ लागला.

"जितक्या लवकर शक्य आहे, तितक्या लवकर आपल्याला इथून गेलं पाहिजे." तो म्हणाला. त्याचा चेहरा भयंकर दिसत होता. "मी तुला आत्ता माझ्या खोलीवर घेऊन जातो आहे."

"पण का? मला पहिल्यांदा घरी गेलं पाहिजे."

"नंतर... बघू आपण."

आम्ही त्याच्या घरी पोहोचलो आणि चटकन आत गेलो. त्यानं दार बंद केलं आणि पडदे ओढले. मला त्याची भीती वाटायला लागली होती. तो भयंकर पोलीस प्रमुख सोडला तर आजवर कोणा पुरुषाबरोबर असं एकटं राहण्याचा प्रसंग माझ्यावर आला नव्हता. मी आत्ता इथं असायला नको हे मला कळत होतं, पण इथून बाहेर कसं पडावं हे सुचत नव्हतं.

"खाली बस आणि ऐक," तो खुर्ची ओढत म्हणाला. "जर्मनांनी बल्गेरियात प्रवेश केला आहे. आता सरकार तुझ्यासारख्या विदेशींबरोबर कशी वर्तणूक ठेवेल

हे काहीच सांगता येत नाही. इथल्या अधिकाऱ्यांना तू चांगलीच माहीत आहेस आणि तुझ्यावर सूड घेण्याची ही चांगली संधी ते सोडणार नाहीत. हे करण्यात पहिला कोण असेल हे मी तुला सांगण्याची गरज नाही.''

आता मात्र त्यानं मला चांगलंच घाबरवलं होतं. पोलीस प्रमुख माझा नव्या परिस्थितीत कसा फायदा घेईल ह्याची कल्पना करता येत होती.

''पण माझ्या आई आणि आजीचं काय?''

''मी दुपारी गेलो होतो तुझ्या घरी. आजी शहरात गेली आहे आणि आई घरमालकिणीबरोबर तिच्या बहिणीच्या घरी आहे.''

''ती खूपच घाबरली असेल.'

''श्श...'' त्यानं त्याच्या ओठांवर बोट ठेवलं आणि मी बाहेरून आवाज ऐकले.

''ते इथंच असणार,'' कोणीतरी म्हणालं.

''ते माहीत आहे,'' अजून एक आवाज आला, ''ते कुठे राहतात तेवढं दाखव फक्त.'

माझा थरकाप उडाला होता. अवघं शरीर थरथरत होतं. माझ्या नियंत्रणाशिवाय.

''घाबरू नकोस,'' तो म्हणाला. ते जोरात दार वाजवायला लागले, तसं व्लादिमीरनं माझ्या खांद्याभोवती हात टाकून मला घट्ट जवळ घेतलं. ते इतक्या जोरात दार वाजवत होते, की दाराची बिजागरी खिळखिळी होऊन वाजत होती.

''उघड,'' कोणीतरी ओरडलं, ''नाहीतर आम्ही दार तोडून टाकू आणि तुला तुरुंगात टाकण्याआधी त्याचे पैसे तुझ्याकडून वसूल करून घेऊ.'' त्या खोलीला दुसरा दरवाजाही नव्हता. आम्ही तिथं आहोत हे कबूल करण्यावाचून आमच्याकडे काही पर्यायच नव्हता.

''काय हवंय तुम्हाला?'' व्लादिमीर दरवाजाआडून म्हणाला.

''दार उघड म्हणजे कळेल.''

त्यानं हळूच कडी काढली आणि दार किलकिलं केलं. तीन पोलीस आत घुसले, त्यामुळे व्लादिमीर मागे ढकलला गेला. पोलिसांमागे त्याची घरमालकीणदेखील आली. ''आह्... माझ्या घरात!'' तिच्या भाडेकरूच्या घरात माझ्यासारखी तरुण मुलगी बघून तिनं हात झटकले. मला इतकी लाज वाटली!

''पहा, आपण या दोघांना अगदी वेळेत पकडलं,'' एक पोलीस विनोदाने म्हणाला आणि इतर त्याच्या विनोदावर हसले.

''तुम्हाला काही हक्क नाही,'' व्लादिमीरनं सुरुवात केली.

''खरंच नाहीये,'' ते खिदळले. ''आणि या तरुण मुलीला आत्ता तुझ्याबरोबर असण्याचा हक्क कसा काय बुवा?''

"ती माझी नियोजित वधू आहे, आम्ही लवकरच लग्न करणार आहोत. फक्त काही गोष्टी ठरवायच्या आहेत.'

"ओह," घरमालकीण उद्गारली.

"ते बघू आपण," पोलीस म्हणाला, "सध्या तरी तुम्हा दोघांना पोलीस प्रमुखापाशी यावं लागेल आणि "काही गोष्टींचा" खुलासा द्यावा लागेल."

"पण आम्ही काही चुकीचं केलं नाहीये," व्लादिमीरनं विरोध करण्याचा प्रयत्न केला.

"चांगलं आहे तुमच्यासाठी, तुम्हाला ते सिद्ध करता येईल अशी आशा करू या. चला आटपा, आम्हालाही शक्य तितक्या लवकर घरी जायचं आहे."

पोलिसांनी एकमेकांकडे पाहून डोळे मिचकावले आणि ते हसले. जमीन दुभंगून पोटात घेईल तर बरं असं मला वाटत होतं. जे भविष्य मी निवडलेलं नव्हतं त्यात मी ढकलली गेले होते.

"हे सगळं माझ्या घरात," आम्हाला घेऊन जात असताना घरमालकीण तुच्छतेनं म्हणाली. "फालतू विदेशी!"

"छान! छान! छान!" मला पुन्हा ठाण्यात आणलं गेलं, तेव्हा पोलीस प्रमुखानं कुत्सितपणानं म्हटलं. "तुला बघून किती छान वाटलं मला!" तो बोलत होता इतर पोलिसांशी; पण त्याची नजर मात्र माझ्यावर होती. "या वेळी काय करत होते हे?"

"तुम्हाला माहीतच आहे. या तरुणांना लपायला जागा मिळाली की ते दुसरं काय करणार," एकानं सांगितलं आणि बाकी दोघे शाळकरी मुलांसारखे खिदळले.

"चला, बाहेर व्हा ताबडतोब," पोलिसांनी माहिती दिल्यावर प्रमुखानं त्यांना हाकलून लावलं. "तर, तुझं लग्न ठरलं आहे तर, कधी आहे लग्न?"

"लवकरच," व्लादिमीर धीरानं उत्तरला. "माझ्या वडिलांना नोकरीवरून सुटी मिळाली आणि आई-वडील इकडे आले की लगेचच."

पटेल असं खोटं बोलण्याची त्याची कला पाहून मी थक्क झाले. पण त्याला विरोध करू शकले नाही. या सगळ्या प्रकारात पाडल्याबद्दल मी व्लादिमीरलाच दोष देत होते, पण पोलीस प्रमुख आणि त्याच्यापैकी एकाची निवड करायची तर... त्यांच्यात काही स्पर्धाच नव्हती.

"तू इथून जाण्याची वेळ येण्याआधी काय ते करा. आम्हाला तरुण, शक्तिशाली आणि कणखर जवानांची गरज आहे. आणि तुझ्या घरच्यांचं काय?" तो माझ्याकडे वळून म्हणाला. "त्यांची लग्नाची तयारी कुठवर आली?"

"त्यांना माझ्या आई-वडिलांना भेटायचं आहे," मी काही उत्तर देण्यापूर्वी

व्लादिमीर घाईनं म्हणाला. "पण त्यांची भेट लवकरच ठरवू आम्ही."

"मला पुढच्या आठवड्यापर्यंत काय ते कळलं पाहिजे," प्रमुख म्हणाला. "तुम्ही दोघं लग्न करा, नाहीतर मलाच काही पावलं उचलावी लागतील. आता जाऊन तुझ्या आईला काय म्हणायचंय ते बघू.'

माझी आई अजून घरमालकिणीबरोबर कॉफी पीत बसली होती. बसायला सांगितलं नाही तरी पोलीस प्रमुख बसला.

"तुम्ही लवकरच आम्हाला लग्नाला बोलवाल, याची खात्री करून घ्यायला आलो आहोत आम्ही." त्यानं तिला सांगितलं.

माझी आई गोंधळली, तशी घरमालकीण चतुराईनं म्हणाली, "आम्ही आत्ता तेच बोलत होतो. खूप पाहुण्यांना नाही बोलावणार आम्ही. आपल्याला सध्याचा काळ कठीण असा आहे... तुम्हाला तर माहीतच आहे."

"मी अजून हुंड्याचे पैसे पण पुरते जमवले नाहीयेत," विचार गोळा करत आईही घरमालकिणीच्या बोलण्यात सामील झाली.

"ठीक आहे, तुम्ही घाई केलीत तर बरं," प्रमुख म्हणाला.

"आम्ही हुंड्यासाठी अडून बसणार नाही," व्लादिमीरनं सर्वांना खात्रीपूर्वक सांगितलं. "या सगळ्या रीतीरिवाजांशिवाय आपण लग्न करू."

"यावर तुझे आई-वडील काय म्हणतील मग?"

"मी म्हणेन ते मान्य करतील माझे आई-वडील."

"पण एक गोष्ट मात्र तुम्ही नाकारू शकणार नाही," प्रमुख कटुतेनं हसला. "मला डॉक्टरकडून प्रमाणपत्र लागेल की तू कुमारी आहेस!"

"ते आवश्यक आहे का?" आईला विचारलं.

"पाहिलंस?" तो गुरगुरला." या वेळी बरोबर पकडलं की नाही तुला?"

"नाही, तसं नाही," आईनं त्याला ठामपणे सांगितलं," पण हे फार अपमानकारक आहे."

"ओह्, द ग्रेट लेडी!" त्यानं नक्कल केली. "मला हे पाहावंच लागेल." अशी जोरजोरात बोलत, दार जोरात आपटत तो बाहेर पडला. आई किती नाराज आहे हे व्लादिमीरला दिसतच होतं.

"तुम्ही मला निरोप पाठवल्याबरोबर लगेच येईन मी," तो हळुवारपणानं म्हणाला. "पण वेळ वेगानं सरतोय."

त्या दिवशी संध्याकाळी आजी घरी आली, ती साऱ्या शहरात जर्मन सैनिक आले आहेत ही बातमी घेऊनच. आईनं तिला सांगितलं काय घडलं आहे ते आणि पहाटेपर्यंत त्या दोघी काहीतरी कुजबुजत होत्या. दुसऱ्या दिवशी मला सुटी होती, पण त्यांच्या बोलण्यात व्यत्यय येऊ नये म्हणून मी पलंगावरच पडून राहिले.

साधारण नऊच्या सुमाराला खिडकीवर टकटक झाली. पडदा उघडून पाहिलं तर घरमालकीण होती. तिनं मला बाहेर यायची खूण केली. कोणाला जाग येऊ नये म्हणून मी आवाज न करता आवरलं, आजीनं मला पलंगावरूनच हात केला.

"व्लादिमीरची आई आज दुपारी येते आहे," मी बाहेर गेल्यावर घरमालकिणीनं सांगितलं. ही मंडळी लग्नाचा विषय इतका लावून धरत आहेत, या कल्पनेनंच मला धक्का बसला. आईनं अजून संमती दिली नव्हती. माझं मत विचारात न घेता प्रत्येकजण परस्पर निर्णय घेत होता. मी लग्न झालेली बाई होणार ही कल्पनाही मला करवत नव्हती. त्यातही ज्याला मी पुरती ओळखतही नाही अशा माणसाशी लग्न... पण आता ज्या वेगानं ही लग्नाची गाडी पुढे चालली होती, ती कशी थांबवायची हे मला ठाऊक नव्हतं. इंग्लंडला फार फार जावंसं वाटत होतं. इथल्या सगळ्या काळज्यांपासून दूर... माझ्या सायकलवर भटकंती करायची होती, हाईड पार्कमधल्या गवतावर लोळायचं होतं, शनिवार-रविवार वडिलांबरोबर पिकनिकला जायचं होतं. ते आम्हाला शोधत का नाहीयेत? कित्येक महिन्यांत आम्हाला ओक्टेव्हचीही काहीच खबर नव्हती.

"हं, काय गडबड होती?" मी परत आले तेव्हा आजीनं विचारलं. तिनं चहा आणि ब्रेड बनवला तेव्हा मी तिला काय बोलणी झाली ते सांगितलं.

"या सगळ्याबद्दल तुला काय वाटतं आहे," आम्ही तिघी बसलो असताना तिनं एकदाचं मला विचारलं. "तू व्लादिमीरबरोबर राहू शकशील असं वाटतं तुला?"

मला काहीच ठरवता येत नव्हतं. "मला माहीत नाही, सगळे मला सांगताहेत की तो चांगला आहे, पण तो बाबा किंवा ओक्टेव्हसारखा नाहीये. इथलं कोणीच तसं नाहीये." आई रुमाल शोधू लागली.

"तुझं खरं आहे पोरी," आजी शांतपणानं म्हणाली, "प्रत्येकाच्या चांगल्या आणि काही उण्या बाजू असतात. आपण समजून घेतलं पाहिजे आणि इतरांशी जमवून घेण्याचा प्रयत्न केला पाहिजे. तुला जर त्याच्याशी लग्न करायचं नसेल, तर करू नकोस. आपण दुसऱ्या कोणत्यातरी छोट्या खेड्यात जाऊ. निदान आपली त्या भयानक माणसापासून सुटका होईल."

"आई," माझी आई मधेच म्हणाली, "आम्हाला तो चांगला माहीत आहे, तुला नाही माहीत. आपण जिथं असू तिथून तो आपल्याला शोधून काढेल."

दारावर टकटक झाली. दारात व्लादिमीर आणि त्याचा लहान भाऊ होता. तो घाबरल्यासारखा आजूबाजूला बघत होता.

"माझ्या भावानं आई-वडिलांचा निरोप आणला आहे," आम्ही आत बोलावल्यावर व्लादिमीर म्हणाला. "ते रविवारपर्यंत येऊ शकत नाहीत, पण आमच्या लग्नाला

त्यांनी परवानगी दिली आहे. सध्या तरी मोठ्या प्रमाणावर समारंभ करणं त्यांना परवडणार नाही, त्यामुळे आम्ही फार लोकांना बोलावणार नाही.''

''निरोपाबद्दल आभार,'' आजी विनयशीलतेनं म्हणाली. ''पण अजून माझ्या नातीनं लग्नाला संमती दिली आहे असं मला वाटत नाही.''

''तुम्ही अजून या विषयावर काही बोलला नाहीत असं म्हणताय की काय?'' त्याला धक्का बसल्यासारखा दिसत होता. ''काल काय झालं ते बहुधा तुम्हाला माहीत नाहीये.''

''मला माहीत आहे,'' तिनं उत्तर दिलं. ''पण तुला काय म्हणायचंय ते मला अजून कळलं नाहीये. तू माझ्या नातीची काळजी घेशील का? ती खूप निराळ्या पद्धतीनं वाढली आहे. तू तिला नीट समजून घेऊन वागशील का? तुम्ही चांगलं घरकुल बसवण्याचा प्रयत्न कराल का?'' असे अनेक प्रश्न तिनं विचारले.

''मी आधीच सांगितलं आहे,'' तिच्या तीक्ष्ण नजरेनं अस्वस्थ होत तो म्हणाला. ''मी माझ्याकडून सर्वतोपरी प्रयत्न करेन.''

''अशीच आशा आहे आणि तुझं भलं व्हावं हीच इच्छा आहे.'' स्वतःचा कठोर आवाज जरा मऊ वाटावा म्हणून ती हसली. ''हे तुझ्यासाठीसुद्धा आहे बरं का!'' तिनं माझ्याकडे पाहिलं आणि नंतर शांतता पसरली.

''तर,'' तिनंच शांततेचा भंग केला,''तुझी हरकत नसेल, तर आम्हाला काही महत्त्वाच्या गोष्टी बोलायला थोडा वेळ दे. आम्ही आमचा निर्णय दुपारपर्यंत सांगतो तुला.''

''पण मी माझ्या आई-वडिलांना काय सांगू? जाताना माझ्या भावाकडे काहीतरी निरोप असला पाहिजे. गावातून शेवटची बस सात वाजता जाते.''

''त्यांची लग्नाला संमती आहे हे आम्हाला कळलं. आर्थिक गोष्टीत भार उचलणार नाही, तर मग त्यांना कसली काळजी आहे?''

आजीच्या सडेतोड बोलण्यानं आईही चक्रावली.

''हो,'' व्लादिमीर पुटपुटला. ''आहेर देण्याघेण्याची पद्धत आहे ना पण. त्यांना काय भेटी मिळणार समजलं, तर त्यानुसार त्यांना परतभेटी देता येतील ना.''

''हं, ठीक, दोन्ही बाजूंनी काहीही देणंघेणं नाही. आम्हाला बल्गेरियन चालीरितींची तितकीशी कल्पना नाही. तसंही आमच्याकडे देण्यासारखं काही नाही. त्यामुळे आम्ही भेटी स्वीकारणारही नाही. आमच्याकडून शक्य झालं, तर आम्ही जोडप्यासाठी नवा संसार सुरू करण्यासाठी उपयोगी काहीतरी देऊ. जे लोक माहीतही नाहीत त्यांच्यावर खर्च करायला पैसे नाहीत माझ्याकडे. ही आमची पद्धत आहे.''

ते दोघे गेले आणि आजी आणि आईनं पुन्हा बोलणं सुरू केलं. आमच्या पोलीस ठाण्यातल्या भेटी आईनं जरा विस्तारानं सांगितल्या. त्यामुळे आजीलाही

व्लादिमीरशी लग्न हा बरा पर्याय वाटायला लागला.

"शहरातही लोक जिवाला भिऊन आहेत," आजीनं सुस्कारा सोडला, "त्यात आता जर्मन आल्यामुळे तर अधिकच घबराट पसरली आहे."

आई पुन्हा हुंदके देऊन रडायला लागली. तिच्यासाठी काही केलं नाही तर पुढे कसं होणार याची मला चिंता वाटायला लागली.

"मला वाटतं त्यांचं बरोबर आहे," मी म्हणाले. "मी लग्न केलं, तर आपण सारे सुरक्षित राहू."

आईनं निराशेनं सुस्कारा सोडला.

"प्रत्येक मुलगी कधी ना कधी लग्न करतेच," आजी तिला शांत करत म्हणाली. "आणि प्रत्येकाला प्रेम असलेल्याशीच लग्न करायला मिळतं असं नाही. हा निसर्गनियम आहे. बाकी सारं नशिबावर. महत्त्वाची गोष्ट अशी की नवरा-बायकोनं एकमेकांचा आदर करायला हवा. एकमेकांच्या आवडी-निवडी जाणून घ्यायला हव्यात, एकमेकांना मदत करायला हवी, चांगल्या-वाईट काळात साथ द्यायला हवी. व्लादिमीर आणि तू हे करू शकाल असं वाटतं तुला?"

तिने माझ्याकडे प्रेम आणि वेदनांनी भरलेल्या डोळ्यांनी पाहिले. मीही तिच्यापासून दूर जात होते. आम्हाला आमच्या इच्छेविरुद्ध सर्व करावं लागत होतं.

"मी प्रयत्न करेन," आवंढा गिळत मी म्हटलं. "किमान मला त्या किळसवाण्या चौकशांपासून तरी सुटका मिळेल. तेवढं तरी सुख मिळेल.'

मग असं ठरलं की मी येत्या रविवारी लग्न करायचं. आईचे पाय थरथरायला लागले, तसं आजीनं तिला झोपवलं, थंड पाण्याची पट्टी कपाळावर ठेवली. आई झोपल्यावर, शक्य तितक्या कमी खर्चात लग्नाचा सारा विधी कसा होईल यावर मी आणि आजीनं चर्चा केली. ती कोणाकडूनतरी पैसे कर्जाऊ मागून आणणार हे मला कळत होतं. त्या कर्जाऊ रकमेची जास्त चिंता वाटत होती, लोक काय म्हणतील याची फिकीर नव्हती.

"मी थोडं कापड खरेदी करेन," ती म्हणाली, "एक तरुण बाई आहे, अवघडलेली असताना मी तिची सुटका केली होती, ती तुझा ड्रेस बनवेल. या भागातली ती उत्तम शिंपीण आहे. तुझ्या आईच्या पसंतीला नाहीच उतरणार तो! असो. चल, आपण जाऊन जरा खरेदी करू. बघू या, काय मिळतं ते!" तिनं बूट घातले. "वधूच्या आजीनं चर्चमध्ये घालून जावे इतके काही हे बूट चांगले नाहीत," ती विनोदानं बोलली, "पण यानंच काम चालवून घ्यावं लागेल."

ती आणि आई नेहमी इतक्या टापटिपीनं राहायच्या, की आता चांगले कपडे घालता येत नाहीत, हे त्यांच्या दृष्टीनं किती क्लेशकारक असेल हे मला कळत होतं. अर्थात त्या दोघी याचा कधीच उच्चार करत नसत. आईला इंग्लंडमध्ये

फॅशनची किती आवड होती... ओक्टेव्हनं त्याच्या लग्नाचं छायाचित्र पाठवलं होतं, ते चांगलं होतं. माझं लग्न म्हणजे आमच्या कुटुंबाची शान घालवणार होतं.

दुकानातल्या बाईनं फारसं महाग नसलेलं पांढरं रेशमी कापड दाखवलं. आम्ही ते थेट शिंपिणीकडे नेलं. माझ्यासाठी ड्रेस बनवणं हा आपला सन्मान आहे, आणि ती यासाठी काहीही पैसे घेणार नाही, असं ती म्हणाली.

"तुम्ही माझी आणि बाळाची किती काळजी घेतली आहे, हे मी कधीच विसरणार नाही," ती आजीला म्हणाली.

दुसऱ्या दिवशी संध्याकाळी आईनं मला पुन्हा माप तपासण्यासाठी नेलं. तिची प्रचंड निराशा झाली. इथून सैल आणि तिथून घट्ट अशा शंभर सूचना दिल्या तिनं. त्या बिचाऱ्या शिंपिणीला आईला नेमकं काय हवंय तेच कळणं मुश्कील झालं, पण तिनं हवा तसा ड्रेस शिवून देण्याचं कबूल केलं. आईला सगळ्या गोष्टीत दोषच दिसत होते. त्यामुळे मला कससंच होत होतं.

समारंभ झाल्यानंतर माझ्या सासू-सासऱ्यांना जेवणासाठी बोलावता यावं म्हणून घरमालकिणीनं आजीला स्वयंपाकाच्या तयारीला मदत केली. माझं मन अस्वस्थ होतं. खूप, खूप आशा वाटत होती, की एक दिवस मला या नकोशा असलेल्या देशातून जाण्याची परवानगी मिळेल.

आई अजूनही ड्रेसबद्दल खूश नव्हती, पण तो चढवायला तिनं मला मदत केली. माझे केस ठाक-ठीक दिसावे म्हणून ते बांधले. जवळ राहणाऱ्या मुलीही आल्या. वधूला तयार व्हायला मदत करण्याची त्यांच्यात प्रथा आहे असं म्हणाल्या. पण त्यांना यायला उशीर झाला हे लक्षात येऊन निराश झाल्या.

"पण व्हेलचं काय?" त्यांच्यापैकी एकीनं विचारलं,

"हो, व्हेल तर पाहिजेच," बाकीच्यांनी दुजोरा दिला.

"अं... नाहीये माझ्याकडे व्हेल," मी म्हणाले. थोडी अस्वस्थता आली. हे काय चाललं होतं. माझ्या विवाहाचा दिवस असा काही असेल अशी कल्पना मी कधीच केली नव्हती. आमचं जीवन सुरळीत चालू राहावं म्हणून हा अजून एक उपचार आहे असं वाटत होतं. माझ्या मनात व्लादिमीरविरुद्ध काही नव्हतं, पण माझं त्याच्यावर प्रेम नक्कीच नव्हतं.

"व्हेलशिवाय कसली नववधू?" जमलेले सगळे म्हणायला लागले, आईला कसंनुसं झालं.

"तू माझ्यासाठी तयार केलेला टेबलक्लॉथ थोडाफार उपयोगी ठरू शकेल." आजीनं सुचवलं. आम्ही इंग्लंडहून निघालो, तेव्हा आजीला द्यायला आईनं क्रॉस्टीच केलं होतं. तेव्हा ती लेस बनवण्याच्या वर्गालाही गेली होती. आजीनं ते वापरलं

नव्हतं. व्हिएन्नाला जाऊन वापरता येईल अशा हिशेबानं तिनं ते विणकाम जपून ठेवलं होतं. त्यांनी ते बाहेर काढलं आणि त्याला फुलासारखा आकार दिला. त्यानंतर ते माझ्या केसात पिनांनी बसवलं, उरलेलं कापड माझ्या खांद्यावर रुळेल असं ठेवलं. बल्गेरियन कपड्यांचा विचार केला तर हा प्रकार बराचसा आधुनिक दिसत होता; पण मुलींना ते सुंदर वाटलं. मला अगदीच अस्वस्थ वाटत होतं. बहुधा मी खूप वर्षं नन्सच्या सहवासात राहिले होते आणि मला सगळ्यांच्या आकर्षणाचा केंद्रबिंदू असणं फारसं रुचत नव्हतं. हा दिवस कधी संपेल, पार पडेल असं झालं होतं. एकदा लग्न झाल्यावर काय होईल ह्याची चिंता मी आत्ता तरी करत नव्हते.

वधू किती सुंदर आहे, हे पाहण्यासाठी दाराबाहेर लोकांची गर्दी झाली होती, त्यामुळे अजूनच अस्वस्थ वाटलं.

घरमालकिणीनं फुलांचा गुच्छ माझ्या हातात कोंबला. "लागलाच तर," ती कुजबुजली. का ते मला कळलं नाही. मला नंतर कळलं, मुलाच्या आईनं फुलं देणं अपेक्षित असतं.

एक अनोळखी बाई माझ्या कानामागे लाल फूल लावायचा प्रयत्न करत होती, मी तिला थांबवण्याचा प्रयत्न केला.

"पण मी तुझी सासू आहे," ती म्हणाली, "आणि या फुलामुळे तू आणखीनच सुंदर दिसशील."

"ती सुंदर दिसते आहे," सगळ्यांनी विरोध केला," तिचा बुरखा बिघडवू नका. तिला फुलाची गरज नाही!"

"ती अजूनही आमचीच आहे, कळलं ना?" आजी त्या बाईकडे बघून स्मित करत म्हणाली. "लग्नानंतर द्या ना तिला हे फूल!"

माझे वडील किंवा भाऊ नसल्याने चर्चच्या प्रवेशद्वाराजवळ, माझ्या पतीला मला अर्पण करायचा सोहळा पार पाडण्याची जबाबदारी स्थानिक धर्मपिता म्हणून ओळखल्या जाणाऱ्या माणसावर सोपवण्यात आली. निकोला नावाचे प्रेमळ गृहस्थ तिथल्या सगळ्यांना नेहमी मदत करायचे. ते स्थानिक शाळेत अनेक वर्षं गणिताचे शिक्षक होते. पैसा आणि आर्थिक नियोजनात ते चतुर म्हणून ओळखले जायचे. नंतर ते मेझद्रा राष्ट्रीय बँकेचे अध्यक्ष बनले.

खास लग्नासाठी चर्चच्या मध्यभागी ठेवलेल्या एका मेजाकडे व्लादिमीर मला घेऊन गेला. हातात मोठा क्रॉस आणि बायबल. आम्हा दोघांच्या हातात मोठी मेणबत्तीही दिली होती. त्या दोन्ही मेणबत्त्या एकमेकांना पांढऱ्या रिबीनीनं सैलसर बांधल्या होत्या. मी स्वप्नवत हालचाली करत होते. माझ्या धर्मपित्यानं आमच्या डोक्यावर मुकुट ठेवले आणि आम्ही मेजाभोवती तीन फेऱ्या मारल्या. पवित्र मंत्र

म्हणताना धर्मगुरूनं आमच्या दिशेनं पवित्र उदबत्तीचा धूर येऊ दिला. हे सारं कोणा निराळ्या व्यक्तीबाबत घडतं आहे असं मला वाटत होतं. मी जणू बाजूला उभं राहून सारं काही बघत होते. धर्मपित्यानं मुकुट तीनदा बदलला आणि आम्ही दोघांनी बायबल, क्रॉस आणि धर्मगुरूंच्या हाताचं चुंबन घेतलं. त्यांनी आम्हाला तोंड भरून जाईल इतका ब्रेड आणि वाईनचा घोट दिला. त्यांनी अंगठ्यांबद्दल विचारलं, पण व्लादिमीर अंगठ्या विसरला होता. आत्तापर्यंत आईच्या डोळ्यांना खळ नव्हता; पण आता मात्र ती खवळली. ती वेगानं लोकांपुढे आली, स्वत:च्या हातातली लग्नाची अंगठी ओढून काढून तिनं ती माझ्या हातात घातली.

आम्ही दोघं नवविवाहित, चर्चच्या बाहेर आलो तेव्हा शुभेच्छा देण्यासाठी गर्दी जमली होती. घरी निघालो तशा रस्त्यावर दुतर्फा उभ्या असलेल्या लोकांनी आम्हाला शुभेच्छा दिल्या. आईला चाललेलं काहीच पटत नव्हतं. तुमची नात म्हणजे आत्तापर्यंत पाहिलेली सर्वांत सुंदर वधू आहे, असं पाहुण्यांनी म्हटल्यावर आजीचा ऊर मात्र अभिमानानं भरून आला. लोकांनी व्लादिमीरलाही तसंच सांगितलं.

"पण तोसुद्धा दिसायला काही वाईट नाही," व्लादिमीरच्या आईनं निषेध नोंदवला.

गर्दीत मला तोच पोलीस दिसला, तोच मला पोलीस प्रमुखाकडे ओढून न्यायचा. माझ्या काळजात धस्स झालं. आत्ता नाही... इतक्या सगळ्या लोकांसमोर नाही...

"सगळ्यांना तू कुमारी असल्याचं प्रमाणपत्र दाखवायला विसरू नकोस," तो उपरोधानं म्हणाला.

"मी त्याच्या तोंडावर ठोसा लगावणार आहे," व्लादिमीर पुटपुटला, पण मी त्याचा हात पकडून ठेवला आणि धर्मपिता त्या दोघांमधे आले. तरुणांचं एक टोळकं धावत आलं आणि त्यांनी पोलिसाला धक्का दिला. त्याचं तोंड चिखलानं भरलं.

आम्ही घरी आलो तेव्हा माझ्या आजीची थोरली बहीण आणि तिचे पती आले होते. त्यांना बघून मला अतिशय आनंद झाला. त्यांनी मला विवाहाची भेट म्हणून एक उबदार लोकरीचा रग दिला. एक किटली आणि एक सुंदर फुलदाणीही! आणलेले बाक आणि खुर्च्या आवारात ठेवल्या होत्या. नातेवाईक बसले होते तोवर घरमालकिणीच्या नवऱ्यानं बाहेरच्या लोकांना थोपवून ठेवलं होतं. माझी सासू फारशी खूश दिसत नव्हती.

"आमच्या गावात लग्न झालं असतं तर," ती म्हणाली, "प्रत्येकाला मनसोक्त खाणं-पिणं दिलं असतं."

"मग तुम्ही तिकडेच लग्न करायचं का नाही ठरवलंत?" आजीनं फटकारलं.

वादाला तोंड फुटण्याअगोदर मावसआजोबांनी सगळ्यांना ग्लास उंचावून खाली बसवलं.

टेबलाभोवती प्रत्येकाजवळ जाऊन, प्रत्येकाच्या हाताचं चुंबन घ्यावं म्हणजे त्यांनी दिलेले पैसे घेता येतील, असं सासूनं सुचवलं. त्या पैशातून आम्हाला नवं आयुष्य सुरू करता येईल, असंही ती म्हणाली.

माझ्या चेहऱ्यावरचे भयानक भाव बघून मावस आजोबांनी सुचवलं की पैसे आधुनिक पद्धतीनं जमा करावेत. टेबलाच्या मध्ये एक रुमाल ठेवावा आणि प्रत्येकानं 'गुडलक पेनी' त्यात ठेवाव्या.

"जास्त पाहुणे आले असते तर जास्त पैसे जमले असते," माझी सासू पुटपुटली.

समारंभ उत्तम झाला, हवा शांत होती. हळूहळू पाहुणे गेले. बऱ्याचजणांनी त्यांच्या खुर्च्या आणि टेबलं पण बरोबर नेली. शेवटी आम्हाला जगातल्या सर्वोच्च शुभेच्छा देण्यासाठी, आमच्या घरमालकिणीच्या नवऱ्यानं घरी तयार केलेल्या वाइनचा शांतपणे आस्वाद घेण्यासाठी आम्हाला आमंत्रण दिलं. आम्हाला जगातला सगळा आनंद मिळावा अशा शुभेच्छाही त्यांना द्यायच्या होत्या. आम्हाला त्यांची गरज होतीच.

"नवीन लग्न झालेले खरं तर मधुचंद्राला जातात," माझे मावसआजोबा म्हणाले. "पण काळ असा आहे, की फार कुठे लांब जाणं बरोबर नाही."

"माझं घरं इथंच कोपऱ्यावर तर आहे," व्लादिमीर हसला.

"नाही, नाही, आम्ही ठरवलं आहे, की तुम्ही मंगळवारपर्यंत आमच्या शहरातल्या घरात राहायचं. तुम्हाला शहरात फेरफटकाही मारता येईल आणि रस्त्याकडेच्या एखाद्या छानश्या कॉफीशॉपमध्ये कॉफी घेता येईल."

व्लादिमीर आनंदानं जवळजवळ ओरडलाच. "धन्यवाद, धन्यवाद. हे फारच छान!"

त्याच्या बोलण्यानं मी शहारले, पण बोलले काहीच नाही. सगळ्यांना खटकलं, पण कोणीच काही म्हणालं नाही. बोलायला काय उरलं होतं आता? मला जाणवलं, माझं बालपण अजून संपलं नव्हतं अचानक, मी विवाहित स्त्री झाले. अन् जबाबदाऱ्याही अंगावर पडणार होत्या. त्याबद्दल मला काहीच माहीत नव्हतं. जेमतेम एक वर्षापूर्वी मी छोटीशी, निष्पाप सुट्टीला निघालेली मुलगी होते आणि माझ्या भविष्याचं अचानक असं पर्यवसान कसं झालं?

वैवाहिक आयुष्य

दोन आठवड्यांनंतर, मी रात्रीचं जेवण बनवत होते, तेव्हा व्लादिमीर कामावरून घरी आला. अस्वस्थ दिसत होता. आल्यावर त्यानं हातातली पिशवी पलंगावर भिरकावली. एकही शब्द न बोलता परत बाहेर गेला. तो घरमालकाच्या मुलाशी बोलत असताना मी ऐकलं. पण नेमकं काय बोलत होते ते ऐकता नाही आलं, कारण नेमकी मी तेव्हा आमच्याकडे असलेलं थोडकं काचेचं सामान टेबलावर ठेवण्यात मग्न होते. त्यानंतर मुकाट्याने त्याची वाट बघत राहिले. मनात काही सुरू असेल तर विचार ठरला, की तो मला नक्की सांगेल असं वाटलं. परत आल्यावर तो खाली बसला. थोड्या वेळाने शांतपणे खायला लागला.

"कसा गेला दिवस?" संभाषणाला या प्रश्नानं सुरुवात होईल अशा आशेनं मी विचारलं, "जेवण ठीक आहे ना?"

"तू खाण्यापिण्यावर खूप खर्च करतेस," तो गुरगुरला. "स्वस्त भाज्या वापरून साध्या गोष्टी बनवत जा, माझी आई आठ भुकेल्या मुलांना मोठ्या भांड्यात मूठभर कडधान्य शिजवून द्यायची. तिच्या हातचं सूपही चविष्ट असायचं."

"मला माफ कर," मी वातावरणातला ताण हलका करण्याच्या उद्देशानं म्हणाले, आत्ता वादाला तोंड फोडण्याची इच्छा नव्हती, "मी अजून शिकतेय."

"मग लवकर शीक."

मग त्यानं मला सांगितलं की आम्ही घर बदलणार आहोत.

"ह्या घराहून मोठ्या घरात जायचंय?'

"मूर्खासारखं बोलू नकोस," त्यानं फटकारलं. "आपण दुसऱ्या गावात चाललो आहोत. इथून दोनशे कि.मी. वर असलेल्या दारूगोळा फॅक्टरीत सोमवारी सकाळपासून काम करण्यास मला सांगण्यात आलं आहे. खरं तर तुलाही हे नकोच

सांगायला. भिंतीलाही कान असतात.''

''माझ्या आईचं काय? तिला आपण भेटलो नाही तर ती काळजी करत बसेल आणि एकटीच असेल तर तिला त्रास द्यायला लागतील.''

त्यानं खांदे उडवले. ''बघू, थोड्या दिवसांनंतर तीही येऊ शकेल आपल्याजवळ.''

वडील-भावासारखीच मी आई-आजीलाही भेटू शकणार नव्हते, आमचा संपर्क तुटणार होता असाच याचा अर्थ होता का? मला भरून आलं, पण माहीत होतं व्लादिमीरला डोळ्यांत पाणी काढलेलं आवडायचं नाही. मला घरच्यांनी बिघडवलं आहे असं त्याचं मत होतं, आता मोठं झाल्यासारखं वागावं लागेल हे देखील ऐकवलं.

''आपलं सामान कसं हलवायचं?'' व्यावहारिक गोष्टींवर लक्ष केंद्रित करत मी विचारलं. ''आपण राहायचं कुठे? माझ्या पगाराचं काय? बुधवारशिवाय पगार हातात नाही येणार.''

त्यानं माझ्या एकही प्रश्नाचं उत्तर दिलं नाही; जेवणानंतर आम्ही सामान बांधायला सुरुवात केली. फक्त पलंग आणि पलंगपोस बाकी ठेवलं. त्या रात्री माझा डोळ्याला डोळा लागेना. व्लादिमीर झोपल्यावर मी रडून घेतलं. तेही श्वासाचा आवाज येऊ नये याची काळजी घेत... तेवढ्यानं व्लादिमीर उठला असता.

माझ्याबाबत जे घडलं होतं त्यावरून एक आनंदी, लहान मुलगी असलेली मी जिथं वाढले, त्या ओळखीच्या जगापासून दूर दूर जात होते.

दुसऱ्या दिवशी आम्ही नाश्त्याला कोरडा ब्रेड आणि टोमॅटो खाल्ले. सगळं सामान बांधलं होतं, त्यामुळे चहाही करू शकलो नाही. व्लादिमीर गाडीची व्यवस्था लावायला गेला होता, तोवर त्यानं मला थोडंसं नाखुषीनंच आईकडे जाण्याची परवानगी दिली. आजीनं लगबगीनं आम्हाला प्रवासात देण्यासाठी बाटलीभर कॉफी आणि सँडविच बनवली. आईला रडू आवरेना, तिला शांत करणं शक्य नव्हतं, मी घाईनं परत निघाले. त्या दोघी व्लादिमीरला निरोप देण्यासाठी माझ्याबरोबर आल्या. लवकरच दोघींनाही घेऊन जाण्याची व्यवस्था करेन असं व्लादिमीरनं त्यांना सांगितलं.

''खरं तर राजधानीच्या शहरात, दूतावास जवळ असेल तिथं राहणं फायद्याचं आहे. म्हणजे या देशातून जाण्याचे प्रयत्न तरी करता येतील.'' आजी म्हणाली.

आम्ही नव्या घरी, कझनलाकला पोहोचण्यासाठी, चौदा तासांचा प्रवास करायला सिद्ध झालो, लॉरीत स्वत:ला आणि सामानाला कोंबलं. तो सारा वेळ फार क्लेशकारक होता. चालकानं आम्हाला सांगितलं की त्याला प्रवाशांना पुढे बसवण्याची परवानगी नाही, त्यामुळे आम्ही मागेच चेमटून बसलो. वाटेत ठिकठिकाणी जर्मन सैनिकांनी थांबवून चौकशा केल्या... आम्ही कुठे चाललो आहोत, का चाललो

आहोत... व्लादिमीरच्या मातृभूमीतच आम्ही निर्वासित झालो होतो. सैनिक आम्हाला काय विचारत होते ते मला पूर्ण कळत होतं, त्यांची भाषा मला समजत होती, पण व्लादिमीर मला त्यांच्याशी बोलू द्यायचा नाही. त्यातल्या काहींबरोबर स्थानिक भाषेत बोलायला दुभाषे होते. त्यांनी केलेला अनुवाद अतिशय वाईट होता, पण मी चेहऱ्यावर काही म्हणता काही दाखवलं नाही, सारा वेळ मुकाटपणे खाली बघत बसले होते. मला त्यांचं लक्ष वेधून घ्यायचं नव्हतं आणि नव्या नवऱ्याचा राग ओढवून घ्यायचा नव्हता. तो फार तणावाखाली होता.

आम्ही भल्या पहाटे गावात पोहोचलो. व्लादिमीरकडे पत्ता होता, पण चालक आम्हाला तिथं घेऊन जाईना.

''इतकं सामान घेऊन मी गावातनं नाही जाऊ शकत.'' तो म्हणाला, ''जर्मन सैनिकांनी रहदारीचे नवे नियम लादले आहेत.

आम्ही रस्त्याकडेला असलेलं, मोडकळीला आलेलं एक रिकामं घर कसंबसं शोधलं. घराच्या आवाराच्या भिंती अर्धवट कोसळल्या होत्या. आम्ही सगळं सामान उतरवलं आणि चालक पसार झाला. मी तिथं थंडीत कुडकुडत एकटीच सामानाजवळ उभी होते, व्लादिमीर पत्ता शोधायला गेला. त्याला घर मिळालं; पण घरमालकानं इतक्या लवकर दार उघडायला नकार दिला. तो परत आला. आम्ही उरलेली शेवटची दोन सँडविच आणि गार कॉफी घेतली.

गावाला जाग येत होती. रस्त्यावर ये-जा करताना, सारे आमच्याकडे आश्चर्यानं बघत होते. थंडीमुळे माझे ओठ काळेनिळे पडत चालले होते. व्लादिमीर पुन्हा घरमालकाची मनधरणी करायला गेला आणि येताना एक हातगाडी घेऊन आला. यावरच आम्ही सारं सामान गावाच्या दुसऱ्या टोकाला न्यायचं होतं. आमचा पलंग, टेबल आणि खुर्च्या... सारं काही त्या हातगाडीवरच! आमची पंचाईत झालेली बघून एका छोट्या मुलानं गाढव आणि छोटी ढकलगाडी देऊ केली.

आम्हाला बघून घरमालक आणि त्याच्या कुटुंबाला बिलकूल आनंद झाला नाही. इतरांसारखंच त्यांनाही, पाहुण्यांसाठीच्या खोल्या भाडेकरूंसाठी मोकळ्या करण्याची काऊन्सिलनं आज्ञा दिली होती. त्यांना आमचं येणं आवडलं नाही हे दाखवायची कोणतीही संधी घरमालक अन् त्याचं कुटुंब सोडत नव्हतं.

सगळं फर्निचर घरात आल्यावर खोलीत फक्त स्टोव्ह ठेवण्याचीच जागा उरली अन् तो आमच्याकडे आत्ता तरी नव्हता. आवारात एक गार पाण्याचा नळ होता, तिथं भांडी आणि कपडे धुण्याची मला परवानगी मिळाली. या सगळ्या परिस्थितीत एकच गोष्ट चांगली होती, ती म्हणजे आम्ही आमच्या जुन्या शत्रूपासून, त्या पोलीस प्रमुखापासून खूप खूप लांब होतो.

थोडे दिवस आम्ही थंड अन्नावर काढले. जेव्हा माझ्या घरमालकिणीनं मला

तिचं 'उन्हाळी स्वयंपाकघर' वापरायला दिलं तेव्हा काहीसं आश्चर्यच वाटलं. माझ्याइतकी लहान मुलगी सगळ्या गोष्टी स्वच्छ, नीटनेटक्या ठेवण्यासाठी इतका प्रयत्न करतेय हे बघून तिचं हृदय द्रवलं असावं. ते उन्हाळी स्वयंपाकघर म्हणजे चुलीवर दोन लोखंडी चकत्या असलेली, छप्पर असलेली जागा होती. लाकडं फोडणं मला फार जिकिरीचं काम वाटलं, कारण ते करताना लाकूड सारखं उलट माझ्या अंगावर येत असे. त्यामुळे डोकं आणि हातांना जखमा होत. चूल फुंकता फुंकता धाप लागत असे. धुरानं डोळ्याला धारा लागत असत. माझे हे प्रयत्न बघून घरमालकिणीची मुलं माझी नक्कल करत आणि चिडवत. जाळावर अन्न शिजवल्यानं भांडी काळीकुट्ट होत.

व्लादिमीर त्याच्या कामाबद्दल कधीच बोलायचा नाही आणि मीदेखील त्याला प्रश्न विचारणं आताशा बंद केलं होतं. त्याची तिथल्याच काही लोकांशी ओळख झाली. त्यांच्याशी तो बरेचदा गप्पा मारत असे. मी मात्र आज्ञाधारक पत्नीसारखी घरीच राहायची. बाहेर जाऊन काही खरेदी करावं म्हटलं तर माझ्याकडे पैसे नसायचे. आम्ही इथं येऊन एक महिना झाल्यावर व्लादिमीरनं सांगितलं, की भाज्या आणि फळं टिकवण्याच्या कारखान्यात त्यानं माझ्यासाठी काम बघितलंय.

"मला मिळणारे पैसे आपल्या दोघांना पुरेसे नाहीत," तो म्हणाला.

मी उत्तर दिलं नाही. बाहेर दिवसभर काम करायचं आणि मग घरी येऊन स्वयंपाक आणि घरकाम... हे सारं किती अवघड जाणार हे मला कळत होतं. तो कधीकधी एकमेव गोष्ट करायचा, दोनेक दिवस पुरतील इतकी लाकडं फोडून ठेवायचा.

मला बघून कारखान्याचा मालक फारसा खूश झाला नाही.

"काम अवघड आहे," त्यानं सांगितलं. "बरण्या असलेल्या पेट्या उचलण्याचं."

"मी मनापासून प्रयत्न करेन," मी म्हटलं आणि काही दिवसांतच बर्फासारख्या थंड पाण्यात बुडवलेल्या बाटल्या आणि बरण्या धुवू लागले. हात आणि पाठीत वेदना व्हायच्या. बोटं तर अशी ताठ व्हायची, की घरी गेल्यावर जेवणासाठी भाज्या चिरणंही अशक्य व्हायचं. कारखान्यातल्या बाकीच्या बायका मला सारख्या हसत असायच्या.

"आमच्या वयाची होईपर्यंत सवय होईल तुला या कामाची," त्या चेष्टा करायच्या.

व्लादिमीरकडे तक्रार करायची माझी हिंमत व्हायची नाही. तशी केली तर तो किती संतापेल हे मला माहीत होतं. थंडी सुरू झाली, बर्फ पडू लागला तरी आम्ही एका तंबूच्या आश्रयानं काम करत राहिलो. मी सारखी आजारी पडायचे. खाणं जायचं नाही, नेहमी उलट्यांनी बेजार व्हायची. संध्याकाळी घरची कामं करायला

अंगात त्राणच उरायचं नाही.

एका सकाळी बाहेरच्या मोरीवर उलटीनं हैराण झालेले असताना, घरमालकिणीनं डॉक्टरकडे जायला सांगितलं.

"माझ्याकडे डॉक्टरकडे जायला पैसे नाहीत," मी तिला सांगितलं. "मी लवकर बरी होईन, काळजी करू नका."

मी घाईनं घरी परतले, पण ती दार वाजवत आली. तिला आत येऊ देणं व्लादिमीरला आवडलं नाही.

"उद्या मला पगार मिळेल," तो म्हणाला. "मग मी तुमचं भाडं देईन."

"त्यासाठी नाही आले मी," ती म्हणाली."मला वाटतं तुम्ही तुमच्या बायकोला डॉक्टरकडे न्यायला हवं."

"ती चांगली ठणठणीत आहे,लवकर बरी होईल."

"मी काय म्हणते आहे ते तुम्हाला कळत नाहीये बहुतेक," ती म्हणाली, "मला वाटतं आता तुमचं कुटुंब वाढणार आहे."

"आम्हाला आत्ताच मोठं घर परवडणार नाही," तो उतावीळपणानं म्हणाला, "तिच्या आईला जरा वाट पाहायला लागेल."

"तुम्हाला बाळ होणार आहे." आमच्या दोघांच्या आश्चर्यचकित चेहऱ्यांकडे बघून हसत ती म्हणाली. "ओह्, ओह्, तुम्ही तरुण लोक..."

माझा चेहरा लाजेनं लालबुंद झाला तिनं व्लादिमीरशी बोलता बोलता माझ्या खांद्याभोवती हात ठेवला.

"तू तिची खूप काळजी घेतली पाहिजेस आणि तिला घरकामात मदत केली पाहिजेस. लाकडं फोडणं, पाणी भरणं हे सारं तू करायला हवंस आता."

मी कापडाच्या कारखान्यात काम म्ळिवण्यासाठी प्रयत्न करायचं ठरवलं. ते जास्त सोपं असेल असा माझा अंदाज होता. मी जेव्हा व्लादिमीरला हे सांगितलं तेव्हा त्याला फारसं पटलं नाही.

"तू फारच मनमानी करतेस," तो म्हणाला, "माझ्या परवानगीशिवाय तुला काय पाहिजे ते परस्पर करत असतेस."

"मी आता विचारते आहे ना तुला," त्याच्या प्रतिक्रियेचं आश्चर्य वाटून मी म्हटलं. बायकोच्या प्रत्येक क्षणावर आपलाच अधिकार आहे असं वाटणाऱ्या जुनाट विचारांच्या नवऱ्यांसारखा वागला की मला तिरस्कार वाटायचा त्याचा.

"या कारखान्याबद्दल कोणी सांगितलं तुला?"

"माझ्याबरोबर काम करणाऱ्या एका बाईनं."

"अनोळखी लोकांशी बोलायचं नाही असं बजावलं आहे मी तुला."

"ती अनोळखी नाही, मी काम करते तिच्याबरोबर."

"मला आधी तिला भेटायला हवं."

"उद्या कारखान्यात ये आणि भेट तिला."

तो इतका का चिडला होता तेच मला कळलं नाही. मी काहीही केलं तरी तो वैतागायचा. दुसऱ्या दिवशी तो माझ्यामागे कामावर आला, पण काही बोलला नाही. आठवड्यानंतर त्यानं मला सांगितलं, की मी त्या कापड कारखान्यात गेले असते तर बरं झालं असतं, कारण हा साठवणुकीचा कारखाना आता बंद होणार आहे. जर्मनांच्या ताब्यात जाणार आहे.

आता त्याची परवानगी मिळाल्यावर मला नवी नोकरी मिळाली. कापडाच्या एका रिळापासून दुसऱ्या रिळापर्यंत धावण्याची... रात्रपाळीचं काम... मी थकून जात असे. पण काही गोष्टी जमेच्या होत्या. मी उघड्यावर काम करत नव्हते आणि भिजत नव्हते.

बाळाबद्दल सल्ला विचारण्यासाठी आईला पत्र लिहिलं आणि व्लादिमीरला आजीचं उत्तर आलं. मी आणि बाळ सुखरूप राहावं म्हणून मला ताबडतोब बाळंतपणासाठी परत पाठवून द्यावं, असं तिनं पत्रात लिहिलं होतं. माझ्या सासूला, ती रेल्वे कामगाराची बायको असल्याने रेल्वेची मोफत तिकिटं मिळाली. तिनं मला पोहोचवायचं कबूल केलं. त्यामुळे तीही सोय झाली. जगात ज्या दोन माणसांचं माझ्यावर निरतिशय प्रेम होतं, त्यांच्या जवळ जाण्याच्या कल्पनेनं मी सुखावले.

माझ्या पहिल्या मुलीचा जन्म झाला त्या दिवशी आई, आजी इतक्या आनंदून गेल्या होत्या... त्यांना मी इतकं आनंदी आजवर कधीच पाहिलं नव्हतं. त्या न थकता कौतुकाचा वर्षाव करत होत्या. मी एकटीच जगातली एकमेव भाग्यवान मुलगी होते असं मला वाटायला लागलं. बाळ अनुपम सुंदर होतं, आम्ही तिचं नाव ग्लोरिया ठेवलं.

बल्गेरियन रितीनुसार, दोन महत्त्वाचे दिवस साजरे करायचे असतात. जन्म झाल्यानंतर तिसरा दिवस आणि चौदावा दिवस. या दिवशी धर्मसंस्कार करतात आणि जेव्हा बाळाला तिसऱ्या दिवशी आजूबाजूच्या बायका भेटी आणत. लंगोट धुवायला साबण, घरी विणलेले-बनवलेले लहान बाळाचे कपडे, मोजे, घरी बनवलेले केक, बिस्किटं, मिठायाही. सारी दुपार भविष्याचा आनंद आणि भरभराटीच्या, भविष्याच्या शुभेच्छांनी संपत असे. सूर्यास्तापर्यंत सगळ्यांनाच घरी परतायचं असे, रात्री दुष्ट आत्म्यांना प्रवेश मिळू नये म्हणून दारं घट्ट लावली जायची.

माझी सासू समारंभासाठी आली नाही, म्हणून सगळ्या बायकांनी तिला खूप नावं ठेवली. इतकंच काय पण ती बाळाच्या चौदाव्या दिवशीच्या धर्मसंस्काराला, नामकरणालाही आली नाही. मला नंतर कळलं की लहान बाळाचं कुटुंबात येणं हे

जरी शुभलक्षण असलं तरी ही माणसं पहिलं बाळ मुलगा असावा अशी अपेक्षा करतात. काऊन्सिलला परदेशी नाव मान्य नव्हतं, पण माझे धर्मपिता, ते सुशिक्षित होते, सारे त्यांचा आदर करत, त्यामुळे त्यांचं म्हणणं डावलायचं कोणी धाडस केलं नाही. खूप भेटी आल्या आणि पैशाची रासही.

मी सेवेला नसल्यानं व्लादिमीर अस्वस्थ होत होता. मला आणि ग्लोरियाला परत आणावं म्हणून तो त्याच्या आई-वडिलांना निरोपांवर निरोप पाठवू लागला. माझ्या सुदैवानं सासू-सासरे खूप व्यस्त होते, मला नेण्यासाठी यायला त्यांच्याकडे वेळ नव्हता. तितके दिवस मला आई-आजीकडून लाड करून घेता आले. छोटी लॉरी – मी छोकरीला लॉरी म्हणायचे – दोन महिन्यांची झाली तेव्हा त्यांना मला घेऊन जायला शेवटी एकदाचा वेळ मिळाला. बाळ मोठं आनंदी, गुटगुटीत होतं.

व्लादिमीरची पंधरा वर्षांची बहीण मसलिन्का प्रवासात तिच्या आईबरोबर आली. ती चांगली मुलगी होती, थोडीशी वेडी. कुठल्यातरी दंतकथेत असावे तसे कपडे घालायची. तिचं सर्वांत मोठं स्वप्न होतं ते म्हणजे शहरातल्यांसारखे कपडे घालायचे. मला पाहिल्या पाहिल्या तिनं विचारलं, ''तू रोज हे कपडे घालतेस?''

''माझ्याकडे दुसरे नाहीत,'' मी तिला सांगितलं. ''मी हे बल्गेरियाला येताना आणले होते.''

छोट्या लॉरीला हवेत पाय उडवताना बघून सासू भयचकित झाली, ''पायात काहीच घातलं नाहीस हिच्या? पाय वाकडे होतील ना, पाठीचा मणका मोडेल.'' ती म्हणाली.

''असं काही होणार नाही,'' आजीनं ठामपणे सांगितलं, ''ती बाळसेदार, गुटगुटीत आहे.''

''मी तुला दाखवते बाळाला कसं गुंडाळायचं ते, मला अकरा मुलं झाली आहेत. मी अगदी आदर्श आई आहे.

''त्यातली पाच तीन वर्षांची होण्याआधीच वारली ना,'' आजीनं तिला आठवण करून दिली, हे जरा दुष्टपणाचंच होतं.

''ती देवाची इच्छा होती, त्याविरुद्ध आपण जाऊ शकत नाही.'

तिनं लॉरीला गुंडाळायला सुरुवात केली. लंडनच्या ब्रिटिश संग्रहालयात मी असं गुंडाळलेल्या ममी पाहिल्या होत्या. ती एखाद्या ओंडक्यासारखी ताठ झाली होती आणि आता... टिपेच्या आवाजात किंचाळत होती. मी रडत रडत माझ्या बाळावर दया करण्यासाठी व्लादिमीरच्या आईच्या इतक्या विनवण्या केल्या, पण तिनं माझ्याकडे लक्षही दिलं नाही.

''तुझा कोट घे,'' आईनं सांगितलं. आम्ही घाईनं धर्मपित्याकडे गेलो. परतताना

लॉरीचं किंचाळणं कानात घुमत होतं. इतकं काय झालं आहे ते बघायला बायकांनी गर्दी केली होती. मी घरात पाऊल टाकल्या टाकल्या सासूनं तोंडाचा पट्टा सोडला. पोरीला भूक लागलेली असताना मी तिला टाकून गेले असं ती म्हणायला लागली. आजी आणि धर्मपिता-पत्नी मदतीला आले आणि त्यांनी लॉरीला मोकळं करायला सुरुवात केली. तिला माझ्याकडे पाजायला दिलं.

सासू हस्तक्षेप करणार असेल तर मला व्लादिमीरकडे जाऊ द्यायला परवानगी नाही, असं आजीनं जाहीर केलं. सासूनं थोडा वाद घातला, पण आजीनं तिला समजावलं, की मी जरी लहान असले तरी तिनं आणि आईनं मला बाळाला कसं वाढवायचं, काळजी कशी घ्यायची हे शिकवलं आहे.

आमची अजून छान ओळख झाली नाहीये, हे सासूनं मान्य केलं. ''घरी करायला इतकी कामं असतात, प्राण्यांची देखभाल करायची असते, शेतावर जायचं असतं. आम्हाला वाटलं होतं आमचा मुलगा आमच्या खेड्यातल्या श्रीमंत मुलीशी लग्न करेल आणि ती आम्हाला पैशाची, कामात मदत करेल.''

''तुमच्या मुलानं आमच्या नातीची सर्वतोपरी काळजी घेण्याचं वचन दिलं आहे,'' आजी मधेच म्हणाली.

शेवटी सारेजण शांत झाले आणि जरा शहाणपणानं, शांत डोक्यानं बोलायला लागले. लॉरीच्या जन्माच्या वेळचे, आई-आजीच्या जवळचे दिवस माझ्या आयुष्यातले शेवटचे समस्या-वेदना-भय नसलेले दिवस होते. नंतर माझी मुलं मोठी होईपर्यंत असा आनंद पुन्हा कधीच मिळणार नव्हता.

मुलांची काळजी आणि अंधश्रद्धा

बाळाला घेऊन मी कझ्ञानलाकमध्ये पोहोचले तेव्हा अंधार पडला होता. स्थानकावर आमची कोणी वाट पाहत नव्हतं. आमच्याकडे सामानही खूप होतं. त्यामुळे सासू सामानापाशी थांबली मसलिन्का आणि मी घराकडे निघालो. आमच्या घराजवळच्या रस्त्यापाशी पोहोचलो, तेव्हा तिथं व्लादिमीर मजेत कोणाशीतरी गप्पा मारत होता. घरमालकीण मला बघताच धावत आली. लॉरीला तिनं माझ्या कडेवरून घेतलं.

"बघ," ती व्लादिमीरला म्हणाली, "तुझी छोकरी किती गोड आहे।"

व्लादिमीरनं लॉरीकडे नजर टाकली. "आई कुठे आहे?" त्यानं मसलिन्काला विचारलं, माझ्याकडे पाहिलंही नाही.

"तू आज येणार होतीस तर कळवलं का नाहीस?" घरमालक म्हणाला. "आम्ही हातगाडी घेऊन आलो असतो, सामानही आणता आलं असतं."

घरमालक हातगाडी घेऊन स्थानकाकडे निघाला आणि घरमालकीण माझ्याबरोबर आत आली. घरातली शेगडी चालू नव्हती हे बघून तिला आश्चर्य वाटलं. तिनं तिच्याजवळची थोडी लाकडं आणली अणि खोली गरम केली. आई-आजीनं दिलेलं अन्न मी गरम केलं आणि टेबल मांडलं. पूर्ण संध्याकाळ व्लादिमीर फक्त त्याच्या आई आणि बहिणीशीच बोलत होता. मी बराचसा वेळ बाहेर ताटं आणि लॉरीचे लंगोट धुवत होते. मला वाटलं की ते बरेच दिवसांत एकमेकांना भेटले नाहीयेत, त्यामुळे खूप गप्पा साठल्या असतील. पण मला आणि लॉरीला बघून त्याला आनंद झाला नाही हे लक्षात येत होतं, त्यामुळे वाईट वाटत होतं. मात्र आश्चर्य नाही वाटलं. लग्न झाल्या दिवसापासूनच त्याचा व्यक्ती म्हणून माझ्यातला रस कमी झाला होता. बायको म्हणून त्याच्या गरजा पुरवण्यापुरता माझा उपयोग होता.

खोली खूप छोटी होती. पाहुण्यांना झोपायला जागा करण्यासाठी टेबलावर खुर्च्या ठेवाव्या लागल्या. एक बैठक होती. नवरा आणि सासरचे बाहेर पेयपान करायला गेले, तोवर मी लाकडी बाकावर लिनन पसरलं. त्यातल्या त्यात बरं दिसावं म्हणून. इंग्लंडमधल्या माझ्या बिछान्याची आठवण येऊन एक दीर्घ सुस्कारा सोडला. पण, मग स्वत:लाच रागावले. युद्ध सुरू होतं आणि माझ्याकडे जे होतं त्यामध्ये मी समाधानी राहायला हवं होतं.

मसलिन्काला जवळच्या शहरात थोडे दिवस घालवायचे होते, त्यामुळे ते सारे पुढचे काही दिवस बाहेरच होते. त्या काळात मी घर पूर्वपदावर आणण्यासाठी काम करत राहिले. साफसफाई, धुणी हे सारं व्लादिमीरनं केलेलं नव्हतं. याबरोबर स्वयंपाक, लॉरीकडे बघणं, लाकडं फोडणं हाच माझा जीवनक्रम. माझ्या भविष्यात हे सारं असंच असणार होतं बहुधा. झालं एकच, की या साऱ्या कामांमुळे मला घडत असलेल्या दु:खद घटनांबद्दल विचार करायला फुरसत मिळत नव्हती आणि माझ्याबरोबर लॉरी होती माझं अनमोल बाळ... माझा ठेवा... लहान असताना मला मिळालेल्या साऱ्या साऱ्या प्रेमाचा वर्षाव मी तिच्यावर करत होते.

व्लादिमीरची एका शेजाऱ्याशी मैत्री झाली होती. त्याच्याकडे कबुतरं होती. त्यानं सांगितलं, की त्याला अगदी लहान असल्यापासून पक्षी हवे होते.

"घाण होते म्हणून आईनं मला कधी पक्षी पाळू दिले नाहीत," शेजाऱ्यानं सांगितलं, "बाबा म्हणायचे की पक्षी घरात ठेवले तर वाईट घडतं."

घरमालकानं त्या शेजाऱ्याला, घराच्या मागे आवारातला एक भाग दिला होता. तिथं त्यानं उरलेल्या लाकडातून एक छप्पर बनवलं होतं. मग त्यानं चार कबुतरं आणली. लवकरच त्यांची संख्या सोळा झाली. त्यांना मक्याचे दाणे घालायला लागत. युद्धामुळे बाजारपेठेत मक्याचे दाणे मिळणं दुरापास्त झालं होतं. बऱ्याच लोकांच्या जेवणातली ब्रेडची जागा त्या दाण्यांनी घेतली होती.

व्लादिमीर सारा वेळ त्याच्या नव्या मित्राबरोबर आणि कबुतरांबरोबर घालवायचा. स्वत:च्या गोंडस मुलीकडे बघायलाही त्याला वेळ व्हायचा नाही. घरी आल्याआल्या तो कबुतरांशी खेळायला खुराड्याकडे धावायचा. कबुतरांना हवेत उडवायचा आणि मग ती आज्ञाधारकपणे परत जमिनीवर येताना कशी गिरकी घेतात ते पाहत बसायचा. ज्या गोष्टीनं त्याला पछाडलं असेल, त्यात इतरांना ओढायचा तो नेहमी प्रयत्न करायचा.

"यापेक्षा जास्त काही चांगलं नाही का करू शकत तू?" एक माणूस म्हणाला.

''तू तुझ्या छोट्या मुलीबरोबरही खेळत नाहीस, का करतोस असं?'' दुसरा म्हणाला.

त्यांच्या बोलण्यानं व्लादिमीर वैतागायचा, पण तो अजून चिडेल या भीतीने मी काही बोलायची नाही.

एका संध्याकाळी, अख्खा दिवस पक्ष्यांबरोबर काढल्यानंतर, त्यानं मला सांगितलं, की मी आता काम करायला लागलं पाहिजे.

''माझी कमाई आपल्या तिघांसाठी पुरेशी नाही,'' तो म्हणाला. ''मला परवडतं त्यापेक्षा तू जास्त खर्च करतेस. मुलीसाठी कपडे, जादाचं दूध आणि तिचं खाणं पिणं... ''

''पण आई माझ्यासाठी खाण्याची पाकिटं पाठवत असते आणि आजी लॉरीसाठी कपडे शिवून पाठवते,'' मी खालच्या आवाजात म्हणाले. ''शिवाय मी कामावर असताना तिची काळजी कोण घेईल?''

''थोडे तास लॉरीला सांभाळण्यासाठी बाई बघता येईल. ती शांत आहे, हल्लीच्या दिवसांत, थोड्याफार पैशासाठी तिला कुणीही सांभाळेल.'

''पण मी तिला असं कोणाहीकडे नाही सोडू शकत.'' माझा प्राण कंठाशी आला होता. भीती वाटत होती. बाळापासून दूर होण्याच्या कल्पनेनं आवंढा दाटून येत होता. ''नीट लक्ष नाही दिलं तर आजारी पडेल ती.''

''पुन्हा मूर्खासारखं बोलायला लागलीस तू,'' तो उपहासानं म्हणाला. ''शेकडो बाळांना आई-वडील सोडून बाकीचे लोक सांभाळतात.''

''अं, माझी आई इथं असती तर...''

''इथं आपल्यालाच जागा पुरत नाही,'' त्यानं मला तोडलं, ''तसंही, तिला इथं आणणं आपल्याला परवडणार नाही.''

थोड्याच दिवसांत व्लादिमीरनं घोषित केलं, की त्यानं लॉरीला सांभाळायला बाई मिळवली आहे.

''ती कशी आहे हे बघता येईल का? तिच्याकडे घेऊन जाशील का मला?'' तो कबुतरांसाठी ब्रेडचा चुरा आणि दाणे तयार करत असताना तो म्हणाला.

''इतर बायकांसारखीच ती एक सामान्य बाई,'' माझी काळजी गुंडाळून ठेवत तो म्हणाला.

''तरी मला भेटायचं आहे तिला, ती कुठे राहते, कशी आहे, बघायचं आहे.''

''दिसत नाहीये तुला, आत्ता कसं जाणार, मी पक्ष्यांना खाऊ घालतो आहे.''

अन्न थंड झालं. मी वाट बघत होते. लॉरीला संध्याकाळची अंघोळ घालायची वेळ झाली. तो आत आला.

''चल आत्ता, उशीर होतोय. लगेच चल.''

आम्ही पोहोचलो तेव्हा ती बाई झोपायला निघाली होती. तिच्या छोट्या खोलीत, आम्हाला आत बोलवायची तिची इच्छा दिसली नाही. तिच्या पाठीमागे मी नजर टाकली. ''मला पहाटे लवकर उठायचं आहे,'' तिनं सांगितलं. ''एक बाळ माझ्याकडे पहाटे सहा वाजताच येतं.''

''तू किती मुलांना सांभाळतेस?'' मी विचारलं.

''तुमचं धरून तीन.''

''ती सगळी मुलं छोटी आहेत का? सगळ्यांची काळजी घेणं कसं जमतं तुला?''

''मला आठवतंय तेव्हापासून मी हेच काम करते आहे.'' ती हसली.

''फारसं स्वच्छ दिसत नाहीये,'' आम्ही घरी निघालो तेव्हा मी पुटपुटले.

''इतकं काही खराब नाहीये,'' तो म्हणाला. ''आपल्याला मिळालेली सर्वांत स्वस्त तीच आहे आणि आपल्याकडे काही पर्याय नाहीये.''

घरमालकीण थोडे दिवस सुटीवर होती. तोवर मी कामावर गेल्यानंतर लॉरीला सांभाळीन असं म्हणाली. शोधून शोधून शेवटी मला विणकामाचा कारखानाच मिळाला. येता-जाता एक तासाचा प्रवास. दोन दिवसात काम सुरू करायचं होतं.

कामाच्या दिवसाअगोदरच्या संध्याकाळी लॉरीसाठी पुरेसे लंगोट आणि खाण्याचं करून ठेवलं. काळजावर दगड ठेवून झोपायला गेले. रात्रभर डोळ्याला डोळा लागला नाही. सकाळी मी व्लादिमीरला म्हटलं, की लॉरीला तू घेऊन जा.

''नाही, ती तुझी जबाबदारी आहे.''

घरातून निघाले तेव्हा डोळ्यांपुढे अश्रूंचा पडदा ओढला गेला. माझ्या बाळापासून पहिल्यांदाच दूर निघाले होते आणि हातात इतकं सामान होतं की डोळेही पुसता येत नव्हते. माझ्याकडे झेपावणारे तिचे चिमुकले हात, रडण्याचा स्वर कानात घुमत होता ते... तिचा तो स्वर, स्पर्श सारं काही कारखान्यात सोबत घेऊनच गेले मी. यंत्र खूप आवाज करत होती, खूप वेगानं फिरत होती आणि मी काय करायचं आहे हे विचारण्याचाही अवधी नव्हता. मला समोर आहे ते काम करण्याशिवाय काहीच करणं शक्य नव्हतं. दहा तासांनंतर मी अक्षरश: त्या बाईच्या घराच्या दिशेनं पळत सुटले.

लॉरीचे डोळे रडून रडून लाल झाले होते. सुजले होते. तिच्या कपड्यांना वास येत होता आणि त्यावर डाग पडले होते. सारं सामान घेऊन मी घरी निघाले तेव्हा तिनं माझ्या मानेला घट्ट मिठी मारली. घरी पोहोचल्यावर मी तिच्यासाठी खाण्याचं बनवलं. दिवसभर काहीच पोटात न गेल्यासारखं तिनं खाणं पटकन संपवलं. रात्रीचं जेवण बनवलं आणि दुसऱ्या दिवशी लॉरीला लागेल म्हणून अजून खाणं बनवलं. त्यानंतर तिचे कपडे धुतले. घरकाम केलं. हे सारं उरकेपर्यंत खूप रात्र झाली होती.

दुसऱ्या दिवशीही तेच झालं. त्या बाईच्या घरापर्यंत पोहोचले, तर बाहेरूनच लॉरीच्या किंचाळण्याचा आवाज येत होता. माझं हृदय धडधडायला लागलं. तिला पाहिलं आणि मलाही किंचाळावसं वाटायला लागलं. तिचा चेहरा घाणीनं आणि अश्रूंनी भरला होता. नाक गळत होतं. ती पलंगावर पडली होती आणि तिला सांभाळणारी बाई दुसऱ्या बाळाला कडेवर घेऊन एका हातानं त्याला सूप घालत होती. मी तिच्याशी बोललेदेखील नाही. लॉरीला तिच्या दुपट्यात गुंडाळलं, लंगोट असलेली पिशवी उचलली आणि तिथून चालती झाले.

घरी पोहोचले, तेव्हा लॉरीच्या अंगात चांगलाच ताप आहे हे लक्षात आलं. सर्दी-खोकल्यानं तिला श्वास घेणं अवघड जात होतं. माझ्या आजीनं दिलेली औषधं शोध शोध शोधली; पण सापडली नाहीत. मग समजलं, व्लादिमीरनं ती त्याच्या मित्राला दिली होती. तीही मक्याच्या दाण्यांच्या बदल्यात! त्यातली काही औषधं तरी उरली आहेत का हे विचार म्हणून मी त्याला विनंती केली. पण त्यानं नकार दिला.

"मी एकदा जे दिलं आहे, ते कधीच परत मागणार नाही," त्यानं मला सांगितलं.

मला इतकी भीती वाटली. डॉक्टरकडे जाणं परवडणार नाही हे कळत होतं. लॉरीला श्वास घेताना खूप त्रास होत होता. घरमालकिणीला विचारलं, तिच्याकडे काही आहे का म्हणून... तिच्याकडे अर्धी ॲस्परीन मिळाली. मी लॉरीला गरम पाण्यानं अंघोळ घालायचं ठरवलं, आणि घरमालकिणीच्या लक्षात आलं, की घरात सुकलेली लाकडं नाहीयेत. "तुला शक्य तितक्या लवकर लाकडं तोडावी लागतील," तिनं माझ्या नवऱ्याला सांगितलं, "ही खोलीदेखील गरम केली पाहिजे."

"हो, हो, अर्थात," तो उपकार करत असल्यासारखा म्हणाला. "तू मला आधी का सांगितलं नाहीस?" माझीच चूक आहे असं घरमालकिणीला वाटावं म्हणून तो ओरडला. मी उत्तर दिलं नाही.

"तू कामावरून परत आल्यावर लाकडं तोडणं आणि इतर कामाला ताबडतोब लागायला हवं." घरमालकीण त्याला सांगत होती. "इतकं तरी कळायला पाहिजे तुला."

नंतर या साऱ्याचा त्रास भोगावा लागणार आहे, याची मला कल्पना होती. पण त्या क्षणी तरी लॉरीशिवाय दुसरं काहीच सुचत नव्हतं. लॉरीला शांत करून, झोपवल्यावर, मी तिचे खराब लंगोट पिशवीबाहेर काढायला लागले. तेव्हा माझ्या लक्षात आलं, हे मी पाठवलेले लंगोट नव्हतेच. ते जुन्या रकट्याचे फाडलेले धडपे होते. त्यावर कधीच न धुतल्यासारखे डाग पडले होते. माझी घरमालकीणही माझ्याइतकीच चिडली आणि काहीतरी कर असं व्लादिमीरला म्हणाली.

"ती बाई एक नंबरची चोर आणि लुच्ची आहे," ती म्हणाली.

व्लादिमीर म्हणाला की त्याच्या बहिणीला, मसलिन्काला थोडे दिवस बोलावू. ती जेव्हा हो म्हणाली तेव्हा मला इतका दिलासा वाटला. पण आठवड्याभरातच, मी घरी आले तेव्हा लॉरीचा हात खांद्यापासून लोंबकळत होता. मुडपल्यासारखा... तिला स्पर्श केला तरी असह्य वेदना होत होत्या. लॉरी पलंगावरून पडली होती. "निखळलेले अवयव जोडून देणारा एक जण मला माहीत आहे," घरमालकीण म्हणाली.

तिनं मला घराचा पत्ता सांगितला. उंच चिमणी असलेलं ते घर आमच्या घराजवळ होतं. तिला रस्त्याचं नाव मात्र आठवत नव्हतं. गुडघ्यापर्यंत बर्फ साठला होता. लॉरीला मी दुलईत गुंडाळलं आणि कच्च्या रस्त्यावरून चालू लागले. रस्त्यावरून गाड्यांची चाकं गेल्यानं रस्ते खराब, गुळगुळीत झाले होते. प्रत्येक पाऊल जपून टाकावं लागत होतं. पाय मुरगळण्याची जास्त भीती होती. भेटेल त्याला रस्ता विचारत विचारत त्या घरी पोहोचले, तर तो माणूस घरात नव्हता. त्याच्या बायकोनं आणि मुलांनी मला थांबायला सांगितलं. तो माणूस आत आल्याक्षणी त्यानं लॉरीच्या खांद्याला काय झालं म्हणून विचारलं. त्यानं तिला घेतलं आणि तिचा खांदा काळजीपूर्वक तपासला. नंतर तिचे दोन्ही खांदे झटका देत ओढले. तिला रडण्याचाही अवधी न देता, त्यानं स्वत:चे दोन्ही खांदे वर केले आणि तिलाही तसंच करायला सांगितलं.

"आता टाळ्या वाजव," तो म्हणाला आणि तिनं त्याचं ऐकलं.

"छान," तो हसला, "पण काळजी घे हं, पुन्हा पडू नकोस."

ते सारे मला घराकडे जाणारा जवळचा रस्ता दाखवायला बाहेर आले. इतकंच नाही तर घरी बनवलेलं शेळीच्या दुधाचं चीज दिलं. बाळाच्या हाडांसाठी चीज चांगलं असतं असं तो माणूस म्हणाला. दयाळूपणाच्या अशा छोट्या कृती कायम स्मरणात राहतात.

मसलिन्कानं सांगितलं की ती घरी जाते आहे. घरमालकिणीची मुलगी लहान बाळाला सांभाळेल अशी व्यवस्था तिनं परस्पर करून ठेवली होती. मला ते ऐकून बरं वाटलं. न विचारता अशी व्यवस्था लावल्यानं व्लादिमीरला मात्र संताप आला. अडचण एकच होती, ती म्हणजे माझ्याआधी जर व्लादिमीर घरी आला तर त्याच्यावर बाळ सोपवून आपलं काम संपलं असं समजून सांभाळणारी बाई घरी जात असे. तो कबुतरांशी खेळायला बाहेर जाताना लॉरीला घरी ठेवून बाहेरून कुलूप लावत असे.

१९४० साल आलं. माझ्या लक्षात आलं की मी पुन्हा गरोदर आहे. व्लादिमीरबरोबर रात्री घालवण्यात त्याच्या किंवा माझ्या दृष्टीनंही प्रेमाचा अंश नव्हता. त्याच्या प्राणी

म्हणून असणाऱ्या गरजा भागवण्याचा सारा कार्यक्रम असायचा. नवरा म्हणून तो त्याचा हक्क होता आणि आणि बायको म्हणून माझं कर्तव्य. ही बातमी कळल्यावर तो संतापला.

"हे माझं नाही," तो खेकसला,"हे माझं असूच शकत नाही. मी नेहमी काळजी घेतो. तुझा कोण प्रियकर आहे देवालाच ठाऊक."

त्यानं मला मारलं. इतकं मारलं की लॉरी जोरात ओरडायला लागली. घरमालक आले त्यांनी व्लादिमीरला थांबवलं. मला मदत करायला सदैव तत्पर असलेला, मला त्या पोलीस प्रमुखापासून वाचवणारा तरुण इतका बदलला... इतका की तो माझा तिरस्कार करू लागला. त्यानं माझ्यावर प्रेम केलं नाही तर ते मी समजू शकत होते, पण मला दुखापत करावी असं त्याला का वाटतं याचा उलगडा होत नव्हता. पुन्हा मी तो विषय काढला नाही, पण मी जड सामान उचलायला लागले, कामावर धावत-पळत जाऊ-येऊ लागले. हे-ते केल्यावर गर्भपात होतो असं कळलं की ते करू लागले. पण कशाचाच उपयोग झाला नाही. नवऱ्याकडून होणाऱ्या मारहाणीचाही उपयोग झाला नाही. ती आता नित्याचीच बाब बनली होती.

माझी अवस्था कामावरच्या बाईच्या लक्षात आली.

तिनं मला सांगितलं, की मी कामकरी स्त्रियांच्या डॉक्टरकडे तपासणीसाठी जावं. तसं केल्यानं मला बाळंतपणाची दोन-तीन आठवड्यांची रजा तरी मिळेल आणि रजेचे पैसेही. डॉक्टरनं मला अधिक काळजीपूर्वक वागायला सांगितलं आणि दूध, चीज, अंडी खायला सांगितलं. पण या गोष्टी बाजारात मिळणं मुश्कील होतं आणि काळ्या बाजारात त्या खूप महाग होत्या. या साऱ्या वस्तू मी अगदी कमी प्रमाणात आणायची, तेही लॉरीसाठी. त्याही व्लादिमीर खाऊन टाकायचा.

"माझं दूध कुठंय?" लॉरी रागावून विचारायची. ती आता बोलायला लागली होती.

"मला माहीत नाही," तिची रोखलेली नजर टाळत तो गुरगुरायचा.

"तुम्हीच प्यायलंत ते, मी पाहिलं ना," ती म्हणायची, त्यावर तो चिडायचा आणि हाताला येईल ते मला फेकून मारायचा.

"तुझीच चूक आहे, तू मला आधी सांगायला हवं होतंस."

लॉरी आता दोन वर्षांची झाली होती. पोर फार गोंडस दिसायची.

"तू तिला इतके चांगले कपडे घालत जाऊ नकोस, इतकं नीटनेटकं ठेवू नकोस," घरमालकीण मला सल्ला देत असे, "नाहीतर मग तिच्या चेहऱ्यावर तीट तरी लाव."

"का?"

"नजर लागते."

तिच्या या अंधश्रद्धांवर माझा काडीचा विश्वास नव्हता. अगदी तो प्रसंग घडेपर्यंत...

मी खरेदी करायला गेले होते, सोबत लॉरी होती. अचानक ती बोलायची थांबली, तिचा तोल जायला लागला. मला वाटलं की ती मुद्दाम करते आहे, माझ्या एका हातात भलीमोठी पिशवी होती, म्हणून मी तिचा हात जरा ओढला. माझ्या लक्षात आलं, तिचे डोळे निस्तेज दिसताहेत. मी तिच्याशी बोलायचा प्रयत्न केला, पण तिनं उत्तर दिलं नाही.

मी तिला घरी आणलं तेव्हा घरमालकीण बागेसमोरच होती.

"अरे देवा," लॉरीला बघताक्षणी ती म्हणाली, "हिला कोण्यातरी पाप्याची दृष्ट लागली आहे."

तिच्या सर्वांगाची आग आग होत होती, शुद्ध हरपत होती. मला तिला रुग्णालयात न्यायचं होतं, पण घरमालकीण म्हणाली, की तिनं लॉरीची नजर उतरवायचा प्रयत्न केला तर चालेल का... तिनं लॉरीच्या चेहऱ्यावरून तिचे दोन्ही हात फिरवले आणि तोंडानं काहीतरी विचित्र शब्द म्हणत होती.

"तिला जबरी भूतबाधा झालीय," तिनं मला सांगितलं. "मला मदत हवी आहे, तातडीनं."

मी इतकी भेदरले होते, की मी काहीही करायला तयार झाले असते. तिनं लॉरीला दुलईत गुंडाळलं आणि शेजारणीकडे नेलं. तिला या गोष्टीतलं बरंच कळत होतं म्हणे. आम्ही त्या बाईकडे निघालो, बागेत पोहोचलो तर ती दुसऱ्या कोणाशी तरी बोलत होती. अचानक वळली आणि म्हणाली, "अरे देवा! त्या निष्पाप लेकराला दृष्ट लागलीय."

घरमालकिणीनं लॉरीला दुलईतून बाहेर काढलं. "लवकर, नाहीतर फार उशीर होईल." ती म्हणाली.

त्या बाईनं माझ्या लॉरीच्या मस्तकाला हात लावला आणि काही विचित्र शब्द म्हटले. तिचे हात थरथरायला लागले. घरमालकीणही तेच करायला लागली. त्या दोघी काही कर्मकांड करत होत्या. मला त्यातलं काहीही कळत नव्हतं. बल्गेरियन गूढ दंतकथांमधलं काही असावं. लवकरच आमच्या शेजारणीचा शक्तिपात झाला आणि ती थकून खुर्चीत कोसळली.

"देवाची दया," ती पुटपुटली, "बाळ वाचलं."

लॉरीनं डोळे उघडले आणि ती हसली. "आपण इथं काय करतोय आई," जसं काही घडलंच नव्हतं अशा स्वरात तिनं विचारलं.

आम्ही घरी परतलो. तिला पॉटी हवी होती. काही तरी दुर्गंधीयुक्त, हिरव्या

रंगाचं बाहेर पडलं. घरमालकिणीनं मला लसणीची पाकळी दिली. लॉरीच्या गळ्याभोवती एका रिबिनीत अडकवून बांधायला सांगितली. तसं वचनच घेतलं तिनं माझ्याकडून. व्लादिमीर आला तेव्हाही ती आमच्याकडेच होती. मला वाटलं आता तो चिडणार. पण जेव्हा तिनं सांगितलं काय झालं होतं ते, तेव्हा त्यानं लॉरीला पटकन उचलून जवळ घेतलं. तिनं त्याच्या मानेभोवती हात टाकले.

"तुम्हाला मी आवडते, हो ना बाबा?" ती म्हणाली.

"अर्थात, मला आवडतेस तू," तिला खाली ठेवण्याआधी तो म्हणाला.

त्या रात्री, आम्ही झोपण्यापूर्वी, त्यानं मला सांगितलं की तिला इतकं छान नटवू नकोस आणि घरापासून फार लांबही नेत जाऊ नकोस.

दोन आठवड्यांनंतर मी बाळंतपणाची रजा काढली. चाळीस दिवस मला सत्तर टक्के पगार मिळणं अपेक्षित होतं. चाळीस दिवसांनंतर हे पैसे मिळणार होते, तोवर माझं मूल जिवंत असलं पाहिजे अशी अट होती. व्लादिमीर या मुलाला कधीच आपलं म्हणणार नाही, आयुष्यभर माझ्या बाळाला छळ सोसावा लागेल अशी मला भीती वाटत होती.

स्थानिक दाईच्या मदतीनं मी हेन्रिएटाला घरीच जन्म दिला. बाळ जन्मताना आईने आरडाओरडा केला नाही, अशी एकही प्रसूती तिने पाहिली नव्हती. शेजाऱ्यांना आमच्या घरी काय आणि कसं चाललं आहे हे इतरांना कळावं असं वाटत नव्हतं. त्यामुळे मी शक्य तेवढं शांत राहण्याचा प्रयत्न करत होते.

"आई कुठे गेलीय?" घरमालक लॉरीला सांभाळत होता, तिनं त्याला विचारलं.

"ती तुझ्यासाठी छोटीशी बहीण आणायला गेलीय."

हेनी लॉरीसारखीच होती. प्रफुल्ल. आणि ती अगदी तिच्या वडिलांवर गेली होती. प्रत्येक वेळी कोणी असं म्हटलं, की व्लादिमीरचा ऊर अभिमानानं भरून यायचा. सुरुवातीला त्यानं नाकारलेलं हे मूल त्याच्या गळ्यातला ताईत बनलं. गर्भपाताचे प्रयत्न फळले नाहीत म्हणून मी देवाचे आभार मानले. मात्र व्लादिमीरनं भलते-सलते आरोप करून माझ्या हृदयावर केलेली जखम कधीच भरून आली नाही. त्याचा माझ्यावर विश्वास नव्हता. त्याला वाटत होतं की मी फसवी होते, खोटारडी होते. अशी शंका घ्यायला माझ्या बाजूनं काहीही कारण नव्हतं.

हेनीच्या जन्मानंतर मी कामावर गेले नाही. दोन मुलांना सांभाळायला बाई ठेवली तर, खर्च खूप होईल हे मी व्लादिमीरला कसंबसं पटवलं. खरं तर मलाच माझ्या मुलांची काळजी घ्यायची होती. प्रत्येकजण त्याला सांगत असे, की मुलांची इतकी चांगली काळजी घेणारी बायको त्याला मिळाली हे त्याचं भाग्यच. मित्रांबरोबर

असताना त्याला ते पटत असे; पण घरी आला की तक्रार करायला काहीतरी कारण मिळायचंच.

आम्ही व्लादिमीरच्या घरी गेलो नव्हतो, त्यामुळे त्याच्या खेड्यात अफवा पसरायला लागल्या होत्या. मी इतकी कुरूप असणार की लोकांसमोर मला आणण्याची त्याच्या घरच्यांना लाज वाटत असणार. मी कुबडी असणार, कदाचित आमच्या मुलांमध्ये काही विकृती असणार. सासूच्या वाईट नशिबाची सगळे कीव करायला लागले होते. चिडून अस्वस्थ होऊन तिने सेंट डेला गावी आम्ही यावं असा आग्रहच धरला. ती संधी साधून मी दोन दिवस आधी निघाले आणि वाटेत आई-आजीला भेटले. त्यांनी मुलींवर प्रेमाचा वर्षाव केला. मला अजून थांबावं असं किती वाटत होतं!

व्लादिमीर आम्हाला दुसऱ्या दिवशी भेटला आणि आम्ही वीस मिनिटं रेल्वेनं प्रवास केला. त्यानंतर मात्र आम्हाला खडबडीत रस्त्यावरून तीन किलोमीटर चालावं लागलं. मुलं आणि सामान उचलत.

सासरी, घरातले सारेजण जमिनीवर झोपत असत. पण माझ्यासाठी आणि मुलांसाठी त्यांनी पलंग मागून आणला होता. झोपायची वेळ झाल्यावर घरच्यांनी वेताच्या चटया पसरून, त्यावर गोधडी टाकली. सगळ्या कुटुंबाला पांघरुण म्हणून हाताने विणलेली एक मोठी लोकरीची दुलई होती. ती मेंढ्यांच्या लोकरीपासून बनवली होती. दिवसा या दुलईचा उपयोग बस्कर म्हणून व्हायचा. धूळ खाली बसण्यासाठी ते अधूनमधून जमिनीवर पाणी शिंपडत असत. बाकी घरात लाकडी सामान म्हणजे घरी बनवलेलं टेबल, बाक आणि लहान मुलांसाठी तीन पायाची स्टुलं इतकंच होतं.

दिवस उजाडला तसे खूप लोक आम्हाला बघायला आले. नंतर दिवसभर चर्चमध्ये जाऊन आल्यावर, सारं गाव आवारात जमा झालं. ब्रेड खात, 'राकिया' पीत, एकमेकांना बाटल्या देत-घेत घुटके घेणं सुरू होतं. कुणाला वाईट वाटू नये म्हणून मीदेखील घुटके घेण्याचं नाटक करत होते. मला त्याची चव अजिबात आवडली नाही आणि दारू पिणाऱ्या लोकांचा मनस्वी तिटकारा वाटायचा. युद्धाच्या काळात गावात मिळायचा त्यापेक्षा हा ब्रेड किती चविष्ट होता. लोकांनी खायला इतक्या गोष्टी आणल्या होत्या, की सगळे गेल्यानंतरही आमच्याकडे खूप काही उरलं. माझ्या सासूसासऱ्यांनी मला तिथल्या लोककलेबद्दल सांगितलं, लोकनृत्य शिकवलं. माझ्या नवऱ्याचं नृत्यातलं कौशल्य बघून मी थक्क झाले. त्याच्या घरच्यांबरोबर किती आनंदी दिसत होता तो! मला पूर्वीच्या दिवसांची आठवण झाली. आम्ही पहिल्यांदा भेटलो होतो तेव्हाची! माझ्याबरोबर, माझ्या मुलींबरोबर

वडील, आई आणि ओक्टेव्हसह

ओक्टेव्ह आणि मी

घरी विणकाम करताना मी...
हेलन- ॲलीस डिअर

आईबरोबर...

हेलन-अ‍ॅलीस डिअर

पती व्लादिमीर

व्लादिमीर, त्याची आई आणि बहिणीसमवेत

माझं कुटुंब – व्लादिमीर आणि मुली

माझी चारही मुलं आजीसह

माझ्या आनंदी मुली

'मॅरेज ऑफ गोगोल'मध्ये रोझी

'द डेव्हिल्स प्युपिल'मध्ये हेनी

मुलगा मिकी

मोठी मुलगी लॉरी आणि माझी नातवंडं

२०००

२००२

असंच हसून खेळून वागला तर किती बरं होईल असं मला वाटलं.

दुसऱ्या दिवशी आम्ही व्लादिमीरच्या काकूला भेटायला सात मैल चाललो. त्या भल्या मोठ्या पिढीजात घरात राहायच्या. ते सगळे एकमेकांना आधार देत, मदत करत. जे कमवतील त्याची आपसात वाटणी करत इतकी आनंदात होते सारे! ते पाहून मी चकित झाले. त्याची एक काकू भविष्य सांगायची. मी तिच्या खोलीत पाऊल टाकण्यापूर्वी तिला कळलं होतं मी कोण आहे ते! तिला कोणी माझ्याबद्दल सांगितलंही नव्हतं.

"बिचारी पोर," ती म्हणाली, "तुला अजून बरंच काही सहन करायचं आहे, अजूनही वाईट घडायचं आहे, पण तू सगळ्या अडचणींवर मात करशील आणि मग तुझं आयुष्य एक चांगलं वळण घेईल, त्यानंतर जगणं बरंच सोपं होईल. तुझं नशीब जरा उशिरा उघडणार आहे; पण धीर सोडू नकोस."

तिची भविष्यवाणी तंतोतंत खरी ठरणार होती!

अंधाऱ्या तळघरात

व्लादिमीरला मिळणाऱ्या पैशात घरचे खर्च भागवणं म्हणजे तारेवरची कसरत असायची. घरकाम आटपल्यावर, सगळे झोपल्यावर, संध्याकाळी उशिरानं मी शिवण-टिपण करायचे, त्यातून चार पैसे गाठीला लागायचे.

युरोपभर युद्धाची झळ पोहोचत होती; पण माझे विचार मात्र आजचा दिवस पार पाडून उद्याची चिंता करण्याभोवतीच गुंतलेले असायचे. बाहेरच्या मोठ्या जगात काय चालू आहे, त्याचा विचार करायला माझ्यापाशी वेळ कुठे होता? मी रात्री काम करायची, तेव्हा बॉम्बिंग मिशनवर निघालेल्या, डोक्यावरून घोंघावत जाणाऱ्या ब्रिटिश विमानांचा आवाज कानावर आदळायचा.

मसलिन्काचं लग्न झालं आणि तिचा नवरा पेन्चो, माझा आणि व्लादिमीरचा चांगला मित्र बनला. बॉम्बहल्ल्यांच्या भीतीनं मसलिन्का, मुलं आणि माझ्यासाठी सुरक्षित घर बघावं म्हणून पेन्चोनं व्लादिमीरचं मन वळवलं.

"मी भाडं देईन," त्यानं व्लादिमीरला सांगितलं, "आणि त्यांना चांगलंचुंगलं खायला मिळेल हेही बघेन."

संध्याकाळी जागा शोधायला बाहेर जायचं ही कल्पना व्लादिमीरला फारशी रुचली नाही, पण मसलिन्कानं डोळ्यांत पाणी आणल्यावर त्याचा नाईलाज झाला. तिनं त्याची विनवणी केली, तिला बॉम्बची खूप भीती वाटते, अशा वेळी माझी सोबत तिला हवी आहे. एकटीला अनोळखी खेड्यात राहणं अशक्य आहे, असंही सांगितलं. शेवटी व्लादिमीरनं मान्य केलं. आम्हाला वीस किलोमीटर दूर एक खेडं मिळालं. तिथं जायचा एकमेव मार्ग म्हणजे घोडागाडी. पेन्चोनं आम्हाला पंधरा दिवस पुरेल इतका शिधा दिला.

ते खेडं म्हणजे रोमन कम्युनल बाथसारखं होतं. तिथल्या पाण्यानं सगळ्यांचे

आजार बरे व्हायचे असा समज होता. उन्हाळ्यात बरेच प्रवासी तिथं यायचे. पण आम्ही पोहोचलो तेव्हा थंडी चालू होती. गर्दी तशी कमी होती. आम्हाला दोन खोल्या मिळाल्या. मोठ्या खोलीत दोन पलंग होते आणि छोट्या खोलीत एक टेबल आणि कपाट. आवारात एका छोट्या छताखाली आम्हाला जेवण बनवता आलं असतं. सगळी कामं जरी मलाच करावी लागत असली तरी मला सुट्टीवर असल्यासारखं वाटत होतं. मुलं तर इतकी खूश होती. शिवाय मला व्लादिमीरचे मूड सांभाळायची गरज नव्हती. सगळ्यांना मुलीचा लळा लागला. ते सारे जवळच्या बागेत मुलींना फिरायला घेऊन जायचे. मसलिन्का दिवसातून तीनदा कपडे बदलायची आणि तिच्याकडे किती अन् काय आहे ते दाखवायची एकही संधी सोडायची नाही. सोफियातून बाहेर काढलेल्या इतरही काही बायका जाता-येता संध्याकाळी भेटायच्या. गप्पा मारायच्या. कधीतरी आम्ही ग्रामोफोन्सच्या धूनवर नृत्यही करायचो. गाणं सुरू राहण्यासाठी कोणालातरी तबकडी सारखी फिरवायला लागायची इतकंच!

एक दिवस दुपारी मी सार्वजनिक खाद्यगृहात गेले तेव्हा तिथं एक माणूस लपलेला दिसला. मी जोरात ओरडणार इतक्यात त्यानं मला गप्प बसण्याची खूण केली. तिथून पळ काढण्याच्या मिषानं मी वळले.

''कृपा कर,'' तो कुजबुजला, ''मी काही करणार नाही तुला, फक्त काहीतरी खायला हवंय.''

माझे हात थरथरत होते. त्याच्या हातावर सलामी आणि चीज ठेवलं. त्या काळात या दोन्ही गोष्टी दुर्मिळ पंचपक्वान्न होते.

''मला थोडा ब्रेड मिळेल का?'' त्यानं विचारलं.

माझ्याकडे फक्त दोन ब्रेड होते, पण त्यातला एक काढून दिला.

''आता जा इथून,'' मी म्हणाले, ''बाकीचे कोणत्याही क्षणी येतील.''

दिलेलं सारं त्यानं पिशवीत कोंबलं. त्यात अजून दाणे, मासे आणि सफरचंदंही घातली.

''जा आता,'' तो म्हणाला. ''आणि जिवाच्या भीतीनं तरी कोणाला काही सांगू नकोस.''

तो कोण होता, इतका गूढपणे का वावरत होता यातलं काही ठाऊक नव्हतं, पण तरीही मला मरणाची भीती वाटत होती. काडेपेटी शोधण्याच्या निमित्तानं मी काही मिनिटांसाठी आत गेले, परत बाहेर आले, तोवर अजून एक बाई तिथं आली होती. त्या माणसानं पॅन्ट्रीतलं सारं सामान त्याच्या पिशवीत रिकामं केलं होतं हे तिच्या लक्षात आलं. तो घाईघाईनं गेला असणार, कारण जाताना त्यानं कुंपणापाशी पिशवीतलं बरंच काही पाडलं होतं. ती बाई आरडाओरडा करायला लागली आणि घरमालक तिला शांत करण्यासाठी आला.

"संचारबंदी लागू झाली आहे," त्यानं सांगितलं, "आता रस्त्यांवर पोलीस आणि सैनिक येतील. त्यांचं आपल्याकडे लक्ष जाईल असं काही करू नका."

त्यानं आम्हाला स्वयंपाकघरात नेलं आणि सारं समजावून सांगितलं, की खेड्यात आलेले जर्मन अधिक सावध झाले आहेत, कारण त्यांचा संशय आहे, की जवळच्या जंगलात देशद्रोह्यांचा गट कारवाया करत आहे.

"त्यांचा संशय आहे की, आपल्यापैकी काहीजण त्यांना अन्न, कपडे आणि दारूगोळा देऊन त्यांना मदत करत आहेत," त्यानं सांगितलं. "ह्या चोरीबद्दल कुणाला काही सांगू नका. नाहीतर आपण देशद्रोह्यांना अन्न पुरवतोय असा अधिकाऱ्यांना संशय येईल."

गस्त आता नेहमीचीच बनत चालली होती. बल्गेरियन पोलीस आणि सैनिकांबरोबर नेहमी जर्मन असत. आम्ही ऐकलं की काही घरांची झडती घेण्यात आली होती आणि त्या घरांतून पुरुषांना हलवण्यात आलं होतं. मी विदेशी आहे हे ती लोकं शोधून काढतील अशी भीती वाटायला लागली. पण माझं बल्गेरियन आता अस्खलित झालं होतं; एखाद्या तज्ज्ञ जाणकाराला उच्चारातला फरक जाणवला असता.

थोड्याच दिवसांत, माझा अकरा वर्षांचा दीर स्टॅन्चो, निरोप घेऊन आला की व्लादिमीर आजारी आहे आणि त्याची काळजी घ्यायला माझी गरज आहे. दोन मुलं आणि सामान घेऊन खडकाळ रस्त्यावरून गाडीमधून जायचं या कल्पनेनंच मला धडकी भरली.

"मुलांना राहू दे," मसलिन्का म्हणाली. "पेन्चो आणि मी बघू त्यांच्याकडे."

"पण पेन्चो स्वतःच अजून लहान आहे."

शेवटी असं ठरलं की मी लॉरीला घेऊन जायचं, म्हणजे त्यांना फक्त हेनीकडे बघावं लागेल. प्रवास संपता संपत नव्हता. जेव्हा मी प्रत्यक्ष घरी पोहोचले, तेव्हा दिसलं की व्लादिमीर आवारात कबुतरांना दाणे टाकत होता.

"बाबा," लॉरी चीत्कारली, "आम्ही आलो." ती हात पसरून त्याच्याकडे धावली. त्यामुळे काही कबुतरं उडून गेली.

"तिथंच थांब, तू घाबरवशील त्यांना." तो ओरडला

मी आत गेले, खोलीची अवस्था बघून धक्काच बसला. सगळीकडे कपडे विखुरलेले होते, प्रत्येक भांडं, ताट, वाटी खराब झालं होतं. तिथं धुतलेला चमचाही मिळाला नाही. मला दुखणं आल्यासारखं वाटलं! सगळं काही आवरणं, त्याला पुढचे बरेच दिवस पुरेल इतकं अन्न बनवून ठेवणं, साफसफाई, हे सारं करेपर्यंत पहाट झाली होती. व्लादिमीर आणि लॉरी उठून त्यांच्या नाश्त्याची वेळ

होईपर्यंत मी दोन तास झोप घेऊ शकले. कामाला जाण्यापूर्वी व्लादिमीरनं मला बजावलं, की मी परत खेड्यात जावं, सामान आणि हेनीला घ्यावं आणि परत यावं. पेन्चो मसलिन्काची काळजी घेऊ शकतो, असं तो म्हणाला.

माझ्यानंतर एका आठवड्यातच मसलिन्का शहरात परत आली. पेन्चो सैन्यात गेला होता. जगणं जास्तच अवघड करत होते हे जर्मन! व्लादिमीरजवळ जाण्यासाठी, शहरात परत येण्यासाठी मला पास काढावा लागला. शत्रूपक्षाच्या देशातल्या विदेशी बाईशी लग्न केल्याबद्दल व्लादिमीरला कामाच्या ठिकाणीही बरंच काही ऐकून घ्यावं लागायचं. वृत्तपत्र आणि रेडिओ सदासर्वकाळ विदेशींविरुद्ध अपप्रचाराचे गरळ ओकत होते.

''शत्रूच्या विमानांचा आवाज ऐकू येतोय ना?'' शेजारी एकमेकांशी बोलताना मी ऐकलं.

''सारं काही फार धोकादायक बनत चाललंय,'' दुसऱ्यानं उत्तर दिलं.

''त्या शत्रूंपैकीच कोणीतरी आपल्यात राहत आहे... त्यांच्या अनौरसांना वाढवतंय!'' हे बोलताना त्या माझ्याकडे आणि मुलींकडे तीव्र कटाक्ष टाकत होत्या.

साऱ्यांची कुजबुज एक दिवस स्थानिक अधिकाऱ्यांपर्यंत पोहोचली आणि पुन्हा आम्हाला प्रश्नोत्तरांच्या कार्यक्रमाला बोलावलं गेलं. अगदी त्या पोलीस प्रमुखासारखंच. मी बल्गेरियन माणसाशी लग्न केलं आहे ही गोष्ट त्यांच्यासाठी तितकीशी महत्त्वाची नव्हती.

''तू बल्गेरियात का आलीस?''

''तुझे वडील कोण?''

''ते आहेत कुठे?''

''इथं राहण्यासाठी कोण पैसे पुरवतं तुला?''

''तू मुलांशी इंग्लिशमध्ये का बोलत होतीस?''

''तुझ्यावर काय काम सोपवलं आहे?''

माझ्या मुलांना इंग्लिश शिकवायचं नाही असं मला बजावण्यात आलं. कारण ते योग्य दिसत नव्हतं म्हणे. त्यामुळे जर्मनांना संशय आला असता; पण व्लादिमीरशी केलेलं लग्न माझ्या मदतीला येईल असं दिसत होतं.

झालं इतकंच की माझ्या बिचाऱ्या आईची आणि माझी ताटातूट झाली. तिची दोन्ही मुलं तिच्यापासून दूर गेली. तिच्या चौकशीसत्रांना शेवट नव्हताच. आई आणि आजी राहत होत्या, ती खोली त्यांना खाली करायला लावली होती. सोफियापासून जरा जवळच्या खेड्यात त्यांना राहायला पाठवलं गेलं. आजी अजून दाई म्हणून काम करायची, थोडंफार मिळवायची आणि आई शिवणकाम करायची.

नगण्य मिळकत व्हायची. त्या दोघी सतत पोलीस चौकशीला बोलावलं जाण्याच्या कधी न संपणाऱ्या सावटाखाली वावरायच्या.

मी पोलीस स्थानकातून परत आले तेव्हा व्लादिमीर घरी नव्हता. आज त्याच्या पगाराचा दिवस होता. याचा अर्थ त्याच्या मित्रांनी त्याला दारू प्यायचा आग्रह केला असणार. आता परत येईल तेव्हा त्याचा मूड ठीक नसणार. मुठी वळवूनच येईल तो. काय फोडेल काही नेम नाही. पण जेव्हा तो परत आला तेव्हा, मला चौकशीसाठी बोलावलं होतं, हे ऐकून तो जरा शांत झाला. एकाच वेळी त्याला रागही येत होता आणि काळजीही वाटत होती.

पत्नी म्हणून माझा अनुभव किती तुटपुंजा होता हे मी बाजारात गेले की उघड होत असे. तिथले शेतकरी नेहमी मला फसवत असत. इतर बायकांसारखी मला घासाघीस करायला जमायचं नाही. त्या साऱ्या सांगितल्याच्या जवळजवळ निम्म्या भावात खरेदी करायच्या.

१९४२ मध्ये व्लादिमीरला सांगितलं गेलं, की त्यानं टुलोवो नावाच्या गावात राहायला गेलं पाहिजे. एका पुरातन, घनदाट जंगलाजवळ हे गाव होतं. या जंगलात मोठमोठे ओक वृक्ष होते. इतके मोठे की पाच जण एकत्र येऊन खोडाभोवती उभे राहिले, तर एकमेकांचे हात कसेबसे पकडता यायचे. जंगल जवळ असल्यानं दारूगोळा कारखान्याला सुरक्षा मिळत होती. शत्रूची विमानं सोफियाच्या मार्गावर बॉम्बहल्ला करत असत. व्लादिमीरला तिथं जागा देण्याचंही आश्वासन दिलं गेलं. सगळ्या कुटुंबानेच तिथं जायचं ठरलं.

ज्या दिवशी आम्ही नव्या गावी निघालो, त्या दिवशी खूप गरम होत होतं. आम्ही पोहोचलो तेव्हा घर कुलूपबंद होतं. आमच्या नव्या शेजाऱ्यांपैकी कोणालाही आमची मदत करण्याची इच्छा, तयारी नव्हती. घरमालक कुठे गेले आहेत हेही सांगायला कोणी पुढे येईना. मी येईपर्यंत हलू नका असं सांगून व्लादिमीर कुठेतरी दिसेनासा झाला. कितीतरी तास उलटले. धूळही खूप होती. मुलांना तहान लागली होती. सहा तासांनंतर माझ्यासारख्याच घराबाहेर काढलेल्या दोन बायकांनी सांगितलं की त्यांनी त्यांच्या नवऱ्यांबरोबर व्लादिमीरला पाहिलं होतं.

"आम्हाला गाव सोडल्यापासून काही प्यायला मिळालं नाहीये," मी त्यांना सांगितलं. "मला दे ती बाटली, मी शोधते पाणी." माझ्या नव्या मैत्रिणींपैकी एक म्हणाली.

तिनं जवळचंच एक दार वाजवलं आणि काहीच उत्तर मिळत नाही असं बघून कुंपणावरून उडी मारून आत गेली, विहिरीतलं पाणी घ्यायला लागली. एक बाई ओरडतच बाहेर आली, "चोर, चोर, धावा!"

"गप्प बस, मी फक्त थोडं पाणी घेतेय," माझी मैत्रीण म्हणाली.

''या घरात घुसायची हिंमत कशी केलीस तू?''

''घुसले नाही मी, खूप वेळ दार वाजवलं, पण तुम्ही उघडलं नाहीत. तिथं एक बाळ पाण्याच्या थेंबासाठी तडफडतंय. कोणाला पाणी, अन्न नाकारणं हे पापच आहे.''

माझ्या बरोबरची बाई समोरचं दृश्य बघून हसत होती आणि आता आजूबाजूच्या घरातले लोक, आमचे बाकीचे शेजारी बाहेर यायला लागले होते.

''चला, उघडा दार, नाहीतर मी लाथ मारून उघडेन!''

घरातल्या त्या बाईनं ओरडणं थांबवलं आणि किल्ली घेऊन दार उघडलं. खरंच बाहेर बाळ आहे का हे बघायला ती बाहेर आली.

''अरे देवा,'' झाडाच्या सावलीत हेनीला बघून ती म्हणाली,''खरंच की!''

''या घराचे मालक कुठे गेले आहेत माहीत आहे का तुम्हाला?'' मी विनयानं विचारलं.

''नाही, मला काही माहीत नाही.'' माझे प्रश्न टाळण्यासाठी ती वळली.

''माहीत आहे तुला,'' माझ्या दोन्ही नव्या मैत्रिणी उत्स्फूर्तपणे ओरडल्या. ''ती बहीण आहे तुझी, हो ना?''

''ती माझी बहीण नाहीये, नणंद आहे. ती अंधार पडल्यावरच येईल आता. तुम्ही दुसरं कोणतं तरी घर शोधा राहायला.'' एवढं बोलून ती तिच्या घरात गेली.

दोन्ही बायकांनी परिस्थिती हातात घ्यायचं ठरवलं. त्या जेव्हा इथं आल्या तेव्हा त्यांनाही घर मिळायला असाच त्रास झाला होता. सारा गोंधळ निस्तरण्यासाठी त्यांनी महापौरांना पाचारण केलं होतं. आत्ताही त्या माझ्यासाठी तेच करायला गेल्या... आणि व्लादिमीरला पबमधून बाहेर आणण्यासाठीही... त्यांच्याइतकी हिंमत मला कधीच करता आली नसती. दहा मिनिटांत महापौर, व्लादिमीर, त्या बायकांचे नवरे, आमचा घरमालक आणि चीफ पोस्टमास्तर असलेला पेटको आणि खूप लोकांचा तांडा आमच्या दिशेनं आला. सगळे पुरुष कमालीचे शांत होते. बायका त्यांच्यामागे खिदीखिदी हसत होत्या.

महापौरानं पेटकोला आमच्यासाठी दार उघडायचा आदेश दिला. ''ही लोकं येण्याच्या वेळी तुला इथं यायला सांगितलं होतं,'' ते म्हणाले.

''मला पोस्टात जावं लागलं,'' तो कसनुसं हसत म्हणाला.

''सामान आत न्यायला आता मदत कर त्यांना!''

खोलीत पाऊल टाकलं अन् समोर आली खोकी, न धुतलेले कपडे आणि पसारा. माझे पाय लटपटायला लागले.

''हे सारं साफ का केलं नाही?'' पसारा बघून महापौरानं विचारलं. ''ही लोकं येणार हे तुम्हाला दोन आठवड्यांपासून माहीत होतं.''

"माझी बायको येईल आत्ता,' तो अडखळत म्हणाला, "ती आवरेल सारं."

"तू हा सारा पसारा आवरायला सुरुवात कर. आत्ताच्या आत्ता," त्याला आत ढकलत महापौरानं फर्मावलं. बाकीच्या लोकांनीही मदत करायला सुरुवात केली. आतला सारा पसारा आवारात टाकला. प्रत्येकजण पाण्याची बादली आणि झाडू घेऊन घर साफ करत होता, तेव्हा व्लादिमीर हेनीला घेऊन खाण्यापिण्याची व्यवस्था बघायला गेला. हे काम तो सहा तासांपूर्वीच करणार होता. घरमालकाची बायको परत आली, तेव्हा तिनं तक्रारीचाच सूर लावला, तसा महापौर तिच्यावरही बरसला. तिनं आम्हाला कुठे काय आहे ते दाखवावं आणि मुलांसाठी दूध, अंडी मिळण्याची व्यवस्था करावी, असंही खडसावून सांगितलं. त्या रात्री आम्ही आवारात बसून एकत्र जेवण घेतलं. घरमालकही आले होते, घरी बनवलेली राकिया घेऊन!

आठवड्यानंतर माझ्या घरमालकिणीनं, तानियानं मला सांगितलं, की मी आत्तापर्यंत तिला भेटलेली सर्वांत चांगली स्त्री होते. तिनं माझं नाव काऊंटेस असं ठेवलं होतं, कारण मी मुलांना रोज संध्याकाळी अंघोळ घालत असे आणि खोली पूर्वीपेक्षा अतिशय स्वच्छ ठेवत असे. शिवाय मी कोंबड्यांची कत्तल वगैरे अशी कामंही करू शकत नव्हते, त्यामुळेही असेल. त्यांच्याइतकं मी खाऊही शकायचे नाही. ती माझ्यावर घराची आणि सात-आठ वर्षांच्या मुलांची जबाबदारी टाकून खुशाल शेतात काम करायला जायची. तिच्या आवारातल्या भाज्यांच्या वाफ्यातून ताजी भाजी घेण्याची मला परवानगी होती. एखाद-दुसरं अंडंही...संध्याकाळी ती आम्हा सर्वांसाठी लोणी, दही, चीज बनवत असे. मी सगळ्यांसाठी म्हणजे आठही जणांसाठी जेवण बनवत असल्यानं, मला जे हवं ते करण्याची मुभा होती. दिवसा मुलं मला शक्य ती सारी मदत करायची. आपल्याला किमान गरम जेवण मिळतंय याची सर्वांना जाणीव असायची. शनिवारी दुपारी व्लादिमीर मेंढपाळाकडून लहान मेंढी विकत आणायचा, तानिया आठवड्याभरासाठी पाव बनवून ठेवायची. रविवारी आम्ही मागच्या अंगणात एकत्र जमून मजा करायचो.

मी आणि व्लादिमीर आता जरा निवांत राहू लागलो होतो. आम्ही अधिकाऱ्यांच्या नजरेपासून आता दूर आहोत असं वाटत होतं. आमचं बरं चाललं होतं आणि तेव्हा मला पुन्हा एकदा, अधिकाऱ्यांकडून आदेश आला. कझनलाक गावच्या काऊन्सिलसमोर मला बोलावण्यात आलं. टुलोवोपासून ते गाव बारा किलोमीटर दूर होतं. साऱ्या जुन्या, कटू आठवणी तरळून गेल्या. रेल्वेतून जाताना मी हेनीला माझ्यासोबत घेतलं. तिथं पोचल्यावर मला पोलीस स्थानकात जावं लागेल असं सांगण्यात आलं. माझा भीतीनं थरकाप उडाला. तिथं पोलीस अधीक्षकाबरोबर दोन जर्मन अधिकारीही होते. मला जर्मन येतं असं मी भासवू दिलं नाही. बल्गेरियनमध्ये भाषांतर करून माझ्यापर्यंत प्रश्न येईपर्यंत थांबून राहिले.

"तुझ्या वडिलांना शेवटचं कधी भेटलीस तू?"

"तुला आणि तुझ्या आईला त्यांनी किती पैसे पाठवले आत्तापर्यंत?"

"त्यांनी कधी पैसे पाठवले?"

"तुझा भाऊ कुठे आहे?"

"आणि कोण मदत करतं तुला?"

मी त्यांना सांगितलं, की दोघांबद्दल मला गेल्या कित्येक वर्षांत काहीच माहीत नाही.

"अशक्य, आम्हाला खरं काय ते सांग. तू आणि तुझ्या आईसाठी ते बरं ठरेल, कळलं?" ते म्हणाले.

मी हेनीला घेऊन स्वच्छतागृहात गेले होते तेव्हा त्यांनी माझ्याकडची पिशवी उलट-सुलट करून पाहिली. त्यात त्यांना आमच्या कुटुंबानं साजऱ्या केलेल्या एका पार्टीचं एक छायाचित्र मिळालं. त्यातल्या प्रत्येकाबद्दल त्यांना माहिती हवी होती.

"तू बल्गेरियन माणसाशी का लग्न केलंस?" एका जर्मन अधिकाऱ्यानं विचारलं.

"आम्ही प्रेमात पडलो."

"केवळ तेवढं एकच कारण?" दुसऱ्या जर्मन अधिकाऱ्यानं उपहासानं विचारलं.

"दुसऱ्या कुठल्याच कारणाचा मी विचार करू शकत नाही," मी उत्तर दिलं. "आम्ही एकमेकांशिवाय जगूच शकत नाही."

"हं..." ते एवढंच म्हणाले.

मी खेड्यात परतले तेव्हा लॉरी आणि तानियाची मुलं माझी वाट पाहत होती. त्यांनी हेनीला ठेवण्यासाठी बाबागाडी आणली होती आणि तिच्यासाठी ब्लँकेटही.

आम्ही घरी पोहोचलो आणि पुन्हा हास्यकल्लोळात बुडालो. तानियानं जेवण बनवलं होतं.

दर चार-सहा आठवड्यांत मला अधिकाऱ्यांसमोर हजेरी लावावी लागत असे. मी कुठे आहे, काय करते आहे, त्याची पूर्ण माहिती द्यावी लागे. थंडी वाढू लागली तशी दारूगोळा कारखान्याभोवतीची गस्तही वाढली. अधिकाधिक सैनिक परिसरात यायला लागले. ज्या शेतकऱ्यांची जंगलात जमीन होती, त्यांनाही तिथं जाण्याची परवानगी नव्हती. त्यामुळे पुरेसं लाकूड मिळत नव्हतं. मग लाकूड बाजारात विकायला नेणं तर सोडाच. त्यांचं जीवन अजूनच दयनीय होत चाललं होतं. सारं काही हातानं करावं लागे. घोडे आणि गाई तेवढ्या मदतीला असत. लोक सांगायचे, की युद्धापूर्वी श्रीमंत जमीनदारांकडे तर यंत्रही असत. पीक कापण्यासाठी हे जमीनदार यंत्र भाड्यानं द्यायचे आणि भाडं म्हणून धान्य घ्यायचे. प्रत्येक

शेतकऱ्याची हातातोंडाशी गाठ असे, उत्पन्नातला हिस्सा द्यावा लागे, त्याचा आगाऊ भरणा करावा लागल्याने कित्येकदा त्यांच्याकडे काहीच नसे.

रेडिओ सोफिया सोडून सगळी रेडिओ स्टेशनं बंद करण्यात आली होती. जर्मनांविरुद्ध सगळ्यांना भडकवण्याचा प्रयत्न रशियन करत होते. 'सुंदर' भविष्याची स्वप्नं दाखवत होते. आडवळणानं बल्गेरियन लोकांना जर्मनांविरुद्ध फितवण्याचा प्रयत्न करत होते. सगळे आपापल्या दिवे घालवलेल्या तळघरात बसून रेडिओ ऐकत असत. एक वाक्य आमच्यापर्यंत पोहोचण्यासाठी कधीकधी अर्धा तास लागत असे. व्लादिमीरनं मोठ्या प्रयत्नांनी बीबीसीवरच्या बातम्या आम्ही ऐकू शकू अशी व्यवस्था केली होती. अर्थात असं करणं खूप धोकादायक होतं. पण ब्रिटिश काय म्हणतात हे व्लादिमीरला जाणून घ्यायचं असायचं. मी त्याच्यासाठी अनुवादकाचं काम करायची. या अशा तऱ्हेनं चोरून रेडिओ ऐकताना कोणी पकडलं गेलं तर ते लोक नाहीसेच व्हायचे. तो साऱ्या माहितीचा काय आणि कसा उपयोग करून घेणार आहे या विचारानं मला खूप भीती वाटायची. बरेचदा मी सांगायची की ते काय म्हणतात मला कळत नाही. असं म्हटलं की तो भडकायचा. पण तो माझ्यावर खूप ओरडू शकायचा नाही, मारू शकायचा नाही, कारण कोणीतरी ऐकण्याची भीती होतीच.

रात्रीच्या वेळी कझानलाकवर बॉम्बहल्ल्यांचा आवाज यायचा. (टुलोवो जवळच्या जंगलात दारूगोळा कारखाने असतील याची कल्पना मित्र राष्ट्रांना कधीच आली नाही.) तानियानं जेव्हा मला विचारलं की मला रात्री शांत झोप येते का, तेव्हा मी हो म्हणाले, अन् तिनं पुढं काही विचारलं नाही.

मला फिरायला, स्नानाला बरोबर घेऊन यावं म्हणून खेड्यातले बाकीचे व्लादिमीरला नेहमी आग्रह करायचे, पण तो नेहमी नकार द्यायचा. दोन वर्षात, टाऊन हॉलला रिपोर्ट करण्याचं सोडलं तर मी बाहेर म्हणून पडले नव्हते. टुलोवोपासून तीन किलोमीटरवर खनिजमिश्रित पाण्याचा झरा असलेलं स्नानगृह होतं. पण तिथंही मी जाऊ शकले नव्हते.

आम्ही या खेड्यात आल्यानंतर, दोन वर्षांनी, १९४४ च्या उन्हाळ्यामध्ये तानिया आणि पेट्कोला जंगलातल्या काही भागात थंडीसाठी लाकडं तोडण्याची परवानगी मिळाली. पेट्कोनं तीन तासांसाठी पेट्रोलवर चालणारी करवत भाड्यानं घेतली होती. तेवढ्या वेळात जास्तीत जास्त काम करण्यासाठी त्यानं व्लादिमीरला मदतीसाठी बोलावलं. तानिया म्हणाली, मुलांसोबत आपणही जाऊ, म्हणजे छोटीशी सहलच होईल. मला बाहेर नेण्याची कल्पना व्लादिमीरला तितकीशी रुचली नाही.

"च्, येऊ दे, ती इथं अहोरात्र काम करणारी कैदी झाली आहे," तानिया म्हणाली.

मुलंही हट्ट करायला लागली आणि शेवटी तो कबूल झाला. दुसऱ्या दिवशी सकाळी आम्ही अवजारं आणि खाणं गाडीत भरलं. आरामात बसता यावं म्हणून तानियानं गाडीत बस्करंही घातलं. घोड्याऐवजी गाडीला गाई जोडल्या होत्या. घोडे मिळणं शक्यच नव्हतं. गायींबरोबर पुरुष आळीपाळीनं चालत होते. इटालियन मित्रांबरोबर आम्ही किती मजा करायचो ते मुलांना सांगावं असं किती वाटलं मला! पण माझ्या तोंडून शब्द निघाला नाही. भूतकाळाबद्दल काही उच्चारायची हिंमतच नव्हती माझ्यात. तो अत्यंत सुखकारक सहलीचा दिवस होता.

परतताना आम्हालाही चालावं लागलं, कारण आता गाडीत लाकडं होती. येताना आम्हाला मिनरल बाथला जाऊन आलेल्या काही स्त्रिया भेटल्या. त्या पुरुषांबरोबर थट्टामस्करी करत होत्या, पण माझं त्याकडे फार लक्षच नव्हतं. हेनी काटे-झुडुपात पडत तर नाही ना याकडे माझं सारं लक्ष होतं. तानियानं मला कोपरानं ढोसलं आणि ती काय दाखवते आहे ते मी पाहिलं. व्लादिमीर दोन पावलं मागे राहिला होता, एका स्त्रीशी तो बोलत होता. दोन माणसं एकमेकांशी बोलणं यात काही विचित्र वाटण्याचं कारण नव्हतं. एक गाय अडखळली आणि गाडी पडू नये म्हणून व्लादिमीरसकट सारे धावले.

''मूर्ख गाय,'' तानिया कुजबुजली, ''सगळं काही बिघडवलं.''

ती मला काहीतरी सांगण्याचा प्रयत्न करत होती; पण मनातल्या विचारांच्या गर्दीनं मला ते काही केल्या उमगत नव्हतं.

एका रात्री तानिया, पेट्को आणि त्यांच्या घरच्यांबरोबर जेवण केल्यावर सारे तळघरात रेडिओ ऐकण्यासाठी गेले. मी आणि तानिया ताटं विसळत होतो. तानियाची भाची कलीना सध्या राहायला आली होती. ती पळतच वर आली, तिचा चेहरा उत्सुकतेनं भरलेला होता.

''काकू,'' ती कुजबुजली, ''जर्मन माघार घेत आहेत आणि रशियन या महिन्याअखेरीस इथं प्रवेश करतील अशी चिन्हं आहेत. त्यांचं स्वागत करण्यासाठी आपल्याला राकिया बनवायला हवी. लवकर घरी जायला हवं.''

''शांत बस,'' तानियानं तिला शांत करण्याचा प्रयत्न केला. ''अजूनही हे असं उघड बोलणं धोकादायक आहे. ही मरणारी जनावरं त्यांच्या शेवटच्या क्षणी काय करतील कोणीच सांगू शकत नाही. काही माहिती नसल्यासारखं दाखव. एकदा का ते गेले, की मग आहे आपल्याकडे हवा तेवढा वेळ आनंदोत्सव साजरा करायला.

माझं शरीर अस्वस्थपणे थरथरायला लागलं. स्वत:वरचं नियंत्रण जातंय असं वाटायला लागलं. मला आतून खूप भीती वाटत होती. या वेळी, अनोळखी कशाचीतरी.

''चल, जाऊ, त्यांच्याबरोबर ऐकू या,'' तानिया कुजबुजली.

"मला नाही माहीत, अं, मी नाही येत. बाकीचे तिथं ऐकत असताना मी आलेली व्लादिमीरला आवडत नाही.'

"चल ग, तो मला तर काही म्हणणार नाही.'

तिनं मला ओढतच जिन्याखाली नेलं. सगळे शांत होते. संगीताच्या मधेमधे जे काही शब्द कानावर पडतील ते ऐकण्याचा प्रयत्न करत होते. ते सगळे उत्तेजित झाले होते, आनंदले होते. मला मात्र मरणाची भीती वाटत होती. ही भावना फार भयंकर होती. याआधी मला इतकी भीती वाटली नव्हती. त्या रात्री मला भयंकर स्वप्नं पडली. मी उठले ती घामानं निथळतच.

व्लादिमीर कामाला गेल्यानंतर पेट्को मला भेटायला आला आणि त्यानं सांगितलं की रशियन कधीही बल्गेरियामध्ये प्रवेश करतील.

"अजून भयानक परिस्थिती येईल का?"

"कोणालाच काही सांगता येत नाहीये."

नंतर त्यानं मुलांकरवी मला पोस्टऑफिसमध्ये बोलावून घेतलं. मी गेले तेव्हा तो माझी वाट पाहत होता.

"मी रेडिओवर काही ऐकलं आहे," आजूबाजूला कोणी ऐकत नाही याची खात्री करत तो म्हणाला. "संध्याकाळपर्यंत सरकार सगळ्या विदेशींना सांगणार आहे, की ते स्वतंत्र आहेत आणि देश सोडून जाऊ शकतात. तुला आधी माहीत असावं असं मला वाटलं म्हणजे तुला एकदम धक्का बसणार नाही. पण अजून कोणाला काही बोलू नकोस."

आता काय करायचं हे मला कळतच नव्हतं. पण एकदा मुलांचं आवरल्यावर मी त्यातल्या त्यात चांगले कपडे घातले. जायची वेळ आलीच तर... सारा वेळ मी आई आणि आजीबद्दल विचार करत होते. त्यांना भेटू शकेन का, आम्हाला एकत्र इथून निघता येईल का आणि जर जाता आलं, तर आम्ही जायचं कुठे?

त्या संध्याकाळी आम्ही रेडिओ सोफिया ऐकला. रेडिओवर उद्घोषणा झाली की अध्यक्ष पुन्हा एकदा बदलला आहे. गेल्या काही आठवड्यात अध्यक्ष बदलाची ही तिसरी का चौथी वेळ आणि मग बातमी आली की रशियन डानुबेला येऊन पोहोचले होते आणि येत्या एक-दोन दिवसात या देशात पाऊल ठेवणार होते.

"अंतर्गत कारभार मंत्रालयातर्फे असे घोषित करण्यात येते की, बल्गेरियात राहणाऱ्या विदेशी व्यक्तीने आज मध्यरात्रीनंतर चोवीस तासांत बल्गेरियाची दक्षिण सीमा ओलांडून जावे. चोवीस तासांनंतर सर्व सीमा बंद केल्या जातील आणि त्यानंतर कोणत्याही परिस्थितीत कोणतीही परवानगी दिली जाणार नाही."

कोणीही काहीही बोललं नाही. पेट्को अजून काही कळेल, बातमी मिळेल असं वाटून पोस्टऑफिसमध्ये गेला. मी आणि मुलं खोलीत परतलो. व्लादिमीर

लवकर आला तर बरं असं वाटत होतं. पुढे काय करायचं ते ठरवता आलं असतं. मी कितीतरी वेळा जाऊन त्याला वर ये असं सुचवलं होतं, पण तो पहाटे तीनपर्यंत तळघरातून बाहेरच आला नाही. जे स्थानिक नव्हते ते इतरांना निरोप देत होते, ते सारे आवाज मी रात्रभर ऐकत राहिले. त्याला यायचं नसेल तर निदान मुलांना घेऊन जाता येईल इतके पैसे तो मला देईल याची आशा वाटत होती.

''झालं एकदाचं.'' व्लादिमीर एकदाचा आला आणि म्हणाला.

''आपण देशाबाहेर जायचा प्रयत्न करायचा नाही?'' मी विचारलं.

''तू वेडी आहेस!'' तो म्हणाला. ''ते मला मारून टाकतील.''

''पण ते म्हणाले की उद्या रात्रीपर्यंत विदेशी जाऊ शकतात.''

''मी विदेशी नाही, मी साध्या वेशात असलो तरी सैनिक आहे. मला फितूर समजतील. ते मला ठार मारतील. मला माझी ही मातृभूमी सोडायची नाही.''

''मला आणि मुलांना जाण्यासाठी मदत तरी करशील ना?''

''तुला जायचं असेल, तर लगेच जा,'' तो जवळजवळ ओरडलाच, ''पण मुलांशिवाय! तू पुन्हा त्यांना कधीही पाहू शकणार नाहीस.''

तो संतापून खोलीबाहेर निघून गेला. मला चक्कर येईलसं वाटायला लागलं. संचारबंदी उठल्यावर मी स्थानिक काऊन्सिलरला भेटायला गेले. मुलांना नेण्यासाठी मला काही मदत मिळते का ते विचारायला.

''नाही, नाही, अजिबात नाही! तुला मुलांना नाही घेता येणार बरोबर. त्यांचे वडील बल्गेरियन आहेत. त्यामुळे तीही बल्गेरियन आहेत. नवीन कायद्याप्रमाणे मुलं त्यांच्या वडिलांच्या मालकीची असतात.'

''मी त्यांना घेऊन गेले तर काय होईल?''

''तू वेडी झालीयस का बाई? तुला गोळ्या घातल्या जातील. जर्मन किंवा रशियनांकडून कुठल्याही दयेची अपेक्षा करू नकोस. आत्ता निर्णायक क्षण आहे. प्रत्येकानं फक्त स्वत:ला मदत केली पाहिजे.''

एक तरुण धावत आला. ''गाडी तयार आहे, सर,'' तो म्हणाला, ''लवकर चला!''

त्या दोघांनी आपापल्या बॅगा घेतल्या, धावत बाहेर गेले आणि थांबलेल्या गाडीत चढले.

''ते मरणाचे घाबरलेत!'' तिथली सफाई कामगार बाई ओठ मुडपून हसत म्हणाली. घरी जाताना पोस्टऑफिसच्या दारात मला पेट्को दिसला. त्याला विचारायला जाणार इतक्यात त्यानं मला खुणेनं लवकर पुढे जायला सांगितलं. मी घरी गेले, मुलांना उठवलं आणि त्यांच्यासमोर नाश्ता टेबलावर ठेवला. माझ्यासाठी अनमोल असलेली, आईनं दिलेली लग्नाची अंगठी घेऊन मी तानियाकडे गेले.

"मला जायला थोडे पैसे पाहिजेत," मी कुजबुजले.

"तू संकटात सापडशील," ती कुजबुजली, "आणि माझ्याकडे पैसे नाहीत."

"'मी तुला माझी अंगठी देईन. ती खूप महाग आहे.'"

"'असेल भारी, पण ती कोणाला विकायची ते मला समजत नाही."

तिला जर मदत करणे शक्य असते तर तिनं नक्कीच मदत केली असती. मी घरी आले. माझ्या समस्येचं उत्तर शोधता शोधता डोक्याचा कीस पडला. त्याच वेळी व्लादिमीर आत आला. त्यानं ओव्हरकोट घेतला आणि पुन्हा घाईनं बाहेर गेला.

"'आम्ही रशियनना भेटायला मुख्य रस्त्यावर चाललो आहोत. मी येईपर्यंत तू खोलीतून बाहेर पाय टाकलास तर खबरदार!" तो ओरडला आणि बाहेर गेला.

तो दिवस होता ९ सप्टेंबर, १९४४. त्याच दिवशी पंचेचाळीस वर्षांसाठी पोलादी भिंत घातली गेली. पडदा पडला. पूर्व आणि पश्चिम वेगळ्या केल्या गेल्या. मी चुकीच्या बाजूला अडकले. नंतर लवकरच शीतयुद्ध सुरू झालं.

रशियन घुसले स्वयंपाकघरात

१९४५ मध्ये युरोपमधलं युद्ध संपलं खरं, पण त्यानं आमच्या आयुष्यात काहीच फरक पडला नाही. आम्हाला नव्या सैनिकांशी जुळवून घ्यावं लागलं इतकंच काय ते. रशियन त्यांच्या मुठी हलवत आले आणि त्यांच्या भाषेत ओरडत राहिले. तेव्हा तरी त्यांची भाषा कोणाला कळत नव्हती. रशियन उन्मादात होते. ते विजेते वीर होते. त्यांचे कपडे मळले, फाटले होते, पण त्यांना त्याची पर्वा नव्हती.

"निचेव्हो (त्यानं काही फरक पडत नाही,)" ते म्हणत, "हा युद्धाचा काळ आहे."

हे सारं जर्मनांचा कडक पोशाख आणि चकचकीत बुटांच्या अगदीच विरुद्ध होतं. लोकांना जर्मन आवडत नसत; पण निदान काही हवं असेल तर ते नम्रपणे मागून घेत आणि जे घेतलं त्याचे पैसेही देत. रशियन मात्र त्यांना हवं ते हिसकावून घेत. ब्रेड, अंडी, कोंबड्या, डुकरं इतकंच काय, पण त्यांना आवडलेल्या मुली अन् बायकादेखील ते हिसकवायचे. आजूबाजूला किंकाळ्या ऐकू यायच्या आणि मारामारीचे प्रसंगही उद्‌भवायचे, पण रशियन नुसतेच हसत असत.

"सगळे समान आहेत," ते म्हणत, "सगळं काही आमच्याच मालकीचं आहे."

ज्यांनी रशियनना रेडिओवर चोरून ऐकलं होतं आणि त्यांच्याबद्दल सहानुभूती बाळगत होते, तेदेखील आता बायका-मुलींची काळजी करू लागले.

रशियन पोहोचल्यानंतर चोवीस तासांतच आम्हाला कझानलाकला परतावं लागलं. तिथं परतायला आम्हाला घर नव्हतं. व्लादिमीर एका दिवसात कामावर हजर राहिला नाही तर त्याला देशद्रोही म्हणून घोषित करण्यात येणार होतं. सामानाची बांधाबांध करायलाही वेळ नव्हता. त्यामुळे एका मोठ्या कापडात आम्ही

सारं सामान गुंडाळलं आणि आम्हाला नेण्यासाठी थांबलेल्या ट्रकमध्ये बसलो. व्लादिमीर चालकाला रस्ता सांगायला त्याच्या शेजारी बसला. मी मुलांना घेऊन मागे बसले. कुठे जातोय ह्याबाबत मुलांबरोबर मीही अंधारात होते. त्यानं एका मित्राच्या घरचा पत्ता चालकाला सांगितला. मला माहीत होतं की त्यांच्याकडे फक्त दोनच खोल्या आहेत. एक त्याचा भाऊ आणि कुटुंबाकरता अन् एक बहीण आणि इतरांसाठी. त्यांचे पंचाहत्तर वर्षांचे वडील स्वयंपाकघरात जमिनीवर झोपायचे.

सारं सामान उतरवलं. त्याच्या मित्रानं तळघरात सामान ठेवायला परवानगी दिली. आमची राहण्याची सोय करण्यासाठी जागा शोधायला पुरुष बाहेर गेले आणि मी मुलांना झोपण्यासाठी तळघरातच अंथरूण घातलं. गावामध्ये अंगणात इकडे-तिकडे धावायची सवय असलेल्या मुलांना इतक्या छोट्या जागेची सवय करणं भाग होतं. जमीन आणि भिंती दमट होत्या. उंचावर एकच छोटी खिडकी होती. जागा जुन्या पिंपांनी भरलेली होती. त्यातून कोबीचं लोणचं आणि गेल्या वर्षीच्या साठवलेल्या दारूसारखा वास येत होता. आम्ही ज्यांच्याकडे उतरलो होतो तेदेखील गरीब होते. लादलेले नवे कर भरणं त्यांना शक्य नव्हतं. तरीही त्यांनी मुलांसाठी अंडी दिली आणि आम्हाला त्यांच्याबरोबर स्वयंपाकघरात बसायला बोलावलं. व्लादिमीर परत आला की मी त्यांना पैसे देण्याचं कबूल केलं.

"आई, दिवा का नाही लावत?" मी मुलींना झोपवत होते तेव्हा हेनीनं विचारलं.

"इथं दिवा नाहीये बेटा," मी सांगितलं.

पुरुष परत आले तेव्हा कुठेच जागा मिळत नसल्याचं त्यांनी सांगितलं. प्रत्येक खोलीत रशियन सैनिक घुसले होते. पुढचे तीन महिने मी मुलांना घेऊन गावात दारोदारी फिरले, वेड्यासारखी खोली मिळवण्यासाठी हिंडले. थंडीत, त्या तळघरात मुलं आजारी पडतील अशी भीती वाटत होती. एके दिवशी, एका छोट्या खोलीच्या बाहेर मला म्हातारी बाई उभी असलेली दिसली. आजूबाजूला कुठे खोली भाड्यानं असल्याचं तिला माहीत आहे का असं मी विचारलं. तिनं मला छोट्याशा स्वयंपाकघरात बोलावलं. कॉफी बनवायला सांगितली. मुलींसाठी ती 'टर्किश डिलाईट' शोधत होती. तिचं नाव होतं वेस्काआजी. शेवटी तिनं विचारलं की आम्हाला स्वयंपाकघराजवळची छोटी खोली चालेल का? तिनं आम्हाला निमुळत्या जिन्यातून एका छोट्या, स्वच्छ, प्रकाशमय खोलीत नेलं.

"पण भाडं काय द्यावं लागेल?"

"ऐक मुली," ती म्हणाली, "मी नव्वदी पार केलीय. तू मला अधून मधून मदत करायला तयार असलीस तर तुझ्याकडे जास्त भाडं नाही मागणार. माझी मुलगी आणि जावई इथून सत्तर मैलांवर राहतात. इथं माझ्याजवळ कोणी तरुण

असेल सोबतीला, तर मला फार बरं वाटेल. माझी बहीण राहते या घराच्या दुसऱ्या भागात, पण तिचंदेखील आता वय आलंय. तिची मुलगी जवळच राहते, ती रोज संध्याकाळी येते. माझ्यासाठीही थोडंफार शॉपिंग करते, पण मला माहीतेय तिला खूप कामं असतात, तिला सारखा त्रास द्यायला संकोच वाटतो.'

"मला शक्य ती सारी मदत करेन तुम्हाला, पण आता मला गेलं पाहिजे. नवऱ्याला सांगितलं पाहिजे." मी म्हणाले.

"तुम्हाला आज संध्याकाळी नाही का येता येणार? मला या रशियन सैनिकांची फार भीती वाटते," तिनं विचारलं.

"ढकलगाडी मिळाली तर कदाचित येऊही," लवकरात लवकर नवीन घरात जाऊ म्हणून दोन्ही मुली मागे लागल्या.

"मी दार बंद करणार आहे," वेस्काआजी म्हणाली, "तू आलीस की तीनदा दरवाजा ठोठाव, लवकर ये आता."

आमच्या मित्राच्या मदतीनं सारं सामान छोट्या गाडीनं दहा फेऱ्यांत नव्या घरी आणलं. तोवर मी अंथरुणं घातली, स्टोव्ह पेटवला आणि बटाटे शिजवत ठेवले. व्लादिमीर राकिया, चीज आणि ब्रेड आणायला बाहेर गेला. घरमालकीण वाटीत अंडी घेऊन आली, आमच्या पार्टीत सामील होऊ का असं तिनं विचारलं. आमची जेवणं अगदी संचारबंदी लागू होईपर्यंत, साडेनऊपर्यंत चालली होती. आमच्या मित्राला घाईनं घरी जायला हवं होतं.

घर सजवण्यासाठी मी आणि मुली पुढचा दिवसभर खपलो. कुबट वास येणारे कपडे वाळत घातले. जवळच्याच कारखान्यातून मोफत मिळालेलं गुलाबपाणी कपड्यांवर शिंपडलं. व्लादिमीर परत आला तेव्हा त्याला स्वच्छ, नीटनेटकं घर बघून आश्चर्य वाटलं, पण नेहमीप्रमाणेच, तो काहीच बोलला नाही.

"हे बघा बाबा," मुलींनी त्याला खोलीकडे नेत उत्साहानं म्हटलं, "आम्ही केलं हे सारं आणि आईनं ते... केलं."

"छान," पोरींच्या डोक्यावर थोपटत तो म्हणाला. तो त्याच्या नेहमीच्या पद्धतीनं वागला. काहीच बोलला नाही.

"तुम्हाला आवडलं नाही का?" हेनीनं विचारलं. "बघा हे किती छान दिसतंय ते, तुम्ही नीट बघतही नाही."

"बघतोय मी," तिला कडेवर घेत तो म्हणाला. तिचंच काय ते वडिलांपुढे चालायचं. लॉरी आता सहा वर्षांची झाली होती. तिला शाळेत जायचं होतं. लॉरीला बल्गेरियन आणि जर्मन लिहिता-वाचता येत होतं. अर्थात हे आम्हाला सगळ्यांपासून लपवून ठेवायला लागायचं. पण स्थानिक शाळेतले शिक्षक म्हणाले, की तिला इतर मुलांसारखं एक वर्ष शाळा प्रवेशासाठी थांबावं लागेल. लॉरी रडायला लागली

आणि मला वाचायला येतं असं सांगू लागली. शिक्षकाचा अर्थातच विश्वास बसेना, त्यानं तिला एक पुस्तक हातात दिलं. तिनं ते बिनचूक वाचलं.

"कोणी शिकवलं तुला?'' त्यानं थक्क होऊन विचारलं.

"आईनं,'' ती उत्तरली.

"ठीक आहे,'' तो म्हणाला,"ती पहिलीच्या वर्गात येऊ शकेल, पण जर खूप अवघड वाटलं तर मात्र तिला थांबावं लागेल.''

"पण मी तिच्याबरोबर कधीतरी आले तर चालेल, हो ना?'' हेनीनं उत्साहानं विचारलं.

"ते बघू आपण,'' चार वर्षांच्याही नसलेल्या चिमुरडीचा प्रश्न ऐकून हसू दाबण्याचा प्रयत्न करत तो म्हणाला.

आम्ही आनंदानं घरी आलो, पण घरच्या रस्त्यावर पोहोचताना मला काहीतरी विचित्र वाटायला लागलं. कितीतरी रशियन्स घरासमोर ये-जा करत होते. आमच्या घराचं दार सताड उघडं होतं. स्वयंपाकघरात रशियन सैनिकांनी गर्दी केली होती. सगळे टिपेच्या आवाजात बोलत, विनोद करत होते. स्टोव्हवर एक मोठं भांडं होतं आणि ते आमची सारी भांडी वापरत होते. काहीतरी तळत होते. तेल इकडे-तिकडे उडत होतं. मला संताप आला. मुलं गप्प झाली. बळ एकवटून मी प्रश्न केला.

"माझ्या स्वयंपाकघरात तुम्ही काय करताय?''

"ओह्... चिकणी बाई आहे!'' एकजण म्हणाला आणि सारे हसले.

"हे स्वयंपाकघर माझं आहे,'' मी म्हणाले, तसे ते सारे अजून जोरात हसले.

एक अधिकारी आला आणि त्यानं काय चालू आहे असं विचारलं. मी सांगितलं की हे माझं घर आहे, आणि आम्हाला दुसरी जागाच नाहीये.

"तुमच्याकडे वर दुसरी खोली आहे ना,'' तो शांतपणे म्हणाला. "आमच्याकडे काहीच नव्हतं. हे घर आता आमचं आहे.

"पण तुम्ही माझ्या साऱ्या गोष्टी घेतल्यात. मुलांसाठी स्वयंपाक कुठे करू मी?'' मी आता संतापानं थरथरू लागले होते.

"त्याची काळजी नको करूस, आमचा स्वयंपाकी अधेमधे तुला बीटचं सूप देईल ना.'' मग सारे अजूनच हसले.

"आणि जर तू त्याच्याशी चांगली वागलीस, तर तो तुझ्यासाठी मटणाचा तुकडादेखील बाजूला काढून ठेवेल.''

मस्करीपासून सुटका करून घेण्यासाठी, मी मुलांना घेतलं आणि अपमानानं, संतापानं डोळ्यांत आलेले अश्रू पुसत झटकन वर गेले. वेस्काआजी थरथरत बसली होती.

"त्यांनी काही केलं का तुला?'' मी विचारलं. तिनं नकारार्थी मान हलवली.

"मी आणि बहीण अंगणात उभ्या होतो. त्यांनी आम्हाला ढकललं आणि आत आले. आम्ही इतक्या घाबरलो की काय सांगू. माझी बहीण खोलीत गेली आणि तिनं मलाही खोलीत जाऊन कडी घट्ट लावायला सांगितलं. बाहेरून हसण्या-खिदळण्याचे आवाज येत होते. बाहेर जायची माझी हिंमत नाही झाली, अगदी लघवीलासुद्धा."

"मम्मी, शू लागलीय," हेनी म्हणाली.

"चला," मी म्हटलं, "आपण बरोबर जाऊ."

एका हातानं वेस्काआजी आणि एका हातानं हेनीला धरत मी लॉरीला माझ्या अगदी जवळ राहायला सांगितलं. सैनिकांची नजर चुकवत आम्ही स्वच्छतागृहाकडे गेलो. कालच आणलेलं लाकूड त्यांनी घेतलंय हे लक्षात आलं माझ्या, पण मी काही करू शकत नव्हते. परत येताना आम्ही त्यांच्या नजरेला पडलो आणि आम्हाला त्यांच्या मग्रूर आवाजातले टोमणे ऐकावे लागले.

ते आमच्या स्वच्छतागृहातही घाणेरडे बूट घालून गेले होते. सगळी कपाटं उघडून, विस्कटून ठेवली होती. त्यांना व्लादिमीरचं सैनिकी वेषातलं एक छायाचित्र तेवढं मिळालं होतं, ते खिडकीच्या कठड्यावर पडलं होतं.

काहीतरी शिजवणं भाग होतं. नशिबानं खरेदी केलेल्या सामानाची पिशवी वर आणली होती. मी बटाट्याची सालं काढायला सुरुवात केली, वेस्काआजीनं तिच्याजवळचं लहान भांडं वापरायला दिलं. सूप बनवण्यासाठी छोट्या उन्हाळी स्वयंपाकघरात गेले. कडाक्याची थंडी होती आणि चूल पेटवण्यासाठी लाकडं तोडणं भाग होतं. दोन विटांवर भांडं जपून ठेवावं लागणार होतं. सूपमध्ये घालण्यासाठी ना तेल होतं ना मीठ, मग मसाले तर दूरच.

व्लादिमीरला जेव्हा कळलं काय झालंय, तेव्हा त्याचा संताप अनावर झाला. "तू सैनिकांना घरात येऊच कसं दिलंस? तुझी काय ओळख त्यांच्याशी?" तो विचारत होता.

बाबांनी आत्ताच्या आत्ता त्या सैनिकांना बाहेर घालवून द्यावं असं हेनीला वाटत होतं. तो सैनिकांशी बोलायला गेला, मी सगळ्यांना सूप वाढलं. परतला तो सैनिकांनी दिलेली व्होड्का ढोसून... मिळेल त्या जागेत राहण्याचा आपला हक्क आहे हे त्यांनी व्लादिमीरला पटवून दिलं. ते देशाचे अधिकृत स्वामी झाले होते. त्यांनी व्लादिमीरला सांगितलं की वीस सैनिक आमचं स्वयंपाकघर खानावळीसारखं वापरणार आहेत आणि त्यांचा स्वयंपाकी पेट्रो तिथंच झोपणार आहे. सारे गेले, जाताना व्लादिमीरला सांगून गेले, की त्यांना लागेल तेवढंच सामान घेतील ते! व्लादिमीरनं मला दुसऱ्या दिवशी गावच्या काऊन्सिलकडे तक्रार करायला जायला सांगितलं. मला माहीत होतं त्याचा काडीचा उपयोग होणार नव्हता. पण मी

प्रयत्नच केला नसता तर त्याला राग आला असता. काऊन्सिलरनं माझं म्हणणं ऐकून घेतलं आणि मला झटकून टाकलं.

"सगळ्यांसाठीच युद्धाचा काळ आहे हा," तो म्हणाला.

"तुला थोडा वेळ स्वयंपाक करता येईल का ते त्या स्वयंपाक्याला विचार," रशियन अधीक्षकानं सुचवलं, "तुला एखादं भांडं तात्पुरतं देईल का तेही विचार."

माझीच भांडी मलाच उधार!

"आम्ही काही जंगली नाही," त्यानं मला आठवण करून दिली, "आम्ही तुम्हाला रानटी जर्मनांपासून मुक्त करण्यासाठी आलो आहोत. संयम ठेवा, लवकरच सगळं सर्वांसाठी फार चांगलं होणार आहे."

लॉरी शाळेत गेली आणि पहिल्या दिवसापासून तिला रशियन शिकावं लागलं. हेनीला अर्थ नाही कळायचा; पण तीसुद्धा सारी गाणी आणि गोष्टी शिकली. व्लादिमीरनं पेट्रोशी दोस्ती केली आणि संध्याकाळी सगळे अधिकारी निघून गेल्यावर ते दोघे व्होड्का प्यायचे. दुपारी मी पटकन जमेल तेवढा स्वयंपाक करायचे. पेट्रो सतत लक्ष ठेवून असायचा. बहुतेक सगळ्या प्लेट्स तुटल्या होत्या, भांड्यांची अवस्था भयानक होती. मी तसं पेट्रोला बोलूनही दाखवलं.

"निचेव्हो," तो म्हणाला, "युद्ध संपलं की प्रत्येकाला कोणत्याही दुकानात जाता येईल आणि पैसे न देता काय हवं ते घेता येईल."

"रशियात सगळीकडे असं असतं का?"

"अं, अजून नाही, पण बऱ्याच लोकांसाठी असतं असंच. रशिया खूप मोठा, महान देश आहे. सगळ्यांच्या गरजा तिथं एकदम भागवणं कठीण आहे."

एक दिवस संध्याकाळी, मी जरा उशिरानं स्वयंपाक बनवत होते. रशियन सैनिकानं नादी लावल्यानं व्लादिमीर व्होड्का आणायला गेला होता. तो गेल्यागेल्या पेट्रोनं मला मिठीत घेतलं आणि पलंगावर ढकललं. मी जोरात ओरडले; पण त्यानं माझं तोंड त्याच्या घाणेरड्या लठ्ठ हातानं दाबून धरलं.

"मी फार वेळ लावणार नाही," त्यानं सांगितलं, "व्लादिमीर आता एवढ्यात येणार नाही."

मी त्याच्या पकडीतून कशीबशी सुटले आणि पुन्हा किंचाळले.

"चूप, आरडाओरडा करू नकोस," तो फिस्कारला. "कोणीतरी येईल आणि आपण दोघं संकटात सापडू."

"सोड मला, तुला काही अधिकार नाही असं करण्याचा," मला संताप आला होता.

"ठीक आहे, ठीक आहे, आमच्याकडे बाई पुरुषाला नाकारत नाही. कोणाला ती हवी असेल तर तो स्वतःचा सन्मान समजते ती."

"एकटं सोड मला, नरकात जा तुझा सन्मान घेऊन."

पिशवी आणि भांडं घेऊन मी वरच्या मजल्यावर चालती झाले.

"पण तुझ्या नवऱ्याला सांगू नको हं," माझ्या मागे येत त्यानं विनंती केली, "मी संकटात पडेन नाहीतर."

व्लादिमीर किती मत्सरी होता हे माहीत असल्यानं, कारण नसतानाही तो किती संशय घ्यायचा हे चांगलं माहिती असल्यानं मी विचार केला की पेट्रो म्हणतो ते बरोबर आहे. स्वत:ला सावरायचा प्रयत्न करताना मला रडू आवरणं अशक्य होत होतं. माझ्या लक्षात आलं की पेट्रो आणि इतर सैनिकांनी मिळून हे सारं आधीच ठरवलं असणार. म्हणून तर त्यांनी व्लादिमीरला आग्रहानं बाहेर नेलं. पण मी असं काही करायला तयार होईन असे संकेत त्याला कधीच दिले नव्हते. त्याच्याकडे बघून कधी हसलेही नव्हते. खूप उशिरानं रात्री व्लादिमीर आणि रशियन परतण्याचे आवाज कानावर पडले. सगळे दारूच्या नशेत गात होते. मी पडदा उचलला आणि त्याच क्षणी व्लादिमीर घोड्यावरून कोसळला. मला तरी असा भास झाला की त्याला कोणीतरी लाथ घातली आहे. पण खूप अंधार होता. मला नीट दिसलं नसावं. घरात येताना पेट्रोनं त्याला अडवलं आणि अजून व्होड्का घ्यायचा आग्रह केला. एकानं त्याला धरलं होतं आणि दुसरा त्याच्या घशात व्होड्का ओतत होता. दहा मिनिटांनंतर रशियननी त्याला जिन्यावर ढकललं, बेशुद्धावस्थेत. सारे कुचेष्टा करत हसत होते... ते गेल्यावर मी व्लादिमीरला वर खोलीत आणलं. तो तिथंच ओकला.

नंतर वेस्काआजीनं सांगितलं की तिनं सारं काही ऐकलं-पाहिलं आहे. मला शरमेनं कसनुसं झालं. तिनं सुचवलं, तिच्याकडे दहा वर्षांपूर्वीची राकियाची बाटली आहे. त्या बाटलीने रशियनांना धडा शिकवू या. काय होणार याचा अंदाज नसतानाही मी होकार दिला. वेस्काआजीनं व्लादिमीरला पटवलं. तिचा मुलगा पंचवीस वर्षांपूर्वी वारला, त्याच्या स्मरणार्थ पेट्रोनं तिच्यासोबत पेयपान करावं असं तिनं सांगितलं. इतकंच नाही तर त्या वेळी व्लादिमीरनंही सोबत असावं असा तिचा आग्रह होता. त्या अतर्क्य कथेवर व्लादिमीरनं विश्वास ठेवला आणि पेट्रोलाही पटवलं.

वेस्काआजीनं पेट्रोला दिलेला छोटा पेला बघून तो हसला. "आम्ही असल्या टोपणातनं पित नाही," तो फुशारकीत म्हणाला, "आम्हाला मोठे पेले लागतात."

"आमच्याकडे हेच आहेत." वेस्कानं त्यांना सांगितलं.

"हे काय, इथं आहेत ना," त्यानं कपाटातले दोन मोठे पेले काढत म्हटलं.

"नाही," ती म्हणाली, "मला लहान पेलाच हवा आहे, तू तुला मोठा घे.

तिने बाटली हलवली. राकिया ओतली. आमच्यासाठी अर्धा छोटा पेला आणि

पेट्रोसाठी मोठा पूर्ण भरलेला मग भरला.

"खूप कडक आहे हं राकिया, सांभाळून..." तिनं पेट्रोला बजावलं, असं म्हटलं की तो हे बोलणं पुरुषत्वाला आव्हान म्हणून स्वीकारेल हे ठाऊकच होतं तिला. अगदी तसेच झाले. त्यानं एका घोटात राकिया प्यायचं ठरवलं, अन् त्याचा घसा आवळला, धाप लागली.

"चांगलंच कडक आहे हे," त्यानं कबूल केलं.

मग आम्ही त्याला आणि व्लादिमीरला तिथंच सोडलं. बाटली अर्थातच तिथंच ठेवली होती. माझ्या नवऱ्याला 'सांभाळून' असं सांगत आम्ही तिथून गेलो. आपण कितीही पिऊ शकतो हे बहुधा पेट्रोला सिद्ध करून दाखवायचं होतं. काही क्षणात तो निद्राधीन झाला आणि सकाळी फार उशिरा उठला. अधिकाऱ्यांसाठी नाश्ता करायला त्याला चांगलाच उशीर झाला. प्रत्येकजण त्याच्यावर संतापला. त्यानं व्लादिमीरवर आरोप केले. माझा नवरा घाबरला आणि त्यानंतर तो कधीही पेट्रोबरोबर दारू प्यायला गेला नाही. तो बापडा त्याच्या जुन्या मित्राकडे, कबुतरांची आवड असलेल्या दोस्ताकडे वळला.

हेनीच्या कपड्यांमध्ये उवा दिसल्या आणि मला भयंकर भीती वाटली. पहिल्या महायुद्धात उवांपासून पिच्छा सोडवणं अशक्य झालं होतं हे आईनं मला सांगितलं होतं.

"मी तुझ्या वडिलांना अंगणात अंघोळ केल्याशिवाय घरात येऊच द्यायची नाही." ती म्हणाली होती, "त्यांचे केस पूर्ण काढून, अंतर्वस्त्र जाळून मग मी त्यांना घरात येऊ द्यायची. त्यांचा पोशाख बाहेरच आडोशाला ठेवलेला असायचा. त्यांना पुन्हा सैन्यदलात जाईपर्यंत तिथंच ठेवायचे मी तो पोशाख."

रशियननी सारं लाकूड वापरलेलं असताना मी कसे काय कपडे उकळणार, नीट धुणार? त्यांच्या हाताला येईल ते चुलीत जात होतं, कुंपणाचं लाकूड, टेबल, बाक... लोकांच्या आवारात जे मिळेल ते सारं चोरायचे. मी उवांबद्दल व्लादिमीरला सांगितलं. तो तत्त्ववेत्त्यासारखा हसला, म्हणाला, "आम्ही तर शाळेत गेलो की पहिल्याच दिवशी उवा घेऊन यायचो. आई दर आठवड्याला पेट्रोलियमनं आमचे केस धुवायची. वास भयानक यायचा, पण नंतर सवय झाली आम्हाला त्याची."

त्यानंतरचे काही आठवडे मी उवांविरुद्ध युद्ध पुकारलं. शेजारणीची मदत घेऊन मी रशियनांपासून थोडं लाकूड बाजूला ठेवायचे. आम्ही मग गरम पाण्यात अंतर्वस्त्र उकळायचो. जे उकळता येत नाही ते सारं काही मी स्वच्छ करण्याचा, काहीतरी करत संसर्गापासून दूर करण्याचा प्रयत्न करत असे. आई मला निर्जंतुके, कपडे स्वच्छ करण्यासाठी वेगवेगळी द्रव्यं पाठवायची.

नवीन बल्गेरियन काऊन्सिलर आणि रशियन अधीक्षक एक दिवस स्वयंपाकघर तपासायला आले. त्यांनी स्टोव्हखाली लावलेली मोठी लांब लाकडं पाहिली. त्या लाकडातून लाल ठिणग्या उडत होत्या. अधिकाऱ्यांनी त्या ठिणग्या बुटांखाली चिरडल्या.

"तू कुठे शिजवतेस अन्न?"

"बाहेर... आडोशापाशी,"

"आणि लाकूड कुठे लपवून ठेवतेस?"

"मी लाकूड लपवून ठेवत नाही, गरज लागेल तसं विकत घेते किंवा जंगलातून गोळा करते. अर्थात तिथेही फारसं काही राहिलं नाहीये आता..."

"आमच्या सैनिकांशी नीट वागली असतीस, तर त्यांनी मदत केली असती तुला," रशियन म्हणाला.

"मी त्यांच्याशी असभ्यपणे वागले नाहीच कधी, इतरांसारखाच मीही जगण्याचा प्रयत्न करतेय, इतकंच." मी ठासून सांगितलं.

त्यांनी सहेतुक एकमेकांकडे पाहिलं; पण काहीच बोलले नाहीत. दुसऱ्या दिवशी व्लादिमीरला काम संपल्यावर काऊन्सिलमध्ये येण्यासाठी फर्मान आलं.

"तुझ्या मनात रशियन सैनिकांविरुद्ध आहे तरी काय? तुला त्यांच्याशी नीट नाही वागता येत? त्यांनी दिलेल्या भेटी तू स्वीकारत नाहीस, का असं?" त्यांनी विचारलं. वेळच मिळत नाही, असं सांगण्याचा व्लादिमीरनं प्रयत्न केला.

"तुझी बायको विदेशी आहे म्हणून असेल कदाचित," रशियन म्हणाला.

"अजिबात नाही," व्लादिमीरनं ठामपणानं सांगितलं. "तिला दोन मुलांचं करायला भरपूर काम असतं."

"इतर कुटुंबांना पण आहेत पोरंबाळं, पण त्यांना आवडतो आम्ही. तुम्हाला टर्कींपासून आणि आता जर्मनांपासून मुक्त केल्यानंतर, त्यांना आमच्याबरोबर मजा करायला सवड असते. शिवाय आमचे सैनिक सध्या युद्ध आघाडीवर नसल्यानं त्यांना कधीमधी मनोरंजनाची गरज भासते इतकंच काय ते, पण तुझ्या बायकोला आम्ही तितकेसे आवडत नाही असं दिसतंय."

त्यांना काय म्हणायचं होतं ते व्लादिमीरला स्पष्ट कळत होतं. तो घरी आला तेव्हा उदास, पराभूत दिसत होता. दुसऱ्या दिवशी त्या अधिकाऱ्यांना मला भेटायचं होतं.

"तू बल्गेरियन नाहीस असं ऐकलं मी," दुसऱ्या दिवशी मी गेले तेव्हा तिथला नवीन काऊन्सिलर म्हणाला.

"मी बल्गेरियन नागरिक आहे."

"तुझे आई-वडील विदेशी आहेत."

"इथं राहणाऱ्या बऱ्याच जणांचं माझ्यासारखंच आहे."

"उद्धटपणानं उत्तरं देऊ नकोस, मला काय म्हणायचं आहे ते तुला पक्कं ठाऊक आहे." तो चिडला तशी मी नि:शब्द झाले.

"ती उत्तरं का देत नाहीये?" रशियननं विचारलं. "तू कोणत्या देशाची आहेस ते आम्हाला कळलंच पाहिजे." तरीही मी काहीच उत्तर दिलं नाही.

"त्याला उत्तर दे," कौन्सिलर खेकसला.

"आत्ता कुठे आहेत तुझे आई-वडील?"

"माझी आई रुग्णालयात आहे, ती फार आजारी आहे. तिला मी परत पाहू शकेन की नाही हेदेखील माहीत नाही मला."

"आणि तुझे वडील?"

"मला माहीत नाही, बहुधा वारले असावे."

अश्रू लपवण्यासाठी मी आवंढा गिळला. माझ्या आई-वडिलांशी काहीतरी संपर्क असेलच माझा, असं गृहीत धरून ते मला प्रश्न विचारत राहिले. त्यांचा माझ्यावर विश्वास बसला नाही. शेवटी त्यांनी एका पोलिसाला बोलावलं. त्यानं मला ओढत अंधाऱ्या खोलीत नेऊन टाकलं. तिथं बसायला एक खुर्चीही नव्हती. मी जमिनीवरच कोपऱ्यात बसून राहिले. संचारबंदी सुरू होण्याआधी काही मिनिटं त्यांनी मला सोडलं. सोडण्यापूर्वी स्वयंपाकघरात येणाऱ्या सैनिकांशी चांगलं वागण्याची तंबीही दिली आणि दर महिन्यात कौन्सिलरकडे हजेरी द्यायला बजावलं. मी रस्त्यावर पळत सुटले. मला लवकर घरी पोहोचायचं होतं, मुलांजवळ जायचं होतं. मी संचारबंदी तोडली म्हणून पुन्हा अटक करण्याची भीती होतीच. सगळीकडे प्यायलेले सैनिक आणि पोलीस होते.

मी काही शिजवू शकणार नाही हे ओळखून पेट्रो कसनुशा चेहऱ्यानं सूप घेऊन आला. सकाळपासून पोटात अन्नाचा कण नव्हता. पण ते सूप बघून मला ढवळायला लागलं. सूपला स्पर्शही न करता मी पेलाभर पाणी प्यायले आणि झोपून गेले.

चार वर्षं मला रशियन मुख्यालयात हजेरी लावणं भाग पडलं. तिथं मला प्रत्येक वेळी तेच ते मूर्ख प्रश्न विचारले जायचे. कधी ते मला ढकलून द्यायचे, कधी एक-दोन थोबाडीत मारायचे, कधी गुद्दे. मात्र नेहमीच ते मला खोटारडी म्हणायचे. समाजाला माझा धोका आहे असं सांगायचे. कारण होतं, मी त्या 'सुस्वभावी, दयाळू' रशियन सैनिकांबरोबर दोस्ती करत नव्हते. त्यांचं म्हणणं होतं की माझ्या सांगण्यावरून व्लादिमीरही त्यांच्याबरोबर नीट वागत नव्हता. त्याच वेळी व्लादिमीरला त्याचे वरिष्ठ अधिकारी छळायचे. साम्यवादी पक्षाची तो फसवणूक करतो आहे आणि विदेशी बाईला मदत करतो आहे म्हणून त्याला त्रास द्यायचे.

त्याला सक्तीनं साम्यवादी पक्षात सामील करून घेतलं होतं. व्लादिमीर तसा काही फार धीरोदात्त वगैरे नव्हता, पण त्यानं मला घटस्फोट द्यायला नकार दिला. आमच्या मुलांना 'लहान मुलांच्या अनाथालयात' दाखल करायलाही नकार दिला. तिथं मुलांना खास रशियन पद्धतीनं 'शिकवलं' जायचं.

आमचं वैवाहिक जीवन भयानक तणावाखाली होतं. आम्ही एकमेकांशी एक शब्दही बोलायचो नाही. संध्याकाळ झाली की मला धास्ती वाटायला लागायची. तो कुठल्या मूडमध्ये, कसल्या विचारात घरी येईल काही सांगता यायचं नाही. भाज्यांच्या पातळ सूपशिवाय आम्हाला काहीच परवडत नसे. पोटात सतत भुकेचा डोंब उसळलेला असायचा, त्यात ते सूप फार अपुरं पडायचं. कधी शेजारी आमच्या मुलींना त्यांच्या बागेतल्या फळाचा काप देत असत. मुलींना ती मोठी मेजवानी वाटायची. आईचे वापरून झालेले निरुपयोगी असे कपडे ती मला कधीतरी पाठवत असे. त्या कपड्यांचा आणि माझ्याजवळ असलेल्या कापडाच्या तुकड्यांना जोडून मी मुलींसाठी कपडे तयार करत असे. माझ्या कोटाचे मी दोन छोटे कोट बनवले होते, मुलींसाठी. पोरींना शाळेत पेन, पेन्सिल, वही लागते म्हणून मी रात्री विणकाम करून पै पै जोडत असे.

त्यांच्याएवढी असताना मी काय करायची, असं मुली विचारत असत. पण माझ्या देशाबद्दल काहीही चांगलं सांगायची मला बंदी होती. तसं करणं म्हणजे देशद्रोह होता. मृत्युदंडाची शिक्षा होण्याची शक्यता होती. त्यामुळे बाबा कॅनडाला जाण्यापूर्वी आणि मी कॉन्व्हेन्टमध्ये जाण्याआधीच्या काळातल्या प्रेमळ मैत्रिणी आणि दयाळू शिक्षकांबद्दल त्यांना सांगणं शक्यच नव्हतं. टेनिस, बास्केटबॉल, पोहोणं, स्केटस्, सायकल, सहली, संग्रहालयं, कलादालनं, समुद्राकाठच्या सुट्या, नाट्यगृह, प्राणिसंग्रहालयं...यापैकी काहीच मी त्यांना सांगितलं नाही. एलिझाबेथ राणीच्या नामांकन सोहळ्याला पाचवा किंग जाताना जॉर्ज आणि क्विन मेरीला पाहण्यासाठी वडिलांनी खांद्यावर घेतलं होतं, हेही नाही सांगितलं. मला जणू काही भूतकाळ नव्हताच. न संपणाऱ्या कष्टांच्या आधी जणू काही नव्हतंच त्यांना, ते कष्टमय आयुष्यच होत होतं. आयुष्य इतकं नेहमी कठीण असतंच असं नाही हे मला त्यांना खूप खूप सांगायचं होतं, पण मला नाही शक्य झालं त्यांना सांगणं. त्यासाठी मी बल्गेरियाची देशद्रोही आहे हे मान्य करावं लागलं असतं.

साडेतीन वर्षं मनमुराद वापर केल्यानंतर रशियन्सनी आमचं स्वयंपाकघर सोडलं. फक्त एक न तुटलेलं ताट आणि एक न फुटका पेला होता तिथं. बाकी सारी भांडी, ताटं, वाट्या, भांडी खराब झालं होतं. डागाळलं होतं. भांड्यांची हँडल तुटली होती, पण माझ्याकडे नवी भांडी आणायला पैसे नव्हते. मी ती भांडी मातीनं

घासली, सुरीनं खरवडली, माझे हात रक्ताळले, सोलवटले, पण भांडी काही स्वच्छ झाली नाहीत. छत आणि भिंतींना व्हाईट वॉश दिला. स्टोव्हजवळचं ओट्याचं लाकूड जळलं होतं आणि बाकीचं सरपण म्हणून वापरून संपलं होतं. जे उरलं होतं, तिथं सुऱ्यांच्या फेकाफेकीचा खेळ झाला होता हे स्पष्ट दिसत होतं. वेस्काआजीनं तिच्या बहिणीकडून ओट्याच्या फटी बुजतील इतक्या लाकडाच्या फळ्या मागून घेतल्या. शेजाऱ्याच्या मुलीला मी जाकीट विणून दिलं त्या बदल्यात त्यानं स्टोव्ह दुरुस्त करून दिला.

मिकी

आई विदेशी आहे म्हणून इतरांना शंका वाटत असली तरी मुलं शाळेत चांगली प्रगती करत होती. मुलं शाळेत रुळल्यावर व्लादिमीरनं मला काम बघ असं निक्षून सांगितलं. पैसे कमावले तर जरा हातभार लागेल, कारण मी मुलींवर खूप खर्च करते, असं त्याचं मत.

"आता दिवसातले थोडे तास मुली स्वत:चं स्वत: बघू शकतात, तितक्या मोठ्या झाल्यात त्या," त्यानं जाहीर केलं.

त्या वेळी बायकांना करता येतील अशी कामं मोजकी होती. रोजगार कार्यालयात मला रोज जावं लागायचं. काहीतरी तात्पुरतं काम मिळेल या आशेनं... जेव्हा एखादं काम यायचं, एक माणूस ओरडत यायचा. त्याची घोषणा संपायच्या आत मुठी आणि कोपऱ्याने एकमेकांना ढकलाढकली करत सगळ्या बायका त्याच्याकडे जायच्या. ज्या बायका त्या माणसाच्या जवळ पोहोचू शकायच्या, त्यांना काम मिळायचं. बारा किलोमीटर दूरवर थोडी एकर जमीन खणायचं काम, तेही आठवडाभरच चालायचं. तरीही तिथं भांडणाला तोंड फुटायचं. मला कामाची जास्त गरज आहे किंवा मी आधी आले आहे अशी अटीतटीची मारामारी सुरू व्हायची. सहा आठवडे मी रोज तिथं गेले, पण चेहऱ्यांवर ओचकाऱ्यांशिवाय काहीच हाती लागलं नाही.

शेवटी मला बॉम्ब पडलेल्या ठिकाणी साफसफाईचं काम मिळालं. मी जेव्हा हे व्लादिमीरला सांगितलं तेव्हा तो संतापला. "तू तिथं काम करायचं नाहीस, सगळेजण तुझी टर उडवून हसतील.

मला वाटलं मी काहीही केलं तरी मी त्याला कधीच खूश करू शकणार नाही. त्याच्या दुष्टपणाबद्दल मात्र त्याला सतत माफ करायचे, कारण तो माझ्या दोन गोड

मुलींचा बाप होता. साऱ्या जगात माझ्याकडे दुसरं होतं तरी काय, होतं ते फक्त माझं कुटुंब.

आम्ही सोफियापासून दोनशे पन्नास मैल लांब राहत होतो, आईची तब्येत दिवसेंदिवस ढासळत होती. युद्धाच्या वेळी ओक्टेव्ह रशियामध्ये कुठेतरी बेपत्ता झाला आहे हे कळल्यावर तर आईची तब्येत अजूनच खराब झाली. आजी आता खूप म्हातारी झाली होती, पण तरी चालती-फिरती होती. ती काम करण्याचा प्रयत्न करायची. तिच्यानं आता व्हायचं नाही; पण तरीही बाळंतपणांसाठी मदत करायची. त्यातनं जे काही थोडे पैसे मिळायचे, त्यावर दोघींची गुजराण व्हायची.

वेस्काआजीच्या मुलीला स्थानिक शाळेत नोकरी मिळाली. तिला राहायला जवळच जागा बघणं भाग होतं. अर्थात ती आम्ही राहतो तिथं राहायला येणार होती. वेस्काआजीनं आम्हाला दुसरी जागा बघायला सांगितलं. नवं घर बघणं अशक्य कोटीतलं दिसत होतं. बऱ्याच इमारती बॉम्बमुळे जमीनदोस्त झाल्या होत्या. उरलेल्या इमारतीत रशियन ठाण मांडून बसले होते. आत्तापर्यंत त्यांनी राज्यकारभार पूर्ण ताब्यात घेतला होता. ते ज्याला सामान्य माणूस म्हणायचे त्याची त्यांना काडीमात्र पर्वा नव्हती.

शेवटी व्लादिमीरला एक बाई भेटली, तिला कमी भाडं दिलं तरी चालणार होतं. त्या बदल्यात धुणं, भांडी, स्वयंपाक करणारं बिऱ्हाड तिला हवं होतं. घर चांगलं, मोठं आणि स्वच्छ होतं. वेस्काआजीच्या घरापेक्षा जास्त छान होतं; पण आजीबाई तितक्याशा प्रेमळ, सुस्वभावी नव्हत्या. ती क्रोएशियातली होती आणि मोडकंतोडकं बल्गेरियन बोलायची. तिच्या नवऱ्यानं माझ्या सासऱ्यांबरोबर रेल्वेमध्ये काम केलं होतं. घरापासून मुलींची शाळाही चालत चाळीस मिनिटांच्या अंतरावर होती. बोलणी करताना व्लादिमीरनं घरी कबुतरं ठेवण्याचं कबूल करून घेतलं. दिवसा आमची घरमालकीण मला मोलकरणीसारखं वागवायची. व्लादिमीर घरात आल्याक्षणी तिचा चेहरा उजळायचा. ती त्याला पत्ते खेळायला बोलवायची.

आम्ही इथं राहायला आल्यावर थोड्याच दिवसांत नॅशनल फ्रंटची एक प्रतिनिधी ओळख करून घ्यायला घरी आली. ती आमच्या भागातलं काम बघायची. रशियन अधिकाऱ्यांनी नॅशनल फ्रंट ही संस्था स्थापन केली होती. एक माणूस त्या त्या भागात मतप्रचार करण्यासाठी नेमलेला असावा असा त्या संस्थेचा कायदा होता. प्रत्येक घराला नॅशनल फ्रंटचं सभासद व्हावंच लागायचं. मी नेहमी सभासदत्व करायला नकार द्यायची. यचाच अर्थ, विदेशी असल्यानं मी सतत संशयाच्या भोवऱ्यात असायची. त्या प्रतिनिधीनं मला कुटुंबाबद्दल अनेक प्रश्न विचारले. माझ्या पणजोबांपर्यंत सर्वांची चौकशी केली. शेवटी मी समाजासाठी

काही उपयुक्त काम करणं योग्य होईल, असं तिचं म्हणणं पडलं. बरेच स्थानिक लोक निरक्षर बल्गेरियन-रोमेनियन मिश्रवंशाचे होते. युद्धापूर्वी आलेल्या भयानक पुराच्या वेळी ते इथल्या ओसाड प्रदेशात येऊन स्थायिक झाले. आमच्या रस्त्यावर राहणाऱ्या सगळ्या कुटुंबांसाठी लोकल कमिटीकडून रेशन कूपन आणायची. त्यांना मंजूर असलेल्या भत्त्याप्रमाणे ती कुटुंबाच्या रेशन पुस्तकात भरायची आणि प्रत्येक कुटुंबाला प्रत्यक्ष भेटून ती द्यायची असं माझं काम होतं. त्यावर कुटुंबातल्या व्यक्तीची सही किंवा अंगठा घेणं गरजेचं होतं. माझ्याकडे फार वेळ नसतो असं सांगण्याचा मी प्रयत्न केला.

"हे बघ," तिनं ठामपणे सांगितलं, "तुला वेळ काढावा लागेल. मी तुला शारीरिक कष्टाच्या विनामोबदला कामांमध्ये अडकवत नाही म्हणून खरं तर तू माझे आभार मानायला हवेस. ते काम मिळालं असतं तर तुला दिवसभर बाहेर राहायला लागलं असतं. नवीन राष्ट्र उभारणीसाठी प्रत्येकानं हातभार लावणं भाग आहे."

व्लादिमीरलादेखील नॅशनल फ्रंटच्या बैठकांना आठवड्यातून एकदा जावंच लागे आणि हजर राहावंच लागे. त्याला ते अवघड जाईल याची मला भीती वाटत होती. तो तसा शिकलेला नव्हता आणि छोटीशी चूकही त्याला मोठ्या संकटात पाडेल असं वाटायचं. हे साम्यवादी नेते आणि शेजारी, व्लादिमीरला लहानशा चुकीमुळे पकडतील अशी भीती होती. आमच्या दोघांची प्रत्येक कृती, प्रत्येक हालचाल आता चिकित्सापूर्वक पाहिली जात होती.

माझ्या मावस आजोबांची तब्येत खूप बिघडली होती. मला आणि मुलींना शेवटचं भेटावं अशी त्यांची इच्छा होती. घरमालकिणीनं दयाळूपणानं रेल्वेच्या तिकिटासाठी पैसे उधार दिल्यावर व्लादिमीरला मला थांबवण्यासाठी काही बोलताच आलं नाही. लवकरात लवकर घरी परतले नाही तर मी नक्की संकटात सापडेन याची मला पूर्ण कल्पना होती.

आमची भेट खूप छान झाली. मी कशी मदत करू असं विचारल्यावर आजीनं मला काही वस्तू खरेदी करायला सांगितल्या आणि गुप्तपणे, काकांना भेटायला यावं असा धर्मगुरूंना निरोप द्यायला सांगितलं. हे सारं फार छुपेपणानं करायला हवं होतं, कारण अधिकाऱ्यांना कोणत्याही प्रकारचा धार्मिक संस्कार पसंत नव्हता. शिवाय आमच्या कुटुंबाविरुद्ध आणखी तक्रारी येणं परवडणारं नव्हतं. धर्मगुरूंनी मावस आजोबांना बरं वाटावं म्हणून आशीर्वाद देण्यासाठी रात्री उशिरा यायचं कबूल केलं. दुसऱ्या दिवशी सकाळी आम्हाला घरी परतण्यासाठी निघावं लागलं. आईनं आमच्यासाठी खाण्याचे पदार्थ दिले. त्यांचा निरोप घेताना मला हुरहूर वाटत होती, कदाचित मी ह्यांना पुन्हा कधीच भेटू शकणार नाही! आई इतकी दीनवाणी झाली

होती, तिची इतकी तब्येत खराब दिसत होती. जणू ती आयुष्याच्या शेवटच्या प्रवासाच्या जवळ आली होती.

आम्ही घराच्या दारात पोहोचलो तेव्हा व्लादिमीर आणि घरमालकिणीचे पत्ते खेळताना खिदळण्याचे आवाज बाहेरपर्यंत येत होते.

"बाबा," हेनी त्याच्याकडे धावत म्हणाली, "इथं पत्ते खेळण्याऐवजी तुम्ही आमच्याबरोबर का नाही आलात?"

असं उर्मटपणानं बोलायचं नाही, असं सांगत मी तिला उचलून दुसरीकडे नेलं.

"घ्या, आले तुमचे मोठे साहेब," असं म्हणत घरमालकिणीनं पत्ते गोळा केले.

"जरा थांबा, तुमचे उसने घेतलेले पैसे आणले आहेत बरोबर," मी म्हणाले.

आजोबांनी आणि आजीनं मला हे पैसे दिले आहेत असं सांगितल्यावर व्लादिमीरला साहजिकच संशय आला. सगळी संध्याकाळ मी आजवर केलेल्या प्रत्येक गोष्टीबद्दल बोलू लागला. पहिल्या गाडीने न आल्याबद्दल, आजीकडून पैसे घेतल्याबद्दल. आईनं दिलेला ॲश ट्रे त्याला दिला तेव्हा त्यानं तो तिरस्कारानं कोपऱ्यात फेकून दिला. त्याचा चक्काचूर झाला.

"तिच्याकडून काही नकोय मला," तो खेकसला आणि संतापानं बाहेर निघून गेला.

मुली सोफियात काय मजा केली, सोफिया किती छान आहे, ते त्याला उत्साहाने सांगत होत्या आणि तसा व्लादिमीरचा पारा चढत होता. लॉरीला व्हायोलिन शिकायचं होतं, म्हणून आई आणि आजीनं पैसे साठवून तिला व्हायोलिन घेऊन देण्याचं कबूल केलं होतं. त्यामुळे व्लादिमीरचा स्वाभिमान दुखावला गेला. ते मला जाणवत होतं.

आम्ही निघाल्यानंतर चारच तासांत आजोबा वारले. तीनही वृद्ध, अशक्त, दुःखात असलेल्या स्त्रियांबरोबर आणखी काही काळ असायला हवं होतं असं फार वाटलं मला. माझे हात रोजची कामं करत होते; पण असहाय वाटत होतं. व्लादिमीर आल्यावर काहीही म्हणाला नाही. काय घडलं आहे ते त्याला कळलं होतं. घरमालकिणीनंच सांगितलं... हातात पत्त्यांचा जोड घेऊन.

मावस आजोबांनी इच्छापत्रात रास्त किमतीतलं घर विकत घेण्यासाठी माझ्या नावे काही पैसे ठेवले होते. त्यांनी घरमालकिणीला तिचं ह्याविषयी मत विचारायला मला सुचवलंही होतं. तिनं घर विकावं आणि त्या बदल्यात आम्ही तिला सांभाळावं हेही होतंच. त्यांच्या मृत्युपत्राप्रमाणे घराची मालकी माझ्यानंतर मुलींकडे जाणार

होती. त्यांना सुरक्षितता मिळावी म्हणून. घरमालकिणीला ह्या अटी मान्य झाल्या आणि सौदा पक्का झाला. घर झाल्यावर आमची आयुष्यं जरा सुखी होतील असं मला वाटलं होतं, किमान भाडं तरी वाचलं, पण त्यानंही फारसा फरक पडला नाही. वाचलेला पैसा कशालाच पुरत नव्हताच.

मी पुन्हा गरोदर आहे असं व्लादिमीरला सांगितल्यावर तो संतापला आणि माझा यार कोण, कुठे भेटला, असं विचारलं. मी त्याला सांगायचा प्रयत्न केला की मुलं, घरमालकीण आणि तो स्वत: यांना सोडून मला स्वत:चा असा एक क्षणही मिळत नाही, पण माझं काही ऐकून न घेता त्यानं मला मारायला सुरुवात केली. तो इतक्या जोरात ओरडत होता, की घरमालकीण काय झालं ते बघायला आली. त्यानं तिला बाहेर ढकललं आणि दार जोरात बंद केलं. ती पुन्हा आत आली. म्हणाली की ती आता मात्र पोलिसांत तक्रार करेल. तिला फक्त एक कप कॉफी हवी होती आणि तो तिच्याशी इतका उर्मटपणे वागत होता. व्लादिमीर बाहेर गेला. मी रक्त पुसलं. माझे हात अजूनही कापत होते. मी घरमालकिणीसाठी कॉफी बनवली.

जेवायच्या वेळी मुलींनी विचारलं माझं तोंड सुजल्यासारखं का दिसतंय. मी त्यांना सांगितलं की दिवसभर दाढ दुखतेय. साहजिकच त्यांचा यावर विश्वास बसला नाही. त्यांनी काही न बोलता जेवण संपवलं.

मुलींनी मला मागचं आवरायला, भांडी घासायला मदत केली. मग घरचा अभ्यास घ्यायला मी त्यांच्या खोलीत गेले. पोरींना झोपवून बाहेर येते, तर ओट्यावर परत खरकटं अन्न पसरलं होतं. मी पुन्हा सारं नीट आवरलं, साफ केलं आणि मग झोपायला गेले. आमची पूर्वीची घरमालकीण आताची भाडेकरू आणि माझा नवरा पत्ते खेळत जोरजोरात हसत होते. विनोद करत होते.

माझ्या अंगावर पडणारी नॅशनल फ्रंटची कामं वाढू लागली. मी दरिद्री घरातल्या मुलांसाठी दूध, भरपूर पिनट बटर लावलेला ब्रेड असा नाश्ता तयार करून देऊ लागले. हे सारं अमेरिकन रेड क्रॉसने देणगी म्हणून दिलेलं होतं.

घरमालकीण आजी अशक्त होत चालली होती. तिला डॉक्टरकडे नेलं तेव्हा त्यानं सांगितलं, की सिगारेट पूर्णबंद. आजी दिवसाला दोन पाकिटं सिगारेट ओढायच्या. ती त्याच्या सांगण्यावर हसली आणि फुंकणं सुरूच राहिलं. त्या काळात लोक खूप सिगारेट ओढायचे.

एका रात्री, मध्यरात्रीनंतर, मी विणत बसले होते. तिच्या खोलीतून धब्ब आवाज आला आणि मग शांतता पसरली. खोलीत जाणं बरोबर वाटत नव्हतं, म्हणून काय करू या असं विचारायला मी व्लादिमीरकडे गेले. त्याला उठवलं म्हणून तो कुरकुरत परत झोपला. मी तिच्या दारावर टकटक केली आणि थोडावेळ

वाट पाहिली. काहीच उत्तर आलं नाही त्यामुळे मी पुन्हा दार वाजवलं आणि त्यांना काही हवं आहे का ते पुन्हा विचारलं. त्याचक्षणी व्लादिमीर माझ्या पाठीमागे येऊन उभा राहिला. काहीतरी बरोबर घडत नाहीये हे त्याला जाणवलं असावं. मी पटकन दार उघडलं आणि पाहिलं तर तिचा चेहरा खाली होता. ती पलंगाजवळ पडली होती. व्लादिमीरनं पाहिलं, तो नि:शब्द उभा होता. मी तिला वळवलं आणि नस लागते का ते पाहिलं. ती गेली होती ह्यात काहीच संशय नव्हता.

गेल्यावर कोणते कपडे घालावे हे तिनं मला आधीच सांगून ठेवलं होतं. त्यामुळे मेणबत्ती लावली आणि सांगितलेले कपडे तिला चढवले. पहाटे डॉक्टर आले, त्यांनी सांगितलं की तिला हृदयविकाराचा झटका आला होता. ती गेल्यामुळे माझी खूप कामं वाचली हे जरी खरं होतं, तरी घरात एक रिकामपणा भरून राहिला. खूप दिवस मी तिच्या खोलीत गेले नाही.

हा मृत्यू गूढ होता अशा अफवा पसरायला लागल्या आणि मला पुन्हा अधिकाऱ्यांचं चौकशीसाठी बोलावणं आलं.

"घर खरेदी करण्यासाठी पैसे कुठून आले?"

"तू तिला मारलं नाहीस हे सिद्ध करू शकतेस?"

आमचं नातं कसं होतं हे आमच्या शेजाऱ्यांनाही विचारलं त्यांनी. बहुतेकांनी सांगितलं की मी चांगली आहे. विशेषत: ज्या घरातली मुलं माझ्याकडे नाश्त्याला यायची ते माझ्याबद्दल चांगलं बोलायचे.

पत्ते खेळायला जोडीदार नाही म्हटल्यावर व्लादिमीर फार अलिप्त आणि शांत झाला. आमच्याबरोबर जेवायला अगदी हेनीनं आग्रह केला तरीही तो येईनासा झाला. आम्ही स्वयंपाकघरातून गेल्यावर तो जेवायचा. शक्य तितका पसारा करून ठेवायचा. तो घराचा मालक आहे हे तो मला दाखवून द्यायचा. माझं पोट दिसायला लागलं तसा व्लादिमीर माझ्याशी अजूनच तुसड्यासारखा वागायला लागला. अवघड जाणार हे माहीत होतं तरी मी येणाऱ्या बाळाची मनापासून वाट पाहत होते. माझ्या गोड पोरी माझ्यासाठी किती आनंद घेऊन आल्या होत्या.

एका रात्री कडाक्याच्या थंडीत मला प्रसूतिवेदना होऊ लागल्या. दवाखान्यात जाणं आवश्यक होतं. मी उठले, तयार झाले, माझ्याकडे थंडीसाठी कोट नव्हता. पोटात इतकं दुखत होतं की मला बुटांच्या नाड्या बांधणंही अवघड जात होतं. शेवटी हळूहळू एकदाचं जमलं. मी कशीबशी दारापर्यंत पोहोचले, कडी काढायचा प्रयत्न करायला लागले, तेव्हा व्लादिमीर मागे उभा दिसला. अजूनही एक शब्द बोलला नाही. रस्ते निसरडे होते, चालताना पाय सटकत होता. मी पडत होते. पण त्यानं मदतीचा हात दिला नाही. मी उभी राहीपर्यंत तो नुसताच वाट बघत उभा

राहिला. रुग्णालयाच्या जवळ पोहोचताना वाटेत एकजण जात होता. माझी अवस्था बघून त्यानं विचारलं की मदत हवी आहे का? व्लादिमीरला राग येईल म्हणून मी म्हणाले, "नको, मी ठीक आहे."

"कोण तू? आणि काय हवंय तुला?" व्लादिमीरनं त्याला विचारलं.

"दिसत नाही तुला, ही बाई कोणत्याही क्षणी बाळंत होऊ शकते. तिला गरज आहे मदतीची. तू जर हिचा नवरा असशील तर, तुला लाज वाटली पाहिजे.

तो वळून रस्त्याला लागला. व्लादिमीरनं त्वेषानं मूठ उगारली, पण तो घसरला आणि पडला. तोवर मी रुग्णालयाच्या दारात पोहोचले होते. घंटा वाजवली, माझ्या मैत्रिणीनंच दार उघडलं. व्लादिमीर उठला आणि मुलींना सांभाळायला घरी गेला. वीस मिनिटांतच आमच्या मुलाचा जन्म झाला.

दुसऱ्या दिवशी कामावर जाताना, व्लादिमीर आला आणि त्यानं बाळ झालं का ते विचारलं.

"तुम्हाला मुलगा झालाय," मैत्रिणीनं खिडकीतूनच ओरडून सांगितलं. तो वळला आणि अवाक्षरही न काढता निघून गेला. पाच मिनिटांत पुन्हा आला आणि मुलगा झाला की मुलगी ते विचारू लागला. जणू त्याचा कानांवर विश्वास बसत नव्हता. तो मला बघायला कधीच आला नाही. मुली मात्र यायच्या. पाचव्या दिवशी माझी नणंद, मसलिन्का न्यायला आली.

बाळाचं नाव स्ट्रॅशमिर म्हणून नोंदलं गेलं. पण मुलींनी ठरवलं की त्याला मिकी म्हणून हाक मारायची. मुलींनी इतके प्रयत्न केले, पण व्लादिमीरनं बाळात काडीचा रस दाखवला नाही. लॉरी आता बारा आणि हेनी नऊ वर्षांची होती. मुली शक्य ती सारी मदत करायच्या.

जसे आठवडे लोटले आणि माझी चिंता वाढायला लागली. म्हणावी तशी मिकीची वाढ होत नव्हती. त्याला डॉक्टरकडे नेलं. तिनं मला येणारं दूध तपासलं आणि म्हणाली की ते चांगलं नाही.

"तुम्हाला गर्भारपणात विचित्र अनुभव आले असतील, म्हणूनही असेल. त्याच्यासाठी तुला गाईचं दूध मिळवावं लागेल." डॉक्टर म्हणाली.

नुकतीच व्यायलेली गाय आहे का याची शेजारीपाजारी सगळीकडे चौकशी केली. एकानं मला कपभर दूध दिलं. मिकी इतका अशक्त होता, की तो पातळ केलेल्या दुधाचे दोन थेंबही घेऊ शकला नाही. पोरी घरी आल्यावर त्यांनी मला मदत केली आणि काय आश्चर्य, मिकी अचानक चैतन्यानं हातपाय हलवायला लागला, दूध प्यायला लागला. मसलिन्कानं एक बाई शोधली, तिच्याकडे गाय होती. ती जरा लांब राहायची, पण सकाळी सात वाजता आणि संध्याकाळी दूध विकायला यायची.

मिकीला बघायला येणारा प्रत्येकजण म्हणायचा, की तो अगदी व्लादिमीरसारखा दिसतो. अगदी माझी सासूदेखील. ती असं म्हणाल्यावर व्लादिमीरच्या जिवात जीव आला असावा. जणू काही तो फक्त तिच्यावरच विश्वास ठेवू शकत होता. त्यानंतर मिकी त्याचा नाही असा संशय त्यानं कधीही घेतला नाही.

आता सकाळी मिकीला दूध देणं, मुलींना तयार करून शाळेत धाडणं आणि नाश्त्याचं दुकान उघडणं हे करताना माझी कसरतच व्हायला लागली. मी तिथं पोहोचेपर्यंत लांबच लांब रांग लागलेली असायची. मी काम करताना लक्ष ठेवायला रोज नवनवे अधिकारी यायचे.

गाईचं दूध मिकीच्या चांगलंच अंगी लागलं. तो हसरा, बाळसेदार मुलगा झाला. कायम आनंदी, अगदी क्वचितच रडायचा. मुली त्याला बाहुल्यासारखं वागवायच्या. निरनिराळे कपडे बदलून त्याला सजवायच्या, त्याच्यासाठी गाणी म्हणायच्या.

व्लादिमीर स्थानिक नॅशनल फ्रंटचा अध्यक्ष बनला. त्याच्याजवळ एक रेडिओ दिला होता. त्यावर चोवीस तास साम्यवादी पक्षाची प्रसारण सेवा सुरू असायची. दोन बातमीपत्रांमध्ये जाहिराती लागायच्या. मी कामं उरकायचे, तोवर मिकी अगदी मजेत जाहिराती ऐकत बसायचा. त्याच्या येण्यानं घरात खूप आनंदी वातावरण निर्माण झालं. कधीमधी व्लादिमीरच्या चेहऱ्यावरही स्मित आलं.

हेनीनं बाबांच्या मागे लागून तिथल्याच एका मेळ्याला न्यायला भाग पाडलं. व्लादिमीरनं मिकीलाही घेऊन जाऊ असं म्हटल्यावर सगळ्यांनाच आश्चर्याचा धक्का बसला. "आई, तू पण ये ना आमच्याबरोबर, मिकीलाही नेतोय आम्ही."

मला खूप आवडलं असतं त्यांच्याबरोबर जायला, कित्येक वर्षांत कुठलीच करमणूक नव्हती.

"नको, नको," व्लादिमीर घाईनं म्हणाला. "आपण बाहेर जाऊ तेव्हा तिला घर आवरायचं आहे."

मी हात हलवून त्यांना निरोप दिला आणि घरात येऊन बसले. मला रडू फुटलं. बरोबर असूच नये इतकी कुरूप होते का मी? त्याला खरंच माझा इतका तिरस्कार वाटत होता? तो मला असं का वागवत होता तेच कळत नव्हतं. मी काय चुकते आहे हे कधी त्याला विचारण्याचा प्रयत्न केला, तर तो दुर्लक्ष करायचा किंवा राग येऊन मला मारायचा.

जरी प्रेम नव्हतं तरीही आम्ही नवरा-बायकोचं नातं शिस्तीत पार पाडतच होतो. वर्षभरात मी पुन्हा गरोदर राहिले. हे व्लादिमीरला सांगण्याची मला खूप भीती वाटत होती. मुली त्याच्याबरोबर असल्याची संधी साधून त्याला सांगितलं. त्या आहेत हे बघून लाजेकाजेस्तव तरी का होईना तो मला मारणार नाही अशी आशा होती. पण

त्याला पूर्वीइतकाच राग आला. मुलांना सोडून मला माझ्या याराला भेटायला वेळ बरा मिळतो, असं तो मला विचारत होता. कशानंही त्याची खात्री पटली नाही की मी निर्दोष आहे. त्याच्या वागण्याची काही कारणमीमांसा करणंच शक्य नव्हतं. माझा अपमान करण्याचा एकही मार्ग त्यानं सोडला नाही.

मिकीचा जन्म झाल्यानंतर त्याला सांभाळण्यासाठी मी काम करणं थांबवलं होतं. तो एक वर्षाचा झाल्याबरोबर मला व्लादिमीरनं सांगितलं, की मी आता काम करायला सुरुवात केली पाहिजे.

"पण मिकीकडे कोण बघणार?" मी विचारलं.

"सरकार आता तीन वर्षांपर्यंतच्या नोकरी करणाऱ्या मातांच्या मुलांसाठी पाळणाघराची सोय पुरवतं." तो म्हणाला. "आपल्या गावात दोनच पाळणाघरं असली, तरी आपलं हे तिसरं मूल असल्यानं आपल्याला जागा मिळेल तिथं."

"पण घर नीट सांभाळणं अवघड जाईल मला," मी सांगितलं, "दहा तास काम केल्यानंतर तर खरंच अवघड आहे.'

"तो तुझा प्रश्न आहे, मी कित्येक वर्षं रोज कामाला जातो आहे, माझी दया येत नाही कोणाला."

"घरी आल्यावर कबुतरांशी खेळतोस तू," मी म्हणाले.

त्यानं मला जोरात मारलं.

"त्याच्याशी तुझा काही संबंध नाही."

मी कशीबशी उठले आणि चेहऱ्यावरचं रक्त पुसू लागले, तेवढ्यात व्लादिमीरचा कबुतरवाला मित्र आत आला. म्हणाला, "अरे ऐकलंस का तू," मला बघून थांबला. "काय केलंस तू?" तो व्लादिमीरकडे वळला. "तिच्या अशा अवस्थेत मारलंस?"

व्लादिमीरनं त्याला बागेकडे नेलं. "बघ, माझ्याकडे नवी दोन पिल्लं आली आहेत, मस्त जोडी आहे."

"नाही, तू इतका दुष्ट असशील, माझा विश्वासच नाही बसत. तू तर माझ्या बापापेक्षा वाईट आहेस. मी चाललोय आणि पुन्हा कधीही परत येणार नाही," तो म्हणाला.

मित्र गमावल्याने व्लादिमीर अजूनच भडकला आणि वाटेत येईल त्याला लाथ मारत सुटला.

"ए, काय झालं तुला," कुंपणापलीकडे उभा असलेला शेजारी हसत म्हणाला, "हडळीची भेट झाली की काय?"

"त्याहून भयानक," माझा नवरा एकीकडे कबुतरांना भरवत उत्तरला.

व्लादिमीरनं माझ्यासाठी काम पाहिलं. नॅशनल फ्रंटमधल्या त्याच्या एका मित्राचा सुताची रिळं बनवायचा कारखाना होता. तीन मैल लांब आणि तीन पाळ्यांमध्ये तिथं काम चालायचं. माझ्या कामाची सुरुवात रात्रपाळीनं होणार होती. सहा दिवसांचा एक आठवडा. काम अवघड आणि धोकादायक होतं. तिथं सतत अपघात होत असत. कितीतरी कामगारांचे हात, बोटं अशा अपघातात गेली होती. पंधरा दिवस मी रात्रपाळीत काम केलं आणि दिवसा मिकीला सांभाळलं. त्या काळात मला दोन तासांपेक्षा जास्त झोप मिळाली नाही.

त्यानं सांगितलं की, मी मिकीला सोमवारी सकाळी एका पाळणाघरात सोडायला हवं. तिथं त्याची आठवडाभराची राहायची सोय होईल. मिकी फक्त एक वर्षाचा होता आणि मुलींना, मला त्याच्यापासून एक क्षणही लांब राहण्याची कल्पना सहन होत नव्हती. किती आनंदी होतं माझं बाळ! पण व्लादिमीरच्या हट्टापुढे माझं म्हणणं काय चालणार?

पाळणाघरातल्या काम करणाऱ्यांनी, मिकी कुठे राहणार ते बघण्याची परवानगीही नाही दिली.

"आठवडा संपला की त्याला घरी घेऊन जाऊ शकता आणि त्याचे कपडे बदलून, अंघोळ घालू शकता," दारावर उभी असलेली बाई म्हणाली.

"इथं त्याला दिवसातून एकदाही अंघोळ नाही घालणार का?"

"वेड लागलंय का?" किडलेले दात दाखवत ती बाई हसली. "तू काम करत असताना आम्ही त्याला सांभाळतोय, भरवतोय ह्यातच समाधान मान."

जड अंत:करणाने मी मिकीला त्या बाईकडे सोपवलं. ती त्याला घेऊन जाताना डोळे भरून पाहत राहिले. त्याचे हात माझ्यासाठी पसरले होते. चेहरा हुंदके देऊन सुजून गेला होता. कामावर तर मी पूर्ण वेळ रडतच होते.

"तुला होईल सवय या साऱ्याची," एक वयस्कर बाई म्हणाली. "आम्ही साऱ्या गेलो आहोत यातून."

घरी मुलींचाही दिवस रडतच गेला; पण त्यांच्या वडिलांनी एका शब्दानेही समजूत काढली नाही. एक आठवडा वर्षासारखा भासला. पुढच्या शनिवारी माझी दिवसपाळी होती.

"आई, तू कामावरून आलीस की आम्ही तुला भेटतो," मुली म्हणाल्या, "आपण मिळून आणू मिकीला घरी."

त्या दिवशी माझं काम संपता संपेना. शेवटी एकदाची घंटा वाजली आणि मी वेगानं बाहेर पडले. पोरी ठरल्याप्रमाणे पाळणाघराच्या दाराबाहेर उभ्या होत्या. घंटा वाजवली. वाट पाहिली. तो काही मिनिटांचा काळ युगांसारखा वाटला. आवाजाने अस्वस्थ होऊन त्रासदायक चेहऱ्यानं एकीनं दार उघडलं.

"या आठवड्यात तुम्हाला मिकीला घरी नेता येणार नाही," तिनं आम्हाला सांगितलं. "त्याला गोवर झाला आहे. त्याला वेगळं ठेवलं आहे."

"किती दिवस?" माझा थरकाप झाला होता.

"किती दिवस ते मी नक्की नाही सांगू शकत," ती म्हणाली. "कमीत कमी पुढचे पंधरा दिवस."

इतकं बोलून ती वळली.

"तो बरा आहे ना?" मी ओरडून विचारलं. "काहीतरी नीट सांगा ना!"

"अर्थात," दारातून अदृश्य होत ती म्हणाली, "आम्ही सगळ्यांची स्वतःच्या मुलांप्रमाणे, मनापासून काळजी घेतो.'

घरी येताना आम्ही तिघी रडत होतो. त्या संध्याकाळी व्लादिमीर काहीच म्हणाला नाही. नंतर मला समजलं, की त्याला मिकीबद्दल आधीच कळलं होतं; पण त्याला ते आम्हाला सांगायचं नव्हतं.

दररोज मी पाळणाघराच्या दारात जायची आणि माझं बाळ कसं आहे ते विचारायची. बऱ्याचदा त्या मला खिडकीतूनच ओरडून सांगायच्या, "तो ठीक आहे." आणि मग खिडकीचं दार जोरात लावून घ्यायच्या. एकतिसाव्या दिवशी एक बाई त्याला घेऊन बाहेर आली. त्यानं मला पाहिलं, तो हुंकारलाही नाही. छोट्याशा हातांचा माझ्याभोवती विळखा घातला आणि होता नव्हता सारा दुबळा जीव माझ्या खांद्यावर टाकला. त्या बाईनं मला कपड्यांची पिशवीही दिली.

घरच्या रस्त्यावर पूर्ण वेळ मी त्याच्याशी बोलत होते. पण मिकी प्रतिसाद देत नव्हता. घरी येऊन त्याला जमिनीवर ठेवलं तेव्हा तो कलंडला. मला वाटलं माझीच त्याला ठेवताना घाई झाली, मीच त्याला पाडलं. मला वाईट वाटलं, त्याला पुन्हा उचललं, पण तो पुन्हा कलंडला आणि कण्हला. तो इतका अशक्त झाला होता की स्वतःच्या पायावर उभाही राहू शकत नव्हता. मरणासन्न माणसासारखा निस्तेज झाला होता. मला वाटलं गोवरमुळे असेल. कोपऱ्यात रांगत जाऊन हळूहळू त्याच्यासाठी घरी बनवलेल्या लाकडी आगगाडीशी खेळायला लागला.

बहिणी घरी आल्या आणि मिकीला भेटायला धावल्या. घरी आणल्यापासून पहिल्यांदाच बाळाच्या चेहऱ्यावर हास्य आलं; पण तो काहीच बोलला नाही. त्यांच्यावर पोराचा अजून विश्वास होता. इतकं सारं झाल्यावर तो खूप घाबरला असणार हे उघड होतं. व्लादिमीर आल्यावर मिकी पुन्हा कोपऱ्यात गेला. त्याचे हात, डोकं थरथरत होतं. त्याला हात लावलेलं आवडत नव्हतं. त्यानं काही खाल्लंही नाही. दोन-चार चमचे सूप तेवढं घेतलं. मिकीला अंघोळ घालण्यासाठी मुलींच्या मदतीनं त्याचे कपडे काढले, तेव्हा दिसलं, तो फक्त हाडं आणि कातड्याचा सापळा बनला होता.

अंघोळ करणं मात्र माझ्या बाळाला आवडलं. मुली त्याच्यावर पाणी उडवत होत्या, त्याची इवली इवली बोटं, पावलं स्वच्छ करत होत्या, तेव्हा त्याला मजा येत होती. मी त्याला उचललं, मुलींनी मिकीला कपडे घालायला मदत केली. खरं तर अजून रात्र झाली नव्हती; पण मी त्याला झोपायचे कपडे, पायजमा घातला. कपड्यांची पिशवी उघडली तेव्हा कळलं की अर्धे कपडे त्याचे नव्हतेच. बाकीचे कपडे म्हणजे गलिच्छ चिंध्या होत्या, त्या टाकूनच द्याव्या लागल्या. माझ्याकडे काही पर्याय असता तर मी ते सारेच कपडे फेकून दिले असते.

दुसऱ्या दिवशी मुली शाळेत गेल्या तेव्हा तो खूप रडला आणि पुन्हा कोपऱ्यात जाऊन बसला. तिथं मिकीला त्यातल्या त्यात सुरक्षित वाटत असावं, म्हणून मी खायचं घेऊन तिथंच गेले. पण त्यानं नाश्ता घेतलाच नाही. एक कोरड्या पावाचा तुकडा घेतला आणि मधेमधे चोखत बसला.

माझी शेजारीण, इव्हान्का, तिच्या पाच वर्षांच्या मुलीला घेऊन आली.

"अशा ठिकाणी या मुलांना कोरड्या पावाचे तुकडे देतात, त्यानं मुलं शांत राहतात," तिनं सांगितलं, "बरेचदा त्यांना खुर्चीला बांधून ठेवतात, दिवसभर."

"पण तो किती अशक्त झाला आहे," मी म्हणाले.

तिनं खांदे उडवले, "तिथं इतके दिवस राहिल्यानंतर दुसरं काय होणार?"

माझ्या स्वतःच्या मुलाचं हे असं व्हायला मी कारणीभूत आहे, ही कल्पनाच सहन होईना. व्लादिमीर किती चिडेल, ओरडेल त्याची मला पर्वा नव्हती. माझ्या मिकीला मी पुन्हा तिथं पाठवणार नव्हते, काहीही झालं तरी!

कुटुंबाची बदनामी

बाळ जन्माला आल्यानंतर त्याला सरकारकडून मदत मिळावी, त्यांच्या नियमात बसावं यासाठी मला अजून एक आठवडा काम करणं भाग होतं. पण मी व्लादिमीरला सांगितलं की फक्त तेवढंच काम करणार आहे. मी किती निग्रहानं बोलते आहे हे त्याच्या लक्षात आलं. पुढचे सहा दिवस मी रात्रपाळीमध्ये काम करायला गेल्यावर मुलींनी मिकीला सांभाळण्याचंही कबूल केलं. त्यांना मी आणि मिकी घरी परत यायला हवे होतो. मुलांवर वेळोवेळी लक्ष ठेवायचं इव्हान्कानंही मान्य केलं. व्लादिमीरला मुलींच्या समोर चांगला पालक असंच रूप दाखवायला आवडायचं. त्यामुळे त्यानंही या व्यवस्थेला मान डोलावली.

तो आठवडाभर, मी काम संपलं की अक्षरश: धावत-पळत घरी यायचे. घरी जाऊन काय बघायला लागणार अशी भीती सतत मनात असायची; पण दर दिवशी मिकीची तब्येत सुधारत गेली. दुपारी मला थोडी झोपही मिळू लागली. माझ्या छोट्या पोरी मिकीकडे बघायच्या.

मी पुन्हा गरोदर आहे हे आईला कळल्यावर तिनं माझ्याकडे यायचं ठरवलं आणि जमवलंही. ती आल्यावर व्लादिमीर कसा वागेल याची मला भीती वाटत होती, पण त्यानं आई असताना राग काबूत ठेवला. आजीला बघून मुली खूश झाल्या. काम करणं थांबवल्या दिवसापासून मला नॅशनल फ्रंटचं रेशन कूपन्सचं काम सुरू करावं लागलं. प्रसूती वेदना सुरू झाल्या तेव्हाही मी रेशन कूपनचंच काम करत होते. येणाऱ्या बाळाला बाहेर यायची घाई झाली असावी. लॉरी अगदी वेळेत घरी आली. तिनं कूपन वाटायचं काम हातात घेतलं. प्रसूतिगृह आमच्या घरापासून अजून दूर गेलं होतं, मी तो लांबच लांब रस्ता चालायला सुरुवात केली. आई माझ्याबरोबर आली. आम्ही कुठे चाललो आहोत हे सुद्धा व्लादिमीरनं विचारलं नाही.

तिथं पोहोचलो आणि मला पुढचं पाऊलही टाकणं शक्य नाही हे लक्षात आलं. आईनं परिचारिकेला बोलावलं. मी वेदनांनी विव्हळत नव्हते, त्यामुळे माझी केस 'अर्जंट' वाटली नाही. त्या आपसात गप्पा मारत राहिल्या. कोणी दाईला बोलावलंही नाही. बऱ्याच वेळानं ती आली तेव्हा माझी अवस्था बघून घाबरली. वेदना सुरू होऊन बराच वेळ झाला होता आणि बाळाला फिरवून काढण्याची गरज होती. ती निष्णात दाई होती, तिनं माझ्या तिसऱ्या मुलीला वाचवलं.

"मी तिला रोझा म्हणणार, तुझंच नाव देणार मी तिला." मी आईला सांगितलं.

"किती छान," ती म्हणाली, "चर्चमध्ये तिचं नामकरण होताना पाहायला खूप आवडेल मला."

"ते करायला जमेल अशी आशा करू या," मी साशंकपणानं उत्तरले. धार्मिक नामकरण सरकारला मंजूर नव्हतं आणि तसं केलं तर आम्ही आणखी संकटात सापडण्याची भीती होती.

घरी आल्यावर रोझाला मिकीच्या पलंगावर ठेवलं. त्याला आता मोठ्या बहिणींजवळ झोपावं लागणार होतं. थोड्या वेळानंतर तो स्वयंपाकघरात आला आणि पाळणाघरातून आल्यापासून पहिला शब्द बोलला,

"बाळ..." तो म्हणाला, दुसऱ्या खोलीकडे बोट दाखवत म्हणाला, "रडतंय."

आता माझ्या कुटुंबात चार मुलं होती, त्यामुळे रोज सकाळी कुटुंबांना जो नाश्ता मिळायचा, त्यातले चार नाश्ते घेऊन जाण्याची मला परवानगी मिळाली. या पूरक अन्नाची आम्हाला फार फार गरज होती.

पुन्हा एकदा माझ्या सासूनं व्लादिमीरला सांगितलं, की नवं बाळ अगदी त्याच्यासारखं दिसतं आहे.

"तुझी सगळी मुलं तुझ्यावर गेली आहेत," ती म्हणाली, "सगळी तुझ्यासारखीच सुंदर आहेत. अभिमान वाटतो मला त्यांचा!"

सुदैवानं, त्यानं तिच्यावर विश्वास ठेवला.

व्लादिमीरचा सगळ्यात धाकटा भाऊ सैन्यात नोकरी करत होता. त्याची चौकशी करायला अधिकारी घरी येऊन पोहोचले, तेव्हा प्रथमच आम्हाला कुणकुण लागली, की काहीतरी गडबड आहे. जोसेफ बेपत्ता होता. माझ्या सासूची चौकशी झाली. आठवड्याभरात मला सांगण्यात आलं की रेशन कूपन वाटण्यासाठी माझ्या कामाची गरज नाही. त्यांनी कोणतंही कारण दिलं नाही. मला फक्त सांगितलं आणि दुसरी बाई माझं काम करायला लागली. अर्थात मुलांसाठी मोफत मिळणाऱ्या चार नाश्त्यांवरही आता माझा हक्क नव्हता. मी शांत राहिले. वाद घालून संकटं

उग्र रूप धारण करतात हे आयुष्यानं मला शिकवलं होतं.

तसंही, व्लादिमीर बहुधा गप्पच असायचा. मात्र आता तो सांगायला लागला होता, की त्याच्या कारखान्यात काही जणांना कामावरून कमी केलं होतं किंवा दूरच्या खेड्यात, कमी पगाराच्या कामावर पाठवायला सुरुवात केली होती. कधी तो सांगायचा, की साम्यवादी पक्षातले सभासदही कमी करणार आहेत. माझ्याशी त्याला हे सारं बोलावंसं वाटतंय, याचंच मला आश्चर्य वाटायचं.

व्लादिमीरच्या आई-वडिलांचा थोड्या महिन्यांच्या अंतरानं मृत्यू झाला. त्याचे वडील घशाच्या कर्करोगानं गेले आणि त्यानंतर आई आजारी पडली. तिला रुग्णालयात घेऊन जायचा काही उपयोग होणार नाही, फक्त पैसे तेवढे वाया जातील, असं तिच्याजवळ राहणाऱ्या तिच्या मुलांनी ठरवलं आणि त्यांना घरीच ठेवलं. त्या आजारी होत्या तेव्हा जाऊन भेटण्याइतकेही पैसे नव्हते आमच्याकडे.

एक दिवस संध्याकाळी व्लादिमीर घरी आला, तो फार अस्वस्थ दिसत होता. खायलाही तयार नव्हता. तो लवकर झोपायला गेला. बरं वाटत नाही का, असं मी विचारलं तेव्हा, पांघरुणाखालूनच म्हणाला, "मला एकटं सोड, जा इथून." रात्री तो बाहेर जात असल्याची चाहूल लागली. बऱ्याच उशिरापर्यंत तो परतला नाही. आल्यावर त्यानं मला सांगितलं, की तो दारूगोळा कारखान्यातलं काम सोडणार आहे आणि दुसरं काम बघणार आहे. मला आश्चर्य वाटलं. कारण त्याला हे काम बऱ्यापैकी आवडायचं.

"माझ्या वरिष्ठांची माझ्याशी वागण्याची पद्धत, माझ्याकडे बघण्याची दृष्टी, साऱ्याचाच मला आता कंटाळा आला आहे." इतकंच सांगितलं.

"सध्याच्या काळात काम शोधणं अवघड झालं आहे," मी त्याला जाणीव करून देण्याचा प्रयत्न केला. "आणि... अं...तसा तू कोणत्या एका क्षेत्रात कुशल नसल्यानं तर जास्तच अवघड."

"माझ्यासकट सगळ्या कुटुंबाची जबाबदारी आता तू सांभाळण्याची वेळ आली आहे," तो चिडून म्हणाला,

शेवटी मला कळलंच. व्लादिमीरचा सहकारी, जॉर्ज, त्याच्या बायकोनं सांगितलं की त्या दोघांना कामावरून कमी केलं होतं. विदेशी स्त्रीशी लग्न केलं, भाऊ सैन्यातून गायब झाला, हा व्लादिमीरचा गुन्हा होता. रोज हे दोघं काम शोधायला बाहेर पडायचे, कधी एक-दोन दिवसांपुरतं काम मिळायचं, पण त्या कामांचे पैसे फार कमी मिळायचे. फोरमन म्हणून त्यांना जे पैसे मिळायचे, त्यापेक्षा तर फारच कमी. हळूहळू व्लादिमीरनं सुचवलं, की हे घर विकून आपण सोफियाला जाऊ.

"मित्र आणि नातेवाईक आहेत तिथं मदत करायला," तो म्हणाला, "तिथं काम मिळण्याचीही शक्यता आहे."

"अं, खरं सांगायचं, तर घर मुलांचं आहे." हातात असलेला सुरक्षेचा एक छोटा धागाही तुटून जातो आहे या भीतीनं मी त्याला आठवण करून दिली. "तू सोफियाला जा, काम आणि राहायला जागा शोध. मग आम्ही येऊ तिथं. चांगली माणसं बघून आपण हे घर भाड्यानं देऊ. त्या पैशात आपण सोफियात भाड्यानं जागा घेऊन राहू शकू."

थोडा वेळ आम्ही वाद घातला. आमचं सर्वांचं जीवन आणखी दु:खी करायची माझी इच्छा आहे असा त्यानं आरोप केला. घर विकणं हा एकमेव उपाय आहे असंही ठासून सांगितलं.

"मी इतकी भयानक बाई आहे असं तुला कशामुळे वाटतं? सांग ना," मला खरोखर जाणून घ्यायचं होतं. "मरेपर्यंत मारलं आहेस तू मला, इतकं वाईट वागवलं आहेस, तरीही... तरीही मी तुझ्याबरोबर राहते आहे. मुलांसाठी तर मी जीव द्यायलाही तयार होईन, हे माहीत आहे तुला."

"तुला काय वाटतं, मी नाही देणार त्यांच्यासाठी जीव? मूर्ख बाई, तुझ्यापेक्षा माझं जास्त प्रेम आहे त्यांच्यावर."

"तीच आशा आहे मला," शांत राहण्याचा प्रयत्न करत मी म्हणाले.

"हे घर विकलं नाही, तर आपण भुकेनं मरून जाऊ."

"हे घर वारसाहक्कानं मुलांच्या नावे नसतं तर काय केलं असतं आपण?" मला जाणून घ्यायचं होतं.

"पण आता आहे ना त्यांच्या नावे घर? घराची कागदपत्रं घेऊन उद्यापासून विकण्याच्या तयारीला लागू. त्यातल्या त्यात हाच पर्याय चांगला आहे."

"आणि मुलांचं काय? त्यांना नाही का विचारणार तू?"

"काही कळायला खूप लहान आहेत ती अजून. सोफियात स्वत:चं घर मिळालं म्हणून एक दिवस आपले आभार मानतील मुलं."

"ठीक आहे, तू सोफियाला जा आणि काम शोध. विकत घ्यायला घर बघ, मग आम्ही येऊ."

"पैशांशिवाय कसा जाऊ मी?" त्यानं विचारलं.

"ते मला माहीत नाही. तू किती कमावतोस, पैशाचं काय करतोस ते तू मला कधीही सांगितलं नाहीस. जो काय पैसा मोजून-मापून हातात ठेवायचास, त्यापेक्षा कितीतरी जास्त पैसे मिळायचे तुला, खरं ना, तू साठवले असशील काही पैसे, सोफियाला जायला पुरतील इतके तर नक्कीच असतील."

चिडून त्यानं जवळचंच एक लाकूड उचललं आणि मला मारायला लागला.

मी दु:ख आणि वेदनांनी ओरडले. मुली उठल्या आणि धावत आल्या. आम्हा दोघांमध्ये येत मला मारापासून वाचवण्याचा प्रयत्न करू लागल्या. मारू नका असं वडिलांना विनवू लागल्या. हातात लाकूड धरून तो संतापातच बाहेर निघून गेला. मुलींनी मला उठायला मदत केली, रक्त पुसलं. त्यांचे डोळे पाण्यानं भरले होते. मला खांदा उचलता येत नव्हता. तो निखळला आहे की काय अशी भीती वाटली. लॉरीनं गोफणीसारखी गाठ मारून खांदा बांधून ठेवला. तिला हे शाळेत शिकवलं होतं.

"आता बरं होईपर्यंत खांदा हलवू नकोस," तिनं बजावलं. तसं करता येईल तर बरं असंच वाटलं मला.

त्यांनी मला झोपायच्या खोलीत नेलं. तिथं मिकी आवाज न करता रडत होता.

"काही नाही झालं बाळा, मला बरं वाटेल लवकर." मी त्याला जवळ घेत म्हणाले.

"पण असं का?" त्यानं विचारलं. अजून हुंदके देत होता.

"तू माझ्याबरोबर झोपायला येतोस क ?" हेनीनं विचारलं. मिकीला शांत कसं करायचं हे तिला पक्कं ठाऊक होतं.

काही आठवड्यांतच व्लादिमीरनं मला सांगितलं की गावातल्या प्रत्येकाला त्याला कामावर न घेण्याबाबत सूचना गेल्या आहेत. आजचा दिवस कालच्यापेक्षा वाईट उगवत होता. आता आमच्याकडे दोनच कोंबड्या उरल्या होत्या. म्हणजे आम्हाला अंडी मिळण्याचीही शक्यता कमी होत जाणार होती. त्याचं म्हणणं मान्य करण्यावाचून माझ्याकडे काही पर्यायच उरला नाही. हे घर विकून सोफियाला जायला मी अत्यंत नाइलाजानं होकार दिला. आम्ही वकिलाला भेटायला गेलो. मुलींच्या एका शिक्षिकेनंच त्याचं नाव सुचवलं होतं.

"तुम्ही हे घर विकायचा प्रयत्न कराल, तर ती फारच चुकीची गोष्ट होईल असं मला तरी वाटतं," त्यानं स्पष्टपणे सांगितलं. "घर मुलींच्या नावावर आहे आणि त्यांच्या वतीनं फक्त आई घर विकू शकते. त्यानंतर आईला बँकेतून फक्त निम्मेच पैसे काढता येतात. तेही सहा महिने झाल्याशिवाय नाहीच."

आम्ही घरी आल्यावर व्लादिमीर गायब झाला. आल्यावर म्हणाला की त्याला कोणीतरी गिऱ्हाईक मिळालं आहे. ती मंडळी जर त्यांना लगेच ताबा मिळाला तर निम्मे पैसे आगाऊ द्यायला तयार आहेत. घराची किंमत फारच कमी येत होती. ते कुटुंब दुपारी घर पाहायला आलं. ती चांगली लोकं होती. घराची विक्री थांबवणं आता माझ्या हाती उरलं नव्हतं.

आठवड्याभरात आम्ही एका खोलीत राहायला लागलो, नव्या मालकांना राहायला जागा करून दिली. सारं सामान कोठीत ठेवल्यासारखं बांधून ठेवलं. फक्त पलंग खोलीत ठेवला.

मुलींना आई-आजीकडे पाठवलं आणि व्लादिमीरनं सोफियात नवं घर शोधण्याचं वचन दिलं. आत्तापर्यंत त्यानं दिलेल्या वचनांचा पाढा मी ऐकला होता आणि त्यावर विश्वास ठेवणं किती निरर्थक असतं हे अनुभवलं होतं. मुलींचा निरोप घेताना मन इतकं जड झालं. तरीही आपण लवकरच पुन्हा एकत्र राहायला लागू म्हणून त्यांना धीर दिला. मिकीनं रडून थैमान घातलं.

मला एकही पैसा न देता जायचा व्लादिमीरचा विचार होता हे कळतच होतं. त्यामुळे त्या नव्या कुटुंबासमोरच मी व्लादिमीरकडे आम्हा तिघांसाठी जेवणाचं सामान आणण्यासाठी पैसे मागितले. त्यांच्यासमोर तरी व्लादिमीर पैसे देईल अशी माझी अपेक्षा होती. लोकांसमोर चांगला पालक आहोत असं दाखवण्यासाठी त्यानं मला आठवडाभरासाठी पैसे दिले.

"ओह, काय हे," नव्या कुटुंबातली बायको म्हणाली, "या दोन छोट्यांसाठी यापेक्षा कितीतरी जास्त पैशाची गरज आहे. आता तर तुझ्यापाशी पैसेही आहेत त्यांना द्यायला."

अजून एक आठवडा पुरतील एवढे पैसे त्यानं मला कुरकुरत काढून दिले.

"कितीही झालं," मी म्हणाले, "तरी हे मुलांचेच पैसे आहेत."

त्यानं सामान उचललं, माझ्याकडे भयानक रागानं पाहिलं आणि मुलांना जवळही न घेता तो निघून गेला.

पुन्हा एकदा, आम्ही लोकांच्या दयाबुद्धीवर अवलंबून होतो. नवे मालक स्वयंपाक बनवत तेव्हा आम्हालाही काहीबाही आणून देत असत. मी आणि मिकी रेशनच्या रांगेत उभे असू, तेव्हा मालकीण रोझीकडे बघत असे. त्यांच्यासाठी जाकीट विणायला सांगून ती मला कामाचे पैसेही देत असे. व्लादिमीर आमच्याबरोबर नव्हता. त्यामुळे तो केव्हाही मारेल अशी भीती तरी निदान नव्हती. मुलंही निरोगी, सुदृढ होती. आमच्या भागात काहीच दिवसांत तापाची साथ आली. औषधं पुरेशी नव्हती आणि खूप जणांचा मृत्यू होत होता. एक वेळ तर अशी आली की आमच्या मालकांच्या घरातले सारे आजारी होते आणि मी एकाच वेळी त्या साऱ्यांची शुश्रूषा करत होते. डोक्यावरच्या पट्ट्या बदलायच्या, घरगुती औषधांनी मसाज करायचा, सूप बनवायची... मग माझी शेजारीण, इव्हान्का आणि तिची मुलगी आजारी पडली. मग मला त्यांचीही शुश्रूषा करावी लागली. ते सारे बरे व्हायला लागले आणि आम्ही तिघे आजारी पडलो. मुलांना घेऊन उभं राहण्याइतकं बळंही माझ्यात उरलं नव्हतं. मुलं हाती लागतील की नाही असं वाटायचं. इव्हान्का आणि मालकिणीनं आमची काळजी घेतली. आम्ही एकमेकांची काळजी घेत जिवंत राहिलो.

तीन महिने व्लादिमीरची काहीच खबर नव्हती. मुली आणि आईकडून मात्र खूप पत्रं यायची. त्या मजेत होत्या.

मुलांवर डोळ्यात तेल घालून लक्ष ठेवणं अशक्य होतं. एक दिवस मिकी आणि त्याच्याबरोबर खेळणारी एक लहान मुलगी दिसेनासे झाले. त्या वेळी त्यानं फक्त गुडघ्यापर्यंत तुमान घातली होती. त्या लहान मुलीची आजी आणि मी मुलांना सगळीकडे शोधत होतो आणि थोड्याच वेळात रस्त्यावरची सारी माणसं पोरांना शोधू लागली. खूप तासांनंतर रस्त्याच्या दुसऱ्या टोकाला या दोन-तीन वर्षांच्या मुलांचे हात धरून एक माणूस उभा दिसला. दोन्ही मुलं डोक्यापासून पायापर्यंत काळी झाली होती. त्या माणसाला दोघेजणं रेल्वे स्थानकावर गाड्या बघताना दिसले. स्थानकावरच्या हमालानं त्याला सांगितलं की दोघे तिथं खूप वेळ उभे होते. दोघं एका इंजिनावर उभं राहून चक्करही मारून आले होते.

"असा पळून का गेलास मिकी?" अंघोळ घालून स्वच्छ केल्यावर मी त्याला विचारलं.

"मी पळून नाही गेलो, मी फक्त स्थानकावर गेलो," तो म्हणाला.

"पण का?"

"माझ्या दोन्ही ताई परत येण्याची वाट पाहत होतो."

"पण तिथं कसा पोचलास तू?"

"शिट्टीच्या आवाजाच्या दिशेनं गेलो."

"इतका हुशार मुलगा प्रथमच पाहिला," दारात उभं राहून आमचं संभाषण ऐकत असलेला घरमालक म्हणाला.

"परत कसा आला असतास तू?"

"गेलो तसाच, मी जाताना रस्त्यावरची घरं आणि दुकानं लक्षात ठेवली होती."

"पण तू कित्झाला का घेतलंस बरोबर?"

"ती माझी मैत्रीण आहे. मी तिला विचारलं आणि ती आली बरोबर."

घरमालकानं आम्हाला रात्रीच्या जेवणाला बोलावलं आणि हातातला पेला उंचावला. "या छोट्या मुलाच्या सन्मानासाठी," तो म्हणाला. "हा मोठा माणूस होईल. आणि एक दिवस अशी नातवंडं मलाही मिळावीत अशी माझी इच्छा आहे."

त्याक्षणी किती अभिमान वाटला मला माझ्या मुलांबद्दल! असे काही क्षण होते, या क्षणांनीच सारे कष्ट, साऱ्या संघर्षाला एक अर्थ देऊ केला.

काही दिवसांत मला गावातील काऊन्सिलकडून अधिकृत बोलावणं आलं. या वेळी आता काय कारण, याचा विचार करत होते. विचारानंच पोटात गोळा आला. दिलेल्या वेळी मी दोन्ही लहानग्यांना बरोबर घेऊन तिथं गेले.

"नवरा कुठे आहे तुझा?"

"काम शोधायला गेला आहे."

"पण कुठे?"

"मला माहीत नाही. जिथं काम मिळेल तिथं."

"अच्छा," तो उपहासानं म्हणाला, "तू स्वत:च मोठ्या गोंधळात पडली आहेस, नाही का?"

मी काहीच म्हणाले नाही.

"इथल्या व्यायामशाळेत असताना तुझ्या दिरानं देशभक्त असल्याचं चांगलंच नाटक केलं होतं. पण शेवटी तो देशद्रोही निघाला."

"देशद्रोही?" मी विचारलं, "मला तर वाटलं की तो बराकीमध्ये असताना गोळीबारात मारला गेला." खरं तर माझा दीर सैन्यातून टर्कीला पळून गेला होता.

"हे कोणी सांगितलं तुला?"

"मला वाटतं, सासूनं सांगितलं मला हे."

"वा, आणि तुझा नवरा काय म्हणाला?" त्याचा स्वर इतका धमकावणारा होता की रोझी रडायला लागली आणि मिकी मला येऊन चिकटला.

"या भडव्यांना का आणलं आहेस बरोबर?" तो जोरात ओरडला. त्यानं दोन्ही मुलं अजूनच जोरात रडायला लागली.

"मी त्यांना घरात एकट्यानं सोडणं शक्य नव्हतं," मी शांतपणे म्हणाले, "आणि ते बेवारशी नाहीत."

मला कल्पनाही करता येणार नाही असे नको नको ते आरोप तो माझ्यावर करत राहिला. या साऱ्याला काही शेवट होता की नाही?

जिप्सी

सात महिने झाले तरी व्लादिमीरचा पत्ता नव्हता. तोपर्यंत घरात होतं नव्हतं ते सारं मी विकलं होतं. अगदी जपून ठेवलेल्या वस्तू विकण्याशिवाय माझ्यापाशी पर्याय उरला नव्हता. मुलांना कपडे, बूट आणायला झाले होते. रोझी आता उभी राहायला लागली होती. लवकरच भावासोबत धावू लागेल अशी चिन्हं होती.

एका संध्याकाळी, उशिरानं, मला कोणीतरी घराचं मुख्य दार उघडत असल्याचा आवाज आला. मालकानं दरवाजाला भलंमोठं कुलूप लावलं होतं. मालक दरवाजाबाहेरच्या व्यक्तीशी वाद घालतो आहे, असा कानोसा घेत, तो बघून घेईल या विचाराने मी झोपायला गेले. थोड्याच वेळात आमच्या दारावर थाप पडली.

"घाबरू नकोस," कोणीतरी ओरडलं, "मी तुझा पूर्वी हरवलेला नवरा आहे."

मी आणि मिकी पटकन उठलो आणि दार उघडलं. व्लादिमीर नवे कपडे, कोरे करकरीत बूट घालून उभा होता. त्याच्याजवळ सामानाची बॅग होती.

"माझ्या बहिणी कुठे आहेत?" मिकीनं वडिलांना मिठी मारत विचारलं.

व्लादिमीरला ओळखलं नसल्यानं रोझी मला चिकटली.

"हे आपले बाबा आहेत," मिकीनं मोठेपणाचा आव आणत तिला सांगितलं.

"बाबा?" ती म्हणाली, आणि काही क्षणात तो घेईल या अपेक्षेनं त्याच्याकडे हात पसरले.

त्यानं एक चांगलं घर बघून ठेवलं आहे, असं सांगितलं. एकदा कायदेशीर बाबी पूर्ण झाल्या, की आपण इथून निघू असं तो म्हणाला. मला काऊन्सिलरनं दोन-तीनदा चौकशीला बोलावलं होतं आणि त्यानं मला घाबरवून धमक्या दिल्याचं मी त्याला सांगितलं.

"तो आता तुला परत दिसणारहो नाही, कोणीही तुला आता त्रास देणार

नाही,'' व्लादिमीरनं मला विश्वास दिला.

दुसऱ्या दिवशी आम्ही वकिलाला भेटायला गेलो. तेव्हा मला शोध लागला की व्लादिमीरनं आत्तापर्यंत मिळालेले सर्व पैसे खर्च करून टाकले होते. आम्ही जे घर विकत घेणार होतो त्याचे पैसे दिले नव्हते ते निराळंच. शहरात जाण्यासाठी गाडीची व्यवस्था करण्यासाठीही आमच्याकडे पैसे नव्हते. घराच्या नव्या मालकांनी अजून थोडे दिवस त्याच घरात राहण्याची परवानगी दिली; पण थोड्या दिवसांतच त्यांची मुलं तिथं राहायला येणार होती त्यामुळे काहीतरी सोय करणं भागच होतं. आम्हाला बाकी पैसे मिळायचे होते, बदललेली करपद्धती सगळे पैसे खाऊन टाकणार होती. हे सारं व्लादिमीरनं मला सांगितलं आणि वर हेदेखील, की ही सारी माझीच चूक आहे. दोन दिवस, दोन रात्री आम्ही इव्हान्काच्या स्वयंपाकघरात काढल्या. खुर्चीत झोपण्याचा प्रयत्न केला, मुलं बाकांवर चेमटून बसली. सामान बाहेर आवारात पडलं होतं.

आम्ही सोफियाला पोहोचलो ते मालगाडीतून. स्थानकावर उतरलो, व्लादिमीर हातगाडी शोधायला गेला. मी स्थानकावर बसले, लहानग्यांना जवळ घेऊन, केवळ एक रग गुंडाळून... स्थानकावर काही सामान देण्यासाठी आलेल्या एका सैनिकानं त्याच्या गाडीत बसेल तितकं जड सामान न्यायची तयारी दाखवली. तीन तासांनंतर व्लादिमीर उगवला. गाढव जुंपलेली गाडी घेऊन. त्यात मी, मुलं आणि चार सामानाचे डाग बसलो. त्या वेळपर्यंत पाऊस पडायला लागला होता. त्या जिप्सी चालकानं जमेल तसं सामान गाडीत चढवलं, उरलेलं आम्ही हातात घेतलं. कुठलाही गाढव काय घेईल, इतकं सामान व्लादिमीरनं घेतलं होतं. रोझीला मी पाठुंगळी बसवलं, मिकी एका हातात आणि सामानाची पिशवी एका हातात. अशी आमची वरात नव्या घराच्या दिशेनं निघाली.

दोन तास आम्ही चालत होतो. रोझी पाठुंगळी झोपली होती. खडबडीत रस्त्यावर मिकी सारखा ठेचकाळत होता. थोडं पुढे गेलं, की व्लादिमीर चालकाला ओरडून थांबायला सांगायचा. पुढे जाताना मागे पडलेलं आमचं सामान उचलण्यासाठी! आम्ही पोहोचलो तोवर घामानं निथळत होतो, थंडीनं गळाठलो होतो आणि भुकेनं कळवळलो होतो.

व्लादिमीरनं नव्या घराबद्दल ज्या बढाया मारल्या होत्या, तो मुख्य घराचा केवळ एक छोटा भाग होता. एक सामान्य आकाराची खोली आणि एक छोटी खोली होती. दगडांचं बांधकाम होतं आणि जमिनीला फरशीही नव्हती. घराच्या दुसऱ्या भागात जाण्यासाठी एक व्हरांडा होता. त्याच्या अर्ध्या भागावर आमचा हक्क होता. अर्थात त्यासाठी भिंत आम्हालाच बांधावी लागणार होती. आम्ही जे

घर विकलं त्याच्या निम्मं होतं हे नवं घर!

पुढच्या काही आठवड्यांत आम्ही भिंतींना पांढरा रंग दिला. कुठूनतरी जमिनीवर घालायला वापरलेलं लिनोलियम पैदा केलं. लाकडी सामान दाटीवाटीनं बसवलं. मुली घरी आल्या. त्यांना बघून मिकी भयंकर खूश झाला. आता आमचं कुटुंब एकत्र आलं होतं. व्लादिमीरला घरापासून खूप लांब एका कारखान्यात काम मिळालं. काम आधीपेक्षा अवघड होतं, पण किमान पगार तरी आधीइतकाच होता. सर्वांत चांगली गोष्ट अशी होती, की इथं अधिकारी आम्हाला त्रास देत नव्हते आणि आम्ही आता आयुष्य जगायला जणू मोकळे झालो होतो.

आम्ही बरेचदा 'जिप्सी पाय' खायचो. म्हणजे ब्रेड आणि तेल. सोळा वर्षांपूर्वी मी जेव्हा बल्गेरियाला आले तेव्हा हा पदार्थ पाहून मला केवढा धक्का बसला होता!

काही वेळा व्लादिमीरच्या घरचे लोक त्याला भाज्या, सफरचंदं, अंडी घेऊन जायला गावात बोलवायचे; पण तो जायचा नाही. कामावरनं यायचा तोच खूप थकून. कधी गेलाच तर मुलांना घेऊन जायचा, कारण सामान आणायला त्यांची मदत व्हायची.

आता बरेच लोक कामाच्या शोधात राजधानीच्या शहरात यायला लागले होते. अर्थातच त्यामुळे इथली लोकसंख्या दुप्पट झाली होती. बरेच जण घराचे भाग पाडत. काही खोल्या भाड्यानं देत असत. त्यातले काही नोंदणी करायचे नाहीत, संकटात पडत आणि मग तुरुंगात जात. पुन्हा कधीच दिसत नसत. नवीन कायदे लादले होते आणि नवे पासपोर्टही आले होते. एक कायदा नागरिकत्वाचा होता. ज्याचा-जिचा जिथं जन्म झाला आहे त्यानं तिथं राहावं असं हा कायदा सांगत होता. अर्थात रशियासाठी काम करणारे विशेषज्ञ, विशिष्ट कारखान्यांना यात सूट होती. प्रत्येकाची चौकशी होत होती. अगदी सात पिढ्यांबद्दल विचारलं जात होतं. त्यातही काही लोक पळवाटा शोधायचेच. जे श्रीमंत होते, ज्यांच्या वरपर्यंत ओळखी होत्या, ते नागरिकत्व विकत घेऊ शकायचे. भ्रष्टाचार सगळीकडे फोफावला होता. ज्या लोकांना काहीही हक्क नव्हते अशा लोकांत आमचा समावेश होत होता. खरं तर व्लादिमीर सोफियात जन्मला होता आणि त्याचं शिक्षणही तिथंच झालं होतं. पण...

एका सकाळी मोठ्या मुलींना शाळेत पाठवलं आणि लहानग्यांना भरवत होते. तेव्हा दारावर जोरात थाप पडली. दार उघडलं तेव्हा सैन्यातले दिसणारे दोघे घरात घुसले.

"नवरा कुठे आहे तुझा?"

मुलं मला चिकटली, रोझीच्या गालावर अश्रू ओघळले.

"तो कामावर गेला आहे. काय झालंय? हे सगळं कशासाठी?"

"तुला हे शहर चोवीस तासांच्या आत सोडावं लागेल, त्यासाठी हे सगळं, समजलं?" एकजण ओरडला.

"का? आम्ही काय केलंय?"

"तुला राजधानीत राहायला आवडेल, हो ना?" तो उपहासानं म्हणाला.

"हे आमचं घर आहे, चार मुलं आहेत आम्हाला..."

"त्याला आमच्या दृष्टीनं काहीही महत्त्व नाही," बाहेर जाताना तो म्हणाला, "उद्या या वेळेपर्यंत तुम्ही घर सोडून गेलं पाहिजे.'

मी स्तब्ध झाले. मला रडूही आलं नाही. ते बाहेर जातानाचा आवाज ऐकत, मुलांना मिठीत घेऊन बसून राहिले. थोड्याच वेळात खिडकीवर हलकीशी थाप पडली. शेजारच्या वृद्धाश्रमातली एकजण होती. तिनं आलेल्या लोकांना पाहिलं होतं. ते का आले होते असं ही विचारत होती. माझी तिची फारशी ओळख नव्हती, त्यामुळे तिला किती सांगावं, किती नाही हे कळत नव्हतं.

"माझा नवरा कुठे गेला आहे असं ते विचारत होते," मी सांगितलं.

"ते भयानक आहेत," तिनं सांगितलं, "ते सगळे मारेकरी आहेत, त्यांच्यापैकी सारेच जण... ते काहीही करू शकतात, त्यांना कोणाची पर्वा नाही. माणसाचं आयुष्य म्हणजे त्यांच्यालेखी कस्पट. तू...जपून राहा त्यांच्यापासून. ते येण्यापूर्वी आम्हाला दिवसातून तीनदा जेवण द्यायचे, आता फक्त नाश्त्याला चहा-ब्रेड आणि रात्रीचं काहीतरी जेवण. बस, इतकंच! आम्ही जास्त खाल्लं तर जाड होऊ असं म्हणतात ते. आमच्या तब्येतीसाठी चांगलं नाही म्हणे... ते आल्यापासून आमच्यातले कितीतरी जण मेले. मला तर तिरस्कार वाटतो त्यांचा, पण दुसरीकडे कुठे जायला जागाच नाही मला. तिनं बंदी असलेली 'क्रॉस'ची खूण केली. कोणीतरी हाक मारली, तशी घाईघाईनं निघून गेली.

आता पुढे काय करायचं या गहन प्रश्नाचा विचार करता करता पुढचा दिवस कसा सरला कळलंच नाही. जणू कुठल्यातरी भयानक स्वप्नात गेला दिवस. मुली शाळेतून परत आल्या, तेव्हा बागेपाशीच त्यांच्या हसण्याचा आवाज माझ्या कानी आला. आजूबाजूला घडणाऱ्या अवघड गोष्टी सोप्या करून, आयुष्यात काही तरी गंमत शोधायची त्यांची वृत्ती होती. आल्या आल्या मिकीनं त्यांना काय झालं ते सांगितलं. परिस्थिती फार गंभीर नाही असं सांगण्याचा मी प्रयत्न केला; पण त्यांनाही कळलं किती अवघड आहे सारं! व्लादिमीर घरी आला तोच पडलेल्या चेहऱ्यानं. त्याचे हातही थरथरत होते.

"आज लवकर घरी आलात बाबा," त्याच्यासमोर प्लेट ठेवत हेनी म्हणाली.

"हो," तो अक्षरशः कुजबुजला.

“काहीतरी खाऊन घे, अजून गरम आहे,” माझ्या मनातले प्रश्न दाबून टाकत, त्याच्याकडे काय बातमी आहे ते ऐकण्याची तयारी करत मी त्याला सांगितलं. दोन-चार चमचे सूप पिऊन जेवण थांबवून चेहरा हातानं झाकून घेत ढसाढसा रडायला लागला. मुलींनी पुढे होऊन त्याला मिठी मारली आणि छोट्यांनीही तेच केलं. ह्या सगळ्यातून सावरून सर्व गोष्टींचा मेळ घालायला वेळ लागला. माझ्यासारखीच त्यालाही घर सोडण्याची सूचना मिळाली होती आणि कामावरून कमी केलं होतं. व्लादिमीर उद्ध्वस्त झाला होता, मुली घाबरून गेल्या होत्या. लहानगे काय चाललंय ते न कळल्याने गोंधळून गेले होते आणि मी... आमच्या आयुष्याचे धागे पुन्हा कसे आणि कुठून जुळवावे या विवंचनेत होते. तेवढ्यात दारावर थाप पडली.

मुलींचं नव्या शाळेत कसं काय चाललं आहे, ते पाहण्यासाठी एका शिक्षकाने अचानक भेट द्यायचं ठरवलं होतं. “तुमची मुलं अगदी गुणी आहेत,” त्यांनी आम्हाला सांगितलं. “अभिनंदन, वर्गातली अर्धी मुलं जरी अशी असती तर किती बरं झालं असतं.”

क्षणभरासाठी मुली सगळा ताण विसरल्या आणि हसल्या. हे शिक्षक कदाचित पुन्हा कधीच भेटणार नाहीत हा विचारही त्यांच्या डोक्यात आला नाही. शिक्षक काही उपाय सुचवू शकेल असं वाटल्यानं व्लादिमीरनं थोड्या वेळातच काय झालं ते त्यांना सांगितलं.

“इतक्या कमी वेळाची सूचना देणं कायदेशीर नाही,” ते आश्चर्यचकित होत म्हणाले, “विशेषतः चार लहान मुलं असताना तर नाहीच. तुम्ही लष्कराच्या मुख्यालयात गेलं पाहिजे. तुम्ही तर सोफियातच जन्मला आहात, इथंच शिकला आहात. जायलाच हवं तुम्ही तिथं.”

“तू तुझ्या भाच्याकडे जाऊ शकतोस, तो संरक्षण खात्यात मोठ्या पदावर आहे.” मी म्हणाले.

“उत्तम कल्पना आहे,” शिक्षक म्हणाले. “खरं तर मीदेखील मुख्यालयात जाणार आहे, असं करू या, आपण बरोबरच जाऊ या. जाता जाता आपली बाजू मांडण्यासाठी काय करता येईल ते मी सांगतो.’

“हे सारं करायला उशीर झाला आहे असं नाही वाटत तुम्हाला?” व्लादिमीरनं विचारलं. “अजिबातच नाही,” शिक्षक मोठ्याने हसत म्हणाले. “तुम्हाला मदत करणारं कोणीतरी आपण शोधूच.’

नाखुशीनेच व्लादिमीरने जायचं कबूल केलं. तिथं जाऊन काडीचा उपयोग होणार नाही असं त्याला वाटत होतं. तो खूप उशिरा घरी आला. तेव्हा बोलण्याच्या अवस्थेत नव्हता.

दुसऱ्या दिवशी सकाळपासून पाऊस लागला होता. अधिकच उदास वाटत होतं. मी नेहमीप्रमाणे मुलींना शाळेत पाठवलं.

"तू दुपारी परत येशील ना?" व्लादिमीरला जायला निघाला तेव्हा मी विचारलं. ठरल्याप्रमाणे सैन्यातले लोक परत आले तर मी एकटीच घरात असण्याची कल्पना भयभीत करणारी होती.

"बघतो, मला बऱ्याच गोष्टी मार्गी लावायच्या आहेत."

जिच्याकडून आम्ही घर विकत घेतलं होतं, ती बाई सकाळपासून आमच्या घराभोवती घिरट्या घालताना दिसली. आमच्या खिडकीतून पाहण्याचा प्रयत्न करत होती. नंतर शेजारच्या घरातली ती वृद्ध बाई मला भेटायला आली.

"मी ऐकलं की स्थानिक लष्कर प्रमुख हिचा भाचा आहे," घरमालकीण लक्ष ठेवून आहे असं मी सांगितल्यावर ती म्हणाली. "तो भाचा व हे आजी-आजोबांकडे एकत्र वाढले आहेत. तो इथं बदलीवर आल्यापासून, साऱ्या संशयास्पद व्यवहारात तिनं त्याचीच मदत घेतली आहे."

थोड्या वेळानं सारं काही ठीक होईल असं म्हणून ती निघून गेली. दुपार कलताना जेव्हा अधिकारी आले, तेव्हा मुली शाळेतून परतल्या नव्हत्या. त्या शाळेत वार्षिक उत्सवाच्या नाटकाची तालीम करत होत्या.

ते खाडखाड बूट वाजवत बागेतून आले. येताना बुटांचा चिखल घेऊन आले. आमची घरमालकीण मनमोकळ्या, हसऱ्या चेहऱ्यानं आली आणि तिनं भाच्याचं स्वागत केलं, तो त्या सैनिकांचा अधिकारी होता. ते सारे जोरात हसले आणि मग दारापाशी आले. त्यांनी दरवाजा वाजवण्याचेही कष्ट घेतले नाहीत.

"चला, बाहेर व्हा आधी सारे," त्यांचा मुख्य ओरडला.

मी अक्षरशः प्रेतासारखी थंडगार पडले होते. तो आत आला, माझ्याकडे आणि दोन मुलांकडे नजर टाकली.

"बाकीचे कुठे लपले आहेत? मी तुला सांगितलं होतं, हे घर तुम्हाला सोडावं लागेल, नाहीतर आम्ही खेचून बाहेर काढू एकेकाला आणि कुलूप लावल्यावर तुम्हाला काही सामान नाही नेता येणार बरोबर."

बाकीच्या तीन सैनिकांबरोबर घरमालकीण हसते आहे हे मला स्पष्ट ऐकू येत होतं.

"माझा नवरा परतण्याची वाट बघते आहे," मी म्हणाले.

"तो कुठे गेलाय?" तो ओरडला.

"कामावर."

"खोटं बोलते आहेस तू. त्याला कामावरून काल काढून टाकलं हे माहीत आहे मला. बऱ्या बोलानं सांग, कुठे आहे तो?"

"मला माहीत नाही," मी म्हणाले. आणि ते खरंच होतं.

"मुलं कुठे लपली आहेत?"

"मुली शाळेत गेल्या आहेत."

वृद्धाश्रमातले बरेच लोक कुंपणापाशी जमले होते हे माझ्या लक्षात आलं. काय चाललं आहे याची त्यांना फारच उत्सुकता होती. माझ्याशी बोललेली वृद्ध बाई सर्वांच्या पुढे होती.

"ठीक आहे तर, तुझ्या साऱ्या गोष्टी बांधायला लाग आणि चालू लाग. मी इथं दिवसभर थांबणार नाही."

तो हाताची घडी घालून खुर्चीवर बसला.

"नाही," मी म्हणाले, "मी कुठेही जाणार नाही. हे आमचं घर आहे. बाकी कुठे जायला आम्हाला जागा नाही. चार मुलांना घेऊन मी रस्त्यात राहू शकत नाही. माझा नवरा आला, की आमचा या घरावर हक्क आहे याचा पुरावा तो नक्कीच देईल तुम्हाला."

"हक्क? आणि तुम्हाला?" तो जोरात म्हणाला. "मी आता हसून हसून मरणार बहुधा."

घरमालकीण आणि बाकीचे सैनिक हास्यकल्लोळात सहभागी झाले.

"तुमचं वाटोळं होऊ दे." गर्दीतून एक आवाज आला.

"कोण म्हणालं ते?" तो उडी मारून उठला आणि रागात बाहेर गेला. ते सारे गप्प झाले.

"लाज वाटत नाही तुला?" वृद्ध स्त्री ओरडली. "इतक्या छोट्या मुलांबरोबर इतक्या दुष्टाव्यानं कसा वागू शकतोस तू?"

तो संतापानं तिच्यापाशी गेला, रागानं थरथरत होता. पण वृद्धाश्रमाच्या अधिकाऱ्यानं तिला मागे ओढलं.

"तिच्याकडे लक्ष देऊ नका," अधिकारी डोक्याकडे बोट नेत खूण करत म्हणाला. "तिचं डोकं नाही ठिकाणावर."

"मी आणखी काही करायच्या आत तिचं तोंड बंद कर मग."

बाकीचे सैनिक अजूनही नाटक पाहत असल्यासारखे हसत होते, मजा लुटत होते.

"तुम्ही काय करताय," तो त्यांच्याकडे वळला. "चला, कामाला लागा. फेका सारं सामान बाहेर."

मी रोझीला घेऊन पलंगावर बसले होते. मिकी माझ्या खांद्यावर पाठीमागून रेलला होता. त्यांनी खुर्च्या फेकल्या, पण मी तशीच बसून राहिले.

"इथं नाही, बागेचा हा माझा भाग आहे." ती बाई म्हणाली.

"तिथं टाका," तिचा भाचा बागेच्या दुसऱ्या भागाकडे बोट दाखवत म्हणाला.

त्याच वेळी मुली शाळेतून परत आल्या.

"हे दुष्ट लोक काय करताहेत बघा," असं म्हणत मिकी रडू लागला.

"श्श..." लॉरीनं मिकीचं बोलणं थांबवत त्याला उचललं. बाहेरच्या गर्दीचा वाढत चाललेला आवाज घरात बसूनही ऐकू येत होता. अधिकारी त्यांना मागे लोटत होते, पण आवाज मात्र पोहोचत, वाढत होता.

"गरीब बिचारी बाई,"

"किती गोड आहेत मुलं,"

"ते इतके दुष्टपणानं कसे वागू शकतात?"

"आता काय करतील बिचारे?"

"राक्षस नुसते!"

"लाज वाटली पाहिजे त्यांना!"

"नरकात पडतील हे हलकट,"

"प्लेग होईल मेल्यांना, किडे पडतील!"

जाणारे-येणारेही काय चाललं आहे ते बघत होते. शिव्या देण्यात सामील होत होते. गर्दीला कंटाळून अधिकारी बहिणीच्या स्वयंपाकघरात कॉफी प्यायला निघून गेला. त्याची माणसं राहिलेलं काम करायला सज्ज होतीच. सारं सामान बागेत फेकल्यावर त्यांनी दार बंद करून मोठं टाळं लावलं. एक-दोनदा ते ओढून बघितलं आणि मग हसत हसत निघून गेले.

व्लादिमीर आला तोवर आम्ही सारे कपडे, पंचे, अंथरुणांमध्ये ताटं, पेले आणि बाकीच्या फुटणाऱ्या वस्तू बांधल्या होत्या. बऱ्याच वस्तू तशाही फुटल्याच होत्या. आम्ही काम करत असताना मुली नि:शब्दपणानं रडत होत्या. डोळ्यांत अश्रू न येऊ देण्याचा मी प्रयत्न करत होते. पण घशात मात्र विचित्र आवंढा आला, शब्दही फुटेना.

"काय झालं इथं?" आजूबाजूला बघत त्यानं विचारलं.

"बाबा, तुम्ही काही केलं का नाही?" लॉरीनं विचारलं. "आमचे शिक्षक म्हणाले की त्यांनी तुम्हाला मदत करू शकतील अशा कोणाचंतरी नाव सांगितलं होतं."

"च्, काय मूर्खपणा हा," व्लादिमीर ओरडला. "त्यांनी काही मदत केली नसती."

"मग आता काय करायचं आपण?" हेनीनं विचारलं. झिरमिर पावसाला सुरुवात झाली होती. मी लहानग्यांना रग गुंडाळला, हेनीनं मला मदत केली.

"तू त्यांच्याकडे काही मागितलं का नाहीस?" त्यानं मला विचारलं.

"काऊन्सिलकडून काही पावती वगैरे का नाही मागितलीस तू?"

"खरं तर तू असतास इथं तर त्यांनी काहीतरी हाती दिलं असतं," मी म्हणाले.

"हो, बाबा, कुठे होतात तुम्ही दिवसभर?" लॉरी मधेच म्हणाली.

"त्याच्याशी तुला काय करायचंय?" तो इतका चिडून म्हणाला की मला वाटलं आता हा लॉरीवर हात उगारणार.

"आपण इथं झोपायचं का?" मिकीनं विचारलं, "इथं खूप थंडी आहे."

"मला भूक लागलीय," रोझी हुंदके देत म्हणाली.

"मला वाटतं आपण साऱ्यांनीच काहीतरी खाऊन घेऊ या, कोणीच सकाळपासून काहीच खाल्लं नाहीये." मी म्हणाले.

"तुला काय वाटतं मी खाल्लं आहे?" तो संतापून म्हणाला.

"आम्ही थोडं सूप ठेवलं आहे," मुली म्हणाल्या. "आपण इथंच पायऱ्यांवर बसून ते पिऊ या का?"

"म्हणजे जिप्सींसारखं?"

मुली पायऱ्यांवर बसल्या, दोघींनी मिकी आणि रोझीला मांडीवर घेतलं. त्यांच्यासमोर एक खुर्ची ठेवून त्यावर सूप ठेवलं. तिथंच जवळच्या एका लाकडाच्या ओंडक्यावर, पोरांच्या डोक्यावर छत्री धरून मी बसले. दुसऱ्या हातात ब्रेडचा तुकडा धरला. व्लादिमीर खाताना चिडलेल्या सिंहासारखा येरझाऱ्या घालत होता. त्यानंतर मी खाल्लं.

"आपण सारं सामान गाडीवर लादून तुझ्या खेड्यात जाऊ शकतो," मी सुचवलं. "ते आता नाहीत तिथं, पण तू त्यांची खोली तर वापरू शकतोस. त्यांच्या आत्म्यालाही शांती मिळेल."

"मूर्खासारखं बरळू नकोस," तो खेकसला. "एक पैसा नाही जवळ, काम नाही, पोरांना शाळा नाही, काय करणार आपण तिथं जाऊन?"

"निदान पाऊस तरी लागणार नाही आपल्याला, आणि काही मदत लागली तर नक्की करू असं काका म्हणाले होते ना?" हेनी म्हणाली.

"त्यांना घरच्याच तोंडांना अन्न घालता येत नाहीये, ते काय आपल्याला मदत करणार?"

त्याच वेळी व्लादिमीरचा भाचा, इव्हान, दरवाजातून आत आला. त्यानं काय मदत करू असं विचारलं. कुठे चालला आहात म्हणून चौकशी केली.

"आम्हाला मेझद्राला माझ्या सासूकडे जावं लागेल," व्लादिमीर म्हणाला. मी थक्क झाले.

"तिथं एका खोलीत कसे मावणार आपण सगळे?" मी विचारलं, "तेही

आपल्याला खाऊ-पिऊ घालू शकत नाहीत. तुझ्या भावांसारखे त्यांचे भाज्यांचे मळे नाहीत, ना अंडी द्यायला कोंबड्या.''

''पण तिथं शाळा आहे आणि काम मिळण्याची शक्यताही!''

''ती खोली खूप लहान आहे,'' मुली म्हणाल्या, ''पण ते आपल्याला घराबाहेर तरी नाही काढणार.''

''मुलींना रेल्वेनं पुढे पाठवून द्या आत्ता,'' इव्हाननं सुचवलं. ''माझ्या बायकोसोबत एलेना आणि दोन्ही छोटे राहतील, तोवर आपण सारं सामान पुढे पाठवून देऊ.''

''माझ्याकडे तेवढे पैसे नाहीत,'' व्लादिमीर पुटपुटला.

''अरे, आपण माझ्या मेव्हण्याकडे तिकिटापुरते उधार मागू पैसे. पण तुला जमलं की ते परत मात्र करावे लागतील.''

व्लादिमीरला पैसे उधार घेणं नको वाटत होतं, मला एकटीला दुसरीकडे सोडायलाही तो राजी नव्हता. पण त्याच्याकडे दुसरा काही पर्यायच नव्हता. मुली रेल्वेनं पुढे गेल्या. जाताना त्याच मला धीर देत होत्या. त्या सांभाळून राहतील असं सांगत होत्या. इव्हानला हातगाडी मिळाली, मी त्यांना सामान भरायला मदत केली. अंधार पडला होता. पावसाचा जोरही वाढला होता. इव्हानची बायको दयाळू होती, मुलांना ऊब मिळावी म्हणून तिनं स्टोव्ह पेटवला. तिची दोन मुलं लहानग्यांबरोबर खेळली. तिनं आमच्यासाठी भाज्यांचं सूप बनवलं. आम्ही एकमेकींशी मोकळ्या मनानं गप्पा मारल्या.

दोघेजण पहाटे परतले. भिजलेले आणि भुकेले. सकाळी थोडी विश्रांती घ्यावी आणि दुपारच्या रेल्वेनं प्रवास करावा असं आम्ही ठरवलं. दिसामाजी झिजत चाललेल्या माझ्या आईला मदत करण्याएवजी आम्ही तिच्यावरच भार होऊन राहणार या कल्पनेनं मला शरमल्यासारखं होत होतं.

कुटुंबप्रमुख

आम्ही मेझद्राला पोहोचलो, तोवर आईनं जवळच एक स्वस्त, छोटीशी खोली पाहून ठेवली होती. तिथं ती आणि मुली झोपू शकल्या असत्या. आम्ही सारे आजीसोबत त्यांच्या घरात झोपलो. आमचं सामान स्थानकात पोहोचलंय हे कळलं तसं आजीनं आम्हाला शेजारच्यांकडे नेलं. त्यांनी गाडी वापरायला देण्याचं मान्य केलं होतं; पण गाडी ओढायला त्यांनी गाढव दिलं नाही. त्यामुळे गाडी ढकलणं, ओढणं असे हेलपाटे करता करता पुढची रात्रही गेली. दुसऱ्या दिवशी पहाटे आम्ही गाडी मालकाला परत केली तेव्हा माझं सारं अंग जखमा आणि ओरखड्यांनी भरलं होतं. रस्त्यावरच्या ओबडधोबड दगडांना अडखळून मी अनेकदा पडले होते.

आजीनं लहान गोष्टी आत नेऊन ठेवल्या. मोठ्या गोष्टी बाहेरच रचून ठेवल्या. ती बिचारी रात्रभर त्याची राखण करत राहिली. त्या संध्याकाळी तिनं जेवण बनवलं. अनेक वर्षांत आम्ही इतकं चवदार अन्न खाल्लं नव्हतं. आम्ही गेल्यावर दोघींना आनंद झालेला दिसत होता, पण त्यांच्या आयुष्यात आम्ही ढवळाढवळ केली होती हेही खरंच. त्या रात्री आईसोबत व्लादिमीर गेला. त्यामुळे आम्हाला इथं झोपायला जरा जागा झाली.

मुलांना झोपवल्यावर आजीनं मला स्वयंपाकाचं सारं साहित्य कुठे असतं ते दाखवलं. कणिक, तेल, साखर, भाज्या हे सारं ठेवायचं कपाट तिनं दाखवलं. कोणत्या पदार्थांसाठी ती कोणती भांडी वापरायची, तेही तिनं दाखवलं. ती गोष्टी कुठून खरेदी करायची ते सांगितलं. मग तिनं मला किल्ल्यांचा जुडगा दिला.

"आता यापुढे, तू कुटुंबाची प्रमुख आहेस." ती म्हणाली.

मी पलंगावर पाठ टेकली, खूप थकले होते. रोझी माझ्या जवळ आणि तिथंच

मिकीदेखील. माझा डोळा लागतो तोच स्वयंपाकघरात भांड्यांची खुडबूड ऐकू आली. आजीचा पलंग रिकामा होता. मी स्वयंपाकघरात पोहोचले, तर ती बेसिनपाशी पोहोचण्याचा प्रयत्न करत होती.

"काय झालं?"

"थंड पाणी," इतकंच ती कसंबसं म्हणू शकली.

तिला पलंगावर आणून झोपवलं आणि पाणी आणून दिलं. तिला छातीवर ठेवायला थंड पट्टी हवी होती. ती सांगेल तसं मी केलं.

"जा आणि जॉर्जला बोलाव, येताना त्याला सिरींज बरोबर घेऊन यायला सांग," ती खोल आवाजात म्हणाली.

जॉर्ज म्हणजे माझ्या धर्मपित्याचा मुलगा. तो वैद्यकशिक्षण घेत होता. नर्स जितकी तज्ज्ञ असते, त्याहून त्याला जास्त कळत होतं, पण अजून तो डॉक्टर झाला नव्हता. तो डॉक्टरांचा मदतनीस होता आणि मुख्य डॉक्टर उपलब्ध नसेल तर काही निर्णय घेण्याची त्याला परवानगी होती. आजीचा निरोप द्यायला मी रस्ता ओलांडला आणि खिडकीवर थाप मारली.

"तू लगेच जा तिच्यापाशी, मी येतोच," जॉर्ज म्हणाला.

दोन मिनिटात तो पोहोचला. मी आजीला पलंगावर बसतं केलं. कॅलेंडरवर टाचून ठेवलेल्या, औषध लिहिलेल्या कागदाकडे तिनं बोट दाखवलं. जॉर्जनं ते पटकन पाहिलं आणि आजीकडे नजर टाकली.

"बाही वर कर चटकन."

त्यानं सांगितलं ते मी थरथरत्या हातानं केलं. त्यानं सिरींज भरून तिच्या दंडात इंजेक्शन खुपसलं.

"माझं हृदय," ती तिच्या मातृभाषेत, जर्मनमध्ये म्हणाली, "हे हृदय जीव घेईल माझा."

"जॉर्ज, काहीतरी कर, काय करू शकतो अजून आपण, सांग मला," मी विचारलं.

"थोडा वेळ वाट बघावी लागेल."

तिचं मस्तक माझ्या खांद्यावर कोसळलं. आम्ही तिला पलंगावर झोपवलं.

"मी थांबतो तिच्याबरोबर," तो म्हणाला. "तू आई आणि घरमालकिणीला बोलावून आणायला हवंस, लवकर जा."

मी घाबरले होते, धावतच आईकडे गेले. मुख्य दरवाजा बंद होता. मी तिला खूप हाका मारल्या, पण कोणी ओ दिली नाही. एकीकडे ओरडत ओरडत मी रस्त्यावर पडलेला दगड उचलला आणि लोखंडी दरवाजावर फेकला. त्या आवाजानं घरमालकिणीच्या विधवा बहिणीनं खिडकी उघडली. मी कोण, माझं काम काय

असं तिनं विचारलं. मी तिला सांगितलं आणि आईला बोलव असंही म्हटलं.

पळतच मी परतले तेव्हा जॉर्ज आजीच्या जवळ बसून होता. ती स्तब्ध होती, हात हृदयापाशी क्रॉसच्या खुणेत ठेवले होते.

''काय झालं?''

''माफ कर मला,'' तो म्हणाला, ''मला आणखी काही करता येण्यासारखं नव्हतं. तिची वेळ आली होती, ते तिला माहीत होतं. डॉक्टर तिला काय म्हणाले, ते तिनं मला कालच सांगितलं होतं. झालं ते निमिषार्धात झालं. तिला फार त्रास झाला नाही.''

मी खुर्चीत कोसळले. पुरती खचून गेले होते. बाकीचे लोक आत यायला लागले. आई आणि जॉर्जची आई आल्या. ती आमची शेजारी होती आणि आजीची खूप जवळची मैत्रीण होती. मग आजीची घरमालकीण आली. कोणाचा विश्वासच बसेना. आजी नेहमीच कणखर दिसायची, तिला काही होतंय अशी तक्रारही कधी करायची नाही. आई पलंगावर बसली. निःशब्द. तिला इतका धक्का बसला होता, की डोळ्यांत अश्रूही येत नव्हते. आजीच्या हातावर तिनं डोकं टेकवलं. जॉर्जची आई, निकोलिन्का तिच्या जवळ डोळे पुसत उभी राहिली. घरमालकीण पलंगाच्या कडेला गुडघ्यावर बसली अन् हुंदके देऊ लागली.

''मला वाटतं, आपण अंत्यविधीची तयारी करायला हवी,'' जॉर्जनं शांततेचा भंग केला, ''तिचं शरीर कडक होण्यापूर्वी, डॉक्टरांना कळवू या. ते मृत्यू प्रमाणपत्रावर सही करतील.''

कपड्यांच्या कपाटात आईला एक बोचकं मिळालं. त्यात आजीनं तिच्या अंत्यविधीकरता तयार केलेले कपडे होते. तिनं ते बोचकं उघडलं, तेव्हा त्यातून एक बचत खात्याचं पुस्तक पडलं. सोबत आजीच्या हस्ताक्षरातलं पत्रही होतं. 'हे माझ्या अंत्यविधीच्या खर्चासाठी'

आईचा बांध फुटला. ती रडू लागली. ''हिच्याशिवाय कसं जगायचं आपण?'' ती हुंदके देत होती.

तोपर्यंत जॉर्जचे वडील, निकोला आले. आई ओक्साबोक्शी रडत होती. त्यांनी आईच्या हातातून पुस्तक घेतलं.

''हे घेऊन आत्ता बँकेत गेलो तरी कोणी पैसे देणार नाही, आत्ता मी पैसे दिले तर चालेल?'' ते म्हणाले.

त्यांनी परिस्थिती हातात घेतली आणि आईनं त्याला सहमती दर्शवली. इतक्या वर्षांत आजीनं इतक्या लोकांना मदत केली होती, तरुण-वृद्ध साऱ्यांनाच... आणि त्या बदल्यात तिला ते किती पैसे देणार हे विचारलंही नव्हतं. ज्यांना तिच्या अंत्यविधीसाठी जितके पैसे देता येतील, त्यांनी ते आपल्या मर्जीने लगेच काढून

दिले. लॉरी आणि हेनीनं दोन्ही लहान मुलांना सांभाळलं. त्या दोघी सारा वेळ रडत होत्या.

आजी नसली, तरी आयुष्य पुढे जातच राहणार होतं. रोजच्या जगण्याचा संघर्ष करण्यावाचून आमच्याकडे पर्याय नव्हता. पुढच्या काही दिवसांत आईनं तिच्याकडे होते-नव्हते ते सारे दागिने विकले. ज्याला काही किंमत येऊ शकेल अशी प्रत्येक गोष्ट तिनं विकली. बरेचदा जॉर्जची आई मोठ्या भांड्यातून आमच्याकरता जेवण आणत असे. जॉर्ज आईला औषधपाण्याची मदत करत असे, घरमालकीण मोठी बरणी भरून बकरीचं किंवा शेळीचं दूध देई. थोडेफार पैसे मिळावे म्हणून मी विणकाम सुरू केलं. आईची तब्येत ढासळते आहे हे मला दिसत होतं... ते लपवण्याचा ती आटोकाट प्रयत्न करत होती, हेही...

व्लादिमीरनं रेल्वे खात्याच्या विद्युत विभागात कामासाठी अर्ज केला, तेव्हा त्याला स्थानिक साम्यवादी पक्षाच्या सचिवाकडून परवानगी आणा, असं सांगितलं गेलं. हे काम होतं स्थानकावरचे दिवे आणि रेल्वेमार्गावरच्याही दिव्यांच्या जबाबदारीचं. 'येऊन भेटा' असं फर्मानही सुटलं. व्लादिमीर खूप भ्यायला होता. आता ते साऱ्या आयुष्याबद्दल खोदून खोदून विचारणार. अद्याप पत्ता न लागलेल्या भावाबद्दलही... असं त्याला वाटत होतं. तो खूप उशिरा घरी आला आणि त्याला सचिवाला भेटण्याची संधीच मिळाली नाही असं म्हणाला. दुसऱ्या दिवशी सकाळी सैनिकानं दरवाजावर धडक मारली आणि सरळ आत घुसला.

"काल तू सचिवाला भेटायला का नाही आलास?" तो व्लादिमीरकडे बघून रागानं जोरात ओरडला. "तुला कुठे काम मिळत नाही म्हणून सारखी कुरकूर करतोस, आता तुला खास बोलावलं, खुद्द सचिवानं वाट पाहिली तुझी, तर तू आळशा, आलाही नाहीस, लाज वाटली पाहिजे तुला!"

येणारे-जाणारे एक-दोघं आवाज ऐकून उत्सुकतेने खिडकीजवळ आले.

"मी तिथं गेलो होतो," व्लादिमीर चाचरत उत्तरला, "पण मला कोणत्या खोलीत जायचं तेच उमजलं नाही."

"अच्छा, चल तर मग आता, मी दाखवतो तुला."

ते दोघे गेल्यावर जॉर्जची आई निकोलिन्कानं खिडकीवर थाप मारली. तिनं सांगितलं की तिचा नवरा विद्युत विभागाच्या प्रमुखाला भेटला होता आणि त्यानं व्लादिमीरला काम देण्यासाठी सचिवाचं मन वळवण्याचं कबूल केलं होतं. एकासाठी दुसऱ्यानं शब्द टाकणं ह्या मार्गाचा अवलंब केला होता. तुमची जर ओळख नसेल तर कोणतंही काम होणं अशक्य.

व्लादिमीर दुपारी जेवणाच्या वेळेपर्यंत परतला.

''पक्षाच्या सचिवाबरोबर माझी मुलाखत झाली. त्यानं माझा इतका अपमान केला.'' त्यानं सांगितलं. ''मग मला विद्युत विभागाच्या प्रमुखाकडे पाठवलं गेलं. त्यांनी मला कामाचं स्वरूप समजावलं आणि काम करताना घालण्यासाठी काही कपडे दिले. विजार खूपच लांब होती आणि सदरा फारच घट्ट. मला खरं तर बूटही मिळणार होते, पण माझ्या मापाचे बूट शिल्लकच नव्हते.''

मिळालेले कपडे त्यानं माझ्या हातात ठेवले. विजारीचं थोडं कापड कापून मी ते सदऱ्याला लावलं, दोन्ही बऱ्या मापात घालता येईल असं शिवलं. व्लादिमीरचं काम मुख्य करून उघड्यावर, थंडीवाऱ्यातलं होतं. पण आता किमान महिन्याच्या महिन्याला पगार मिळण्याची शाश्वती तरी होती.

महिन्यानंतर त्याला चाळीस मैलांवरच्या एका गावाला पाठवलं गेलं. तिथं दिवसा झोपायला त्याला एक खोली दिली होती. सुटीच्या दिवशी तो घरी परतायचा. खोलीची लांबी होती दोन मीटर आणि रुंदी दीड मीटर. त्यात एक सोफा आणि एक खुर्ची होती. त्यानं सांगितलं की मला एकटीला ठेवणं त्याला पसंत नाही. त्याचा माझ्यावर विश्वास नाही. कितीही लांब पडलं तरी तो रोज घरी येणार. सकाळी तीनला तो घरी पोहोचायचा. त्याच्या वेड्या, मूर्ख, मत्सरानं आम्हाला रेल्वेच्या तिकिटांचा, विनाझोपेच्या रात्रींचा आणि गैरसोयीचा भुर्दंड पडला खरा, पण दिवसाच्या वेळातले काही तास तरी शांत असायचे.

सहा महिन्यांनंतर आम्ही राहायचो त्यापासून जवळ असलेल्या मुख्य स्थानकात व्लादिमीरला बोलावलं गेलं. त्याला रुळांच्या कडेचे दिवे आणि रुळांमधे येणारे अडथळे दूर करण्याचं काम सोपवण्यात आलं. हे काम तसं चोवीस तास चालणारं होतं.

एकदा पहाटे दोन वाजता दोन सहकाऱ्यांनी त्याला शहरातून जाणाऱ्या रुळांवरचे दिवे दुरुस्त करण्यासाठी बोलावलं. सकाळी साडेसात वाजता स्थानिक रुग्णालयातला एक माणूस व्लादिमीरला रुग्णालयात नेलं आहे असं सांगत आला. व्लादिमीरला नेमकं काय झालंय हे त्याला सांगता येत नव्हतं; पण तो माणूस चलण्याची घाई करत होता. आईला मुलांकडे लक्ष द्यायला सांगून मी घाईघाईत बाहेर पडले. रुग्णालयात पोहोचले तेव्हा त्याच्या कण्हण्याचा आवाज कानावर आला. तो मदतीची याचना करत होता. दरवाजाच्या आत एका फाटक्या, पातळ अंथरुणावर तो तळमळत पडला होता. दोन स्वच्छता कामगार त्याच्यापाशी उभ्या होत्या.

''व्राटझाहून रुग्णवाहिका यायची आम्ही वाट बघतोय.''

''पण त्याला इथं उघड्यावर, इतक्या थंडीत का ठेवलंत? आत, उबदार हवेत का नाही?'' मी विचारलं.

“ते रुग्णवाहिका घेऊन येतच आहेत असं त्यांनी कळवलं, म्हणून आम्ही तयारीत राहिलो.”

मी ओरडत असलेलं एका डॉक्टरनं ऐकलं आणि ते आले, “त्याला पुन्हा आत नेणं मूर्खपणाचं आहे,” तो म्हणाला, “जरा हलवलं तरी त्याच्या वेदना दर क्षणी वाढतायत. तुम्ही फार काळजी करू नका. आम्हाला जे करता येणं शक्य होतं, ते सारं आम्ही केलं आहे. पण आमचं रुग्णालय छोटं आहे. इथं आवश्यक ती उपचार साधनंही नाही. म्हणून आम्ही त्याला व्राटझाला हलवतो आहोत. ते कोणत्याही क्षणी इथं येऊन पोहोचतील.”

मी व्लादिमीरजवळ गेले, त्याला काय झालं आहे ते जाणून घेण्याचा प्रयत्न करू लागले.

“सारं शरीर दुखतंय खूप, मी वाहतूक दिव्याच्या खांब्यावरून पडलो.” तो विव्हळला.

शेवटी एकदाची रुग्णवाहिका आली, चालकानं व्लादिमीरला उचलून आत ठेवायला मदत कर असे सांगितले. तिथं उभ्या असलेल्या दोघांना मी मदत करण्यासाठी विनवलं. एक मदतनीसही आला. आम्ही चौघांनी मिळून अंथरुणाची चारही टोकं उचलली. त्याला आत ठेवल्यावर मीही रुग्णवाहिकेत शिरू लागले.

“तुला आमच्याबरोबर येता येणार नाही,” चालक म्हणाला. “आम्हाला दुसऱ्या गावातून अजून एकाला घ्यायचं आहे. पुरेशी जागा नाही आत.”

ते गेल्यावर एक बाई तिच्या मैत्रिणीला म्हणताना मी ऐकलं, “बिचारी बाई, चार लहान लेकरं आहेत तिला.”

व्लादिमीरबद्दल अजून काही कळेल अशा आशेनं मी रुग्णालयात गेले. त्याला दोन ट्रॅक्टर चालकांनी इथं आणलं असं समजलं. त्याला चालताही येत नव्हतं. त्याला दिसतील अशा मोठ्या जखमा झाल्या नव्हत्या. जरा खरचटलं होतं.

सारं काही कळवायला मी घरी दूरध्वनी केला. त्या वेळात मला आयुष्यात घडलेल्या सर्व घटना आठवल्या. आमचं लग्न झाल्यापासून जे जे घडलं ते एखाद्या चित्रपटासारखं डोळ्यांसमोरून सरकायला लागलं. मला भेटलेला तो तरुण, माझ्या प्रेमात पडलेला प्रियकर आणि आजचा व्लादिमीर यात किती फरक होता. ते दोघं एक व्यक्ती नव्हतेच जणू. त्याच्या मत्सरानं माझं डोकं फिरण्याची वेळ आली होती. मी दुसऱ्या पुरुषाकडे कधी पाहिलंही नव्हतं. पण मग मत्सरातून हिंसेचा जन्म झाला. मला हे ठाऊक होतं, की तो हिंसक वातावरणात मोठा झाला होता. वडील आणि भावांनी त्याला खूप मारलं होतं, सैन्यातल्या काळातही मार बसला होता. आणि सारं आयुष्य माझ्यासारखंच त्याच्यासाठीही अवघड होतं. माझ्या लाडक्या मुलांचा तो पिता होता. त्यामुळे आमच्यामध्ये एक बंध निर्माण झाला होता, तो

कशानंच तोडता येणं शक्य नव्हतं. माझी खरी काळजी होती, ती म्हणजे, आता जर व्लादिमीर काम करू शकला नाही तर घर कसं चालवायचं?

निकोलिन्का म्हणाली, मी विद्युत विभागाच्या प्रमुखाची भेट घ्यायला हवी. ते कदाचित मला व्राटझाला जाण्या-येण्याचं तिकीट देण्याची शक्यता आहे. म्हणजे व्लादिमीरला भेटणं शक्य होईल. मी कार्यालयात पोहोचल्यावर विद्युत विभाग प्रमुख अत्यंत आश्चर्यचकित झाला.

"तो लवकर बरा होऊ दे अशी आमची इच्छा आहे, तो लवकर कामावर येऊ शकेल, हीच अपेक्षा आहे. आम्हाला आवडतो तो," असं म्हणून त्यानं मला दुसऱ्या दिवसाचं तिकीट दिलं.

दुसऱ्या दिवशी सकाळी रुग्णालयात पोहोचले, तेव्हा तिथली कारकून मला आत जाऊ देईना. "फक्त रविवार आणि गुरुवार," तिनं मला सांगितलं.

मी तिथून गेले नाही, रेंगाळत राहिले. निदान व्लादिमीर कोणत्या वॉर्डमधे आहे, ते तरी कळेल या आशेनं तिथंच थांबले. एक रुग्ण बायकोची वाट पाहत तिथं थांबला होता. तो माझ्यापाशी आला, कोणाला भेटायचं आहे असं त्यानं विचारलं.

"त्याचं नाव व्लादिमीर आहे," रजिस्ट्रार अजूनही माझ्याकडे बघत होती, म्हणून मी खालच्या स्वरात म्हणाले. "त्याला खूप वेदना होत आहेत, म्हणून इथं आणलंय."

"त्या एका सिंगल रूममध्ये ठेवलंय, तो असेल बहुतेक. मी जाऊन बघतो, मला जर सापडला तर. तोवर माझी बायको आली तर तिला सांगा, मी परत येतोच आहे म्हणून."

त्याची बायको आली, तोवर तोही परतला. त्यानं मला सांगितलं, की नशिबानं थोडी साथ दिल्यानंच तो व्लादिमीरपर्यंत जाऊन पोहोचला. आम्ही तिघे दाराजवळ खुर्च्यांवर बसलो होतो, तेवढ्यात कारकुनाचं लक्ष फोनमुळे दुसरीकडे गेलं. त्या क्षणाची संधी साधून मी आत गेले. व्हरांड्यातूनच मला व्लादिमीरच्या विव्हळण्याचा आवाज ऐकू यायला लागला. खोलीत पोहोचले आणि खोलीची गचाळ अवस्था बघून मला धक्का बसला. त्याला तोंडापर्यंत पांघरूण घातलं होतं.

"तू लवकर का नाही आलीस?" तो खेकसला, "मी इथं मरतोय आणि तुला काडीची पर्वा नाही."

"मला याआधी येता येणं शक्यच नव्हतं. आताही त्यांनी मला पाहिलं तर बाहेर काढतील."

"मला खूप वेदना होताहेत."

"झालं काय?"

"मी दिवे दुरुस्त करायला खांबावर चढलो. माझ्या सहकाऱ्यांनी सांगितलं, की वीजप्रवाह बंद आहे, त्यामुळे काम करणं धोकादायक नाही म्हणून मी काम सुरू केलं. त्याच क्षणी मला जोराचा धक्का बसला, हातपाय थरथरायला लागले आणि मी खाली पडलो."

"तुझ्या बरोबर काम करणाऱ्यांनी मदत का नाही केली तुला?"

"मला नाही माहीत, ते सारे पळून गेले. मी त्यांना हाका मारत होतो, पण ते सारे अदृश्यच झाले." हे सांगताना व्लादिमीर अगदी रडायला आला होता.

"कुठं दुखतंय जास्त?"

"सगळं अंग दुखतंय, डावा पाय तर खूपच दुखतोय."

मी त्याच्या पायांवरून पांघरूण दूर केलं. त्याच्या पायाजवळ वर्तमानपत्रात गुंडाळलेला चालू स्थितीतला दिवा ठेवला होता. तो कशासाठी आहे ते मला कळलं नाही. उष्णतेमुळे कागद पेटण्याची भीती वाटली. म्हणून मी लगेच काहीच म्हणाले नाही. त्याच क्षणी स्वच्छता कर्मचारी आत आली.

"तू इथं काय करते आहेस?" तिनं चिडून विचारलं.

"मी माझ्या नवऱ्याला बघायला आले आहे,"

"फक्त रविवार आणि गुरुवार, दोन ते चारच्या दरम्यान. आता डॉक्टर येण्याआधी इथून निघून जा."

"हे धोकादायक आहे असं नाही वाटत तुला?" चालू दिव्याकडे बोट दाखवत मी विचारलं.

"त्याच्याशी तुझा काही संबंध नाही," तिनं मला सुनावलं, "मी इथं वर्तमानपत्राचा कागद बदलायला सारखी येत असते.

परत आल्यावर मी पुन्हा व्लादिमीरच्या वरिष्ठांना भेटायला गेले. व्लादिमीरच्या सहकाऱ्यांनी त्याला असं तळमळत सोडून का दिलं ते त्यांना विचारलं. "ते घाबरले होते," व्लादिमीरचे वरिष्ठ म्हणाले. "थोड्या वेळानंतर ते व्लादिमीरला मदत करायला परत आले होते, पण तो तिथं नव्हता."

"ते खूपच उशिरा परत आले असणार, कारण ट्रॅक्टर साडेपाच वाजेपर्यंत तिथं पोहोचला नव्हता. रेल्वे कामगारांकरता असलेल्या सेंट्रल ट्रान्स्पोर्ट हॉस्पिटलमध्ये त्याला हलवा, आत्ता आहे त्या रुग्णालयात त्याच्यावर नीट उपचार होत नाहीत.'

"काय करता येईल ते बघतो मी, आपल्या मंत्रालयाच्या आरोग्य विभागात माझं फार काही चालत नाही, पण तरीही बघतो मी." त्यांनी आश्वासन दिलं.

"माझ्यायोग्य कुठे काही काम आहे असं ऐकिवात आलं, तर मला सांगाल? माझ्यासाठी शब्द टाकाल तिथं? माझं कुटुंब मोठं आहे आणि आता बरेच महिने व्लादिमीर काम करू शकेल असं वाटत नाही."

"मी नक्की लक्षात ठेवीन," त्यांनी आवाजात आशा आणण्याचा प्रयत्न केला.

नंतरचे काही आठवडे माझ्या व्राटझाला चकरा सुरूच होत्या. व्लादिमीरला तिथं ठेवून महिना झाला आणि एकदा निकोलिन्का माझ्यासोबत आली. त्याला आवडणारी बिस्किटं आणि टर्किश डिलाइटचं एक खोकं तिनं सोबत घेतलं. रिसेप्शनिस्टनं आम्हाला अडवलं.

"तुझा नवरा आता नाही इथं," तिनं सांगितलं. "त्याला रेल्वे कर्मचाऱ्यांसाठीच्या सेंट्रल हॉस्पिटलला हलवलंय."

त्याच क्षणी आधी भेटलेले डॉक्टर समोर आले, "तुम्ही तुमच्या नवऱ्याला सोफियाला घेऊन जायला आला आहात का?" त्यानं विचारलं.

"त्याला हलवणार असल्याचं मला माहीतही नव्हतं."

"इथं त्याच्यावर काही उपचार करू शकत नाहीत. सोफियातलं रुग्णालय मोठं सुसज्ज आहे, तिथं पुरेशी सामग्री आहे, लवकरात लवकर तुम्ही त्याला तिकडे घेऊन जा."

मी स्वागतिकेकडे पाहिलं आणि विचारलं. "त्याला नेलंय असं म्हणालात तुम्ही."

तिनं डॉक्टरकडे पाहिलं आणि मग स्वत:चे समर्थन करत म्हणाली, "मी तसं ऐकलं."

"मला आत्तापर्यंत कोणी काहीच कसं सांगितलं नाही? मी जर आज आले नसते, तर व्लादिमीरला माझं मीच सोफियाला हलवायचंय हे मला कळलंही नसतं."

निकोलिन्कानं आमच्या आर्थिक परिस्थितीची डॉक्टरांना कल्पना दिली. व्लादिमीरला रुग्णवाहिकेनं नेणं शक्य झालं नाही तर काय असं तिनं डॉक्टरांना विचारलं.

"आमच्याकडे दोन रुग्णवाहिका आहेत आणि त्या या भागाबाहेर जाऊ शकत नाहीत. त्याला सोफियाला हलवण्याची व्यवस्था तुम्हालाच करावी लागेल," डॉक्टरांनी सांगितलं.

आम्हाला घरी जाऊन काहीतरी व्यवस्था करावी लागेल असं निकोलिन्कानं डॉक्टरांना सांगितलं. "आम्ही व्लादिमीरला थोडा वेळ भेटू शकतो का?"

"निश्चित," डॉक्टर म्हणाले, "पण तुम्ही त्याला जितक्या लवकर सोफियाला घेऊन जाल तितके बरे होण्याचे शक्यता जास्त आहे."

व्लादिमीरला भेटल्यावर आम्ही सांगितलं, की त्याला सोफियाला नेण्यासाठी काही व्यवस्था करावी लागेल.

"पण मला हलताही येत नाहीये." तो म्हणत होता. "मी तिकडे जाणार कसा?"

घरी परतल्यावर आम्ही माझे धर्मपिता निकोलांबरोबर स्थानिक रेल्वे शस्त्रक्रिया विभागामध्ये गेलो. ''तुमची जबाबदारी आहे,'' निकोलांनी ठासून सांगितलं, ''तो रेल्वे कर्मचारी आहे.''

शेवटी तिथल्या डॉक्टर आणि व्लादिमीरच्या मुख्य अभियंत्यानं माझ्याबरोबर एक माणूस दिला. तो माझ्याबरोबर व्राटझाला येणार होता. व्लादिमीरला सोफियाच्या रेल्वेत चढवण्यासाठी मला मदत करणार होता. तिथं सेंट्रल हॉस्पिटलची रुग्णवाहिका येणार होती.

भयानक संघर्षानंतर शेवटी मी आणि सोबतच्या कर्मचाऱ्यानं व्लादिमीरला कसंबसं रेल्वेत चढवलं. व्लादिमीर विव्हळत होता. ''मी मरतोय, मी कधीच नाही पोहोचणार तिथं,'' असं म्हणत होता.

गाडी सोफिया स्थानकात पोहोचली तसं मी खिडकीतूनच बघितलं बाहेर रुग्णवाहिका उभी आहे का ते. पण तिथं काहीच नव्हतं. गाडी थांबली तसा सोबतचा कामगार उतरला आणि अदृश्य झाला. त्याचं काम संपलं होतं. तपासनीस डब्यांची तपासणी करत आला. गाडी आता डेपोत जाऊन थांबणार असल्यानं आम्हाला उतरावं लागेल असं म्हणाला. त्याला व्लादिमीरची स्थिती माहीत होती. व्लादिमीरला स्थानकावर उतरवायला त्यानं मदत देऊ केली. आम्ही त्याला स्थानकावर उतरवलं. खालीच ठेवलं. मी रुग्णवाहिकेच्या शोधात निघाले. चालक स्थानकाच्या दरवाजाशी उभा होता, तो वैतागला होता. कारण त्याला शोधायला मी उशीर केला होता.

''रुग्ण आहे कुठे?'' त्यानं विचारलं.

''त्याला स्थानकावर झोपवलं आहे.''

''ठीक, आता आण त्याला लवकर इथं.''

''त्याला हालताही येत नाहीये,'' मी विरोध केला. आता मात्र डोळ्यांतलं पाणी थांबवणं मला अशक्य झालं होतं.

''लाज वाटली पाहिजे तुला,'' तिथून जाणारा एकजण म्हणाला, ''या बाईला मदत पाहिजे हे दिसत नाही तुला?''

''तुझा काय संबंध,'' चालकानं लगेच उलट उत्तर दिलं. ''रुग्णांना वाहून नेण्यासाठी कोणी पगार देत नाही मला.'

''ठीक आहे तर मग,'' तो माणूस म्हणाला, ''काढ ते स्ट्रेचर बाहेर. पैशासाठी नाही तर माणुसकीसाठी मी करतो मदत. तशीही माणुसकी फार दिसत नाही कुठे.''

आम्ही तिघे पुन्हा स्थानकात आलो. व्लादिमीरला स्ट्रेचरवरून रेल्वेलाईन ओलांडून रुग्णवाहिकेत ठेवलं. चालकानं मला तुसडेपणानं सांगितलं, की मला रुग्णवाहिकेत येता येणार नाही, कारण आत जागा नाही. जोवर शक्य होतं तितक्या

वेगानं मी पळत राहिले. गाडी माझ्या नजरेआड होईल अशी मला भीती वाटत होती. कारण रुग्णालय कुठे आहे तेही मला माहीत नव्हतं.

शेवटी आम्ही पोहोचलो, तेव्हा रुग्णालयाचे कर्मचारी माझ्याकडे रागानं बघून कुरकुरत होते. व्राटझाच्या रुग्णालयाची कागदपत्रं मी त्यांना अद्याप दिली नव्हती. मी मुकाट्यानं कागदपत्र त्यांच्या सुपूर्त केली.

''आता जा तू,'' त्यांनी फर्मावलं. ''आम्ही काळजी घेऊ त्याची.''

''मी त्याचे कपडे बदलायला मदत करू का?''

''ते आमचं कामच आहे,'' व्लादिमीरला नेत त्यांनी मला सांगितलं.

मी तिथल्या कर्मचाऱ्याला दार उघडण्यासाठी विनवण्या केल्या. पण तो म्हणाला, इतकं सांगूनही कळत नसेल तर मी मूर्खच म्हणायची. कोणत्याही परिस्थितीत भेटायला येणाऱ्यांना प्रवेश नव्हता. मी तिथं रस्त्यावर उभी होते, परतायचं तिकीट घ्यायला एक पेनीही नव्हती. घर शंभर किलोमीटरवर होतं, माझा धीर संपल्यात जमा होता.

मी उभी होते, तेव्हाच एक माणूस आला. त्यानं मला ओळखलं असावं. ''इथं काय करता आहात?'' त्यानं विचारलं.

''ठीक आहे, आपण बघूया काय करता येतं ते,'' माझं सांगून झाल्यावर तो म्हणाला. तंद्रीत असल्यासारखी मी त्याच्या मागे गेले. त्यानं माझं तिकीट काढलं आणि आम्ही दोघे मेझद्राच्या गाडीत बसलो. त्याचे आभार कसे मानावे हेच मला कळत नव्हतं. दुसऱ्या दिवशी तिकिटाचे पैसे परत देईन, असं मी त्याला सांगितलं.

''ठीक आहे, इतकी काळजी करू नकोस,'' तो म्हणाला. ''तुझ्या आजीनं माझ्या बायकोला खूप वेळा मदत केली आहे. त्यांनी आमच्या बाळाचा– मुलीचा जीव वाचवला आहे. त्यांनी आमच्यासाठी इतकं केलं आहे, त्या साऱ्याची थोडी जरी परतफेड करू शकलो तर मला खूप समाधान वाटेल.'

मृत्यूनंतरही आजी मला मदत करत होती...

ॲम्प्युटेशन

व्लादिमीरला काय झालं आहे ते सगळं जसंच्या तसं मुलांना सांगण्याची माझी हिंमत नव्हती. त्यांना इतका राग, संताप आला असता, की रागाच्या भरात अधिक-उणं बोलतील आणि सारं कुटुंबच संकटात सापडेल अशी भीती वाटली मला. मी एवढंच सांगितलं की बाबा घरी आल्यावर त्यांची खूप काळजी घ्यावी लागेल.

"हो, लागेलच लक्ष द्यायला," आई उपरोधानं पुटपुटली.

दुसऱ्या दिवशी मी पुन्हा व्लादिमीरच्या वरिष्ठांकडे गेले आणि काय झालं ते त्यांना सांगितलं. त्यांची काही चूक नव्हती, पण तरीही ते अस्वस्थ झाल्याचं त्यांच्या चेहऱ्यावर स्पष्ट दिसत होतं. नंतर मला समजलं, तेसुद्धा साम्यवादी पक्षाच्या काळ्या यादीत होते. अर्थात ते इतके अनुभवी होते, की त्यांना कामावर ठेवण्याची इच्छा नसूनही पक्षाला त्यांची गरज होती. मग मी स्थानिक शस्त्रक्रिया विभागात गेले आणि त्यांना घडलेलं सर्व काही पुन्हा सांगितलं. मुख्य डॉक्टरांनी सांगितलं, "कोणाला शिक्षा करून त्याचा माझ्या नवऱ्याला काही उपयोग होईल असं वाटत नाही."

सेंट्रल हॉस्पिटलच्या सहकाऱ्यांशी संपर्कात राहून मलाही ते वेळोवेळी माहिती देतील असं आश्वासन डॉक्टरांकडून मिळालं. यायच्या वाटेवर जॉर्ज भेटला. तो म्हणाला, "आमच्या शस्त्रक्रिया विभागात रुग्णांना जेवण देणारी बाई काम सोडून चालली आहे, कानावर आलं का तुझ्या? या आठवड्यातच जातेय ती, त्या जागेसाठी का नाही अर्ज करत तू?"

"पक्ष मला काम करायला परवानगी देईल का नाही शंकाच आहे," मी म्हणाले. "आणि मी आत्तापर्यंत कधी स्वयंपाकी म्हणून काम नाही केलंय."

"अं, ते काही अवघड नाही," त्यानं विश्वास दिला." तसंही बरेचसे रुग्ण

पथ्याचं जेवतात. तू घरी बनवतेस तसं. मी तिथल्या आयाला तुला मदत करायला सांगेन.''

घरी आल्यावर मी आईला नव्या कामाच्या संधीबद्दल सांगितलं. मुलांकडे लक्ष देशील का असंही विचारलं. ''तुला माहीतच आहे माझ्यात आता फार शक्ती उरली नाहीये ग,'' ती म्हणाली, ''पण माझ्यानं होईल तेवढं करेन मी. थोडे तास का होईना पण बघेन मुलांकडे.''

अर्ज करायला गेले तेव्हा अक्षरश: पोटात गोळा आला होता. पक्षाच्या सचिवानं आत प्रवेश देण्यासाठी युगानुयुगं लावली.

''तुला कोणी सांगितलं इथं कामासाठी जागा आहे म्हणून?'' मी आत गेल्याक्षणी तो खेकसला.

''एका बाईकडून कळलं,'' मी म्हणाले, ''मला तिचं नाव नाही माहीत.''

''अशा प्रकारच्या कामांसाठी पहिल्यांदा 'आमच्या' लोकांचा विचार केला जातो.'' तो अजून ओरडूनच बोलत होता. ''तुझ्या नवऱ्याचं काय आणि? आहे कुठे तो?''

''रुग्णालयात, त्याची स्थिती गंभीर आहे,'' मी कुजबुजले.

''त्याला बरं होऊन काम सुरू करावं लागेल.''

''मला नाही वाटत तो पुन्हा काम करू शकेल, तसं डॉक्टरांनीच सांगितलं आहे. मला चार मुलं आहेत आणि माझ्या आईची तब्येतही हल्ली बरी नसते.''

''तो तुझा प्रश्न आहे, मला इतर महत्त्वाची कामं करायची आहेत.''

''कामाचं पुढे काय झालं हे विचारायला पुन्हा कधी येऊ मी?''

''येऊच नकोस, चालती हो इथून, चल जा!''

स्थानिक रेल्वे कामगारांच्या पक्ष सचिवाच्या बायकोला ते काम मिळालं असं मला जॉर्जनं नंतर सांगितलं.

''या प्रमुखाची पण कहाणीच आहे. त्यानं जर्मन युद्धात देशभक्तांना अन्नधान्य देऊन मदत केली होती असं त्यानं सिद्ध केलं.'' जॉर्ज म्हणाला. ''खरं काय झालंय ते सगळ्यांनाच माहीत आहे. तो वडिलांनी पाळलेल्या मेंढ्यांना चरायला कुरणावर घेऊन गेला होता. तिथं हे देशभक्त पोहोचले. त्यांनी काहीतरी खायला मागितलं. हा त्यांच्या बंदुका बघून इतका घाबरला की त्यानं एक ब्रेड, चीजचा तुकडा आणि एक कांदा असलेली पिशवी त्यांना देऊन टाकली. जेव्हा त्यानं हे आई-वडिलांना सांगितलं तेव्हा ते इतके भयानक घाबरले. त्यांनी याबद्दल अवाक्षरही काढू नको असं बजावलं. त्यानंतर फक्त त्याचे वडीलच मेंढ्या चरायला घेऊन जात. युद्धानंतर आमचा हा मित्र नोकरी शोधायला शहरात गेला होता. तिथं त्याला योगायोगानं यानं खाणं दिलेलेच देशभक्त भेटले. तो अशिक्षित होता, म्हणून

त्याला नोकरी मिळाली नाही. त्यानं आपल्या वडिलांना या भेटीबद्दल सांगितलं. त्याच्या वडिलांनी एका पबमध्ये बोलताबोलता ही गोष्ट सांगितल्यावर, या साऱ्या देशभक्तीचा काही फायदा करून घेता येईल असं त्यांना कळलं. दुसऱ्याच दिवशी त्याचे वडील त्या देशभक्तांना भेटायला गेले आणि त्यांना सारं काही सांगितलं. जर्मनांनी त्यांना कशा धमक्या दिल्या आणि तरी ते कसे डगमगले नाहीत. मुलानं तेव्हा जिवाची पर्वा न करता देशभक्तांची उपासमार होऊ नये म्हणून कसं त्यांना खायला दिलं... असं सारं सांगितलं. त्यानंतर म्हणाले, "इतकं करून त्याला साधी नोकरी मिळू नये." असं म्हटल्यावर त्यांनी याला थेट व्यवस्थापकाचं काम दिलं. पण हा अशिक्षित... त्यानं सारा घोळ घालून ठेवला आणि या लोकांना मग ते सारंच सावरून घ्यावं लागलं. त्यांनी याला शिक्षण देण्याचाही प्रयत्न करून पाहिला, पण हा इतका मूर्ख आणि मट्ठ की त्याचाही काही उपयोग झाला नाही. त्यामुळे शेवटी त्याला साम्यवादी पक्षाचा मुख्य केला. या माणसाची बायकोही याच्यासारखीच अशिक्षित आणि आता तिला स्वयंपाकी म्हणून काम दिलं आहे."

हे सारं ऐकून माझी खूप निराशा झाली. आमच्या घरात थोडंफार काम करू शकेन अशी आता मी एकटीच उरले होते. मात्र थोड्याच दिवसांत, जॉर्जनं मला सांगितलं की त्या अधिकाऱ्याची बायको ते काम करू शकली नाही. पुन्हा ती जागा रिकामी झाली होती. सारा धीर गोळा करून मी पुन्हा पक्षाच्या सचिवाकडे गेले.

"हं," मी आत गेल्यावर त्यानं तुच्छतेनं म्हटलं, "पुन्हा आलीस तू! आम्ही तुझ्या कुटुंबाबद्दल विचार केला आहे आणि तुझ्या बाबतीतल्या काही गोष्टींकडे डोळेझाक करावी असं ठरवलं आहे. आम्ही तुझ्या मुलांकडे बघून तुला दया दाखवतो आहोत. आम्हीही माणसंच आहोत. तू हे काम करू शकतेस.

"पण एक लक्षात ठेव, छोटी जरी चूक केलीस, तर पुन्हा तुला कुठेही, कधीही काम मिळणार नाही. समजलीस?"

मी निःशब्द... घाबरले होते, कसंबसं, 'हो' म्हणाले.

माझं नवं काम पहाटे साडेपाचला सुरू होणार होतं. म्हणजे मला पाचला घरातून निघणं भाग होतं. मिकी आणि रोझी वेगवेगळ्या शाळेत जायचे. त्यामुळे त्यांना शाळेत सोडणारं आणि दुपारी घेऊन येणारं कोणीतरी बघायला हवं होतं. आई इतकी अशक्त होत चालली होती, की तिच्यावर विसंबून राहणं शक्य नव्हतं. मोठ्या मुलींच्या तोकड्या झालेल्या जुन्या कपड्यांचे लहानग्यांना शाळेचे कपडे शिवले.

पुढच्या रविवारी मी व्लादिमीरला भेटायला गेले, तेव्हा त्याला रडू कोसळलं. त्यांनी व्लादिमीरचा डावा पाय गुडघ्यापासून कापून टाकला होता. त्याला अजूनही खूप वेदना होत होत्या आणि तुटलेला पाय परत हवा म्हणून तो आकांत करत होता.

"काय करू मी आता?" त्यानं कण्हत विचारलं. "एका पायाशिवाय कसा जगू मी?" काय बोलावं ते मला सुचेना. त्याची कोणत्या शब्दात समजूत घालावी तेच कळेना. त्याची खूप दया येत होती.

"तुला सवय होईल याची," समोरचा एक रुग्ण म्हणाला. "तुझ्या दोन्हीही हातांनी तू काम करू शकतोस. मी तर माझा एक हात गमावलाय."

"पण मी चालू कसा?"

"कुबड्या आहेत ना, मी गेली पाच वर्षं त्या वापरतो आहे आणि कामही करतो मी."

"पण मी खूप आजारी आहे, चार मुलं आहेत मला."

"मला तीन मुलं आहेत आणि माझी बायको मागच्या वर्षीच वारली." कोपऱ्यातल्या खाटेवरचा रुग्ण म्हणाला.

मला वाटलं ते सारे व्लादिमीरला चिडवताहेत. तसाही, चेष्टेच्या बाबतीत तो फार संवेदनशील होता, हे चांगलंच माहीत होतं मला. दुसऱ्या दिवशीपासून काम सुरू करणार आहे हे मी त्याला सांगितलं नाही, पुन्हा त्याचा मत्सर जागा व्हायची भीती वाटली मला.

"मला आता जायला हवं," मी म्हणाले. "अंधार पडायला लागला."

"मला एकट्याला इथं सोडून जायची घाईच झालेली असते तुला."

"पण मुलं..."

"मला माहीतेय, ती नेहमीच माझ्यापेक्षा महत्त्वाची असतात तुला."

"मी पुढच्या आठवड्यात यायचा नक्की प्रयत्न करेन."

"माझ्यासाठी वेफर्स आण," तो म्हणाला, "मोठा पुडा."

"बरं," तेवढ्या पैशात दोन लिटर दूध आणता येईल असा विचार करत मी म्हणाले.

त्याचा पाय का कापून टाकला, असं मी परतताना परिचारिकेला विचारलं.

"डॉक्टरांनी त्याला तपासलं. पायात रक्ताची गाठ झाली होती. त्यामुळे लवकर पाय कापला नसता तर व्लादिमीरच्या जिवाला धोका होता. तो गेला असता."

"त्याला घरी कधी नेता येईल?"

"त्याची जखम कधी भरून येते, त्यावर अवलंबून आहे. डॉक्टरांना त्याच्या हृदयाविषयी चिंता वाटते आहे."

मला नुकतंच चौतिसावं लागलं होतं. साऱ्या जगाचा भार माझ्या खांद्यावर असल्याची जाणीव होऊ लागली होती.

पहाटे उठले तेव्हाच मनात भीती होती. मला सारं काही वेळेवर करायला जमेल की नाही, माझ्या प्रत्येक हालचालीवर नजर तर ठेवली जाणार नाही ना, असं वाटत होतं. शस्त्रक्रिया विभागात पंधरा खाटा होत्या. आधी सगळ्या रुग्णांना नाश्ता देण्यासाठी आया मदत करत असत. पण आता मला सांगितलं गेलं, की सारे नियम बदलले आहेत आणि नाश्ता नेऊन देण्याचं कामही मलाच करावं लागेल. दिवसभराचं काम चांगलंच थकवणारं होतं. पण मी आठ वाजता घरी आले, तेव्हा आई आणि मुलींनी जेवण बनवून, टेबल मांडून ठेवलं होतं. आलेला गहिवर मी मोठ्या प्रयत्नांनी आवरून धरला. उसणं अवसान आणलं. त्यांच्याकडे एक चांगली बातमी होती. मिकीच्या शिक्षकांनी रोझीला मिकीबरोबर, मोठ्या मुलाबरोबर राहण्याची मुभा दिली होती. त्यामुळे आता त्या दोघांना एकाच शाळेत जाणं शक्य होतं.

पुढच्या रविवारी मी मोठ्या मुलींना वडिलांना भेटायला पाठवलं. त्यांच्यासोबत व्लादिमीरला हवा असलेला वेफर्सचा पुडा दिला. पण त्यानं सांगितलं, की टर्किश डिलाईट हवीत. मुलींकडे फक्त परतीच्या तिकिटाचे आणि जेवणाच्या वेळी पाव खाता येतील एवढेच पैसे होते. पण तरीही त्या जवळच्या छोट्या दुकानात गेल्या. तिथं टर्किश डिलाईट कितीला आहे अशी चौकशी केली. पोरी जेवल्या नाहीत तर त्यांच्याजवळच्या पैशात पाच टर्किश डिलाईट आले असते. त्यातले चार मुलींनी वडिलांना दिले आणि एक राखून ठेवला. घरी आल्यावर मिकी आणि रोझीबरोबर चाखण्यासाठी!

पुढच्या आठवड्यात मी व्लादिमीरला भेटायला गेले तेव्हा कामाला सुरुवात केली असल्याचं सांगितलं. तो भडकला. मी त्याची परवानगी घेतली नाही म्हणून वैतागला. तो घरी आल्यावर त्याच्याकडे कोण लक्ष देणार म्हणून चिडचिड करू लागला.

"कोणीतरी येईपर्यंत तू पलंगावर पडून विश्रांती घेत जा," मी त्याला सांगितलं.

निघताना परिचारिकेनं मला सांगितलं, की व्लादिमीरला हृदयविकार जडला होता, त्यामुळे त्याची परिस्थिती अजूनच नाजूक बनली होती.

"त्याला लवकर घरी सोडा म्हणून आग्रह करू नका," परिचारिकेनं सल्ला दिला. "त्याच्या तब्येतीसाठी ठीक नाही ते आणि तुमच्यासाठीही. त्याला सतत वैद्यकीय निरीक्षणाखाली राहण्याची गरज आहे. तो खूप हळवा आणि भावनिकदृष्ट्या दुबळा झालाय."

नर्सरीत मिकी अशक्त आहे म्हणून त्याला जबरदस्तीनं खायला घालण्याचा प्रयत्न केला. पण रोझीनं मला सांगितलं की त्यांनी मिकीच्या तोंडात अगदी उलटी

येईपर्यंत अन्न कोंबलं.

शस्त्रक्रिया विभागातले सहकारी माझं काम जास्तीत जास्त कष्टदायक आणि तापदायक व्हावं म्हणून जे जमेल ते प्रयत्न करत होते. विशेषत: तिथल्या आया. पण जॉर्जनं मला सांगितलं, की रुग्णांना जेवण आवडत होतं. आठवड्याच्या कामाच्या अहवालाची बैठक सुरू असताना, तिथं जर साम्यवादी पक्षाचा पदाधिकारी असेल तर कोणताच वरिष्ठ अधिकारी माझ्याबद्दल कधी चांगलं बोलला नाही. त्यांनी माझा साधा उल्लेखही कधी केला नाही. या बैठकीची बित्तंबातमी वरपर्यंत कशी पोहोचायची हे मला कळलं आणि मग सारी यंत्रणा कशी चालते तेही लक्षात आलं. आया इथल्या वरिष्ठांना कधी अंडी, कधी त्यांच्या बागेतली फळं, कधी घरी केलेली दारू, कधी राकिया देत. माझ्याकडे अशी लाच द्यायला काहीच नव्हतं, त्यामुळे मी कोणालाच दिसत नव्हते.

मुलांसाठी मला इतका कमी वेळ मिळायचा की रविवार मला त्यांच्यासोबत घालवावा असं वाटायचं. त्या दिवशी पावसात भिजत सोफियाला जायचं आणि व्लादिमीरच्या तक्रारी ऐकायच्या, हे मला अगदी नकोसं व्हायचं. पण ते माझं कर्तव्यच होतं. तो फक्त चव्वेचाळीस वर्षांचा होता आणि त्याला वाटत होतं, की सारं काही संपलं आहे. कधी काळी तो महत्त्वाकांक्षी होता, पण आळशी होता. खूप वेळ त्यानं कबुतरांबरोबरच वाया घालवला होता. खरं तर तो अतिशय कुशल रंगारी होता. लोकं त्याला काम द्यायला नेहमीच तयार असायचे, पण त्याला...कशाचीच पर्वा नव्हती. परिचारिकेनं मला दारापाशीच थांबवलं.

''तुझ्या नवऱ्याच्या जखमा आता भरून येताहेत. हृदयाची अवस्था मात्र अस्थिर आहे. मी तर ऐकलं की डॉक्टर त्याला घरी पाठवण्याचा विचार करत आहेत. थोड्या दिवसांसाठी तुला हवं असेल तर तू त्याला घरी घेऊन जाऊ शकतेस.'' मी संभ्रमात पडले. ''मला माहीतेय तुझी परिस्थिती. पण कदाचित वातावरण बदललं तर त्याला फायदा होईल. थोडे आठवड्यांसाठी तरी. त्याला परत यावं लागणार हे तर स्पष्ट दिसतच आहे. त्याला सतत लक्ष देण्याची आणि उपचारांची गरज आहे.''

''मी त्याला आज घरी घेऊन जावं, असं म्हणणं आहे का तुमचं?'' मी विचारलं. ''त्याच्या तिकिटाचे पैसे आत्ता तरी नाहीत माझ्यापाशी.''

''ते ठीक आहे, आम्ही त्याला आत्ताच घेऊन जा असं नाही सांगणार आणि इथले मदतनीस त्याला कुबड्यांचा आधार घेत कसं चालायचं ते शिकवतील.''

''धन्यवाद, तसं झालं तर फार बरं होईल,'' मी म्हणाले.

त्या दिवशी मी केलेलं काहीही व्लादिमीरच्या पसंतीला उतरत नव्हतं. ''मला घरी जायचंय,'' तो इतक्या जोरात ओरडला की आजूबाजूच्या साऱ्यांनी वळून पाहिलं.

"का ओरडतो आहेस तू?" रुग्णांच्या शरीराचं तपमान मोजण्यासाठी परिचारिका तिथं आली. "एखाद्या लहान बाळासारखी आम्ही तुमची काळजी घेतो आहे, तुम्ही इथं मजेत असायला हवं."

व्लादिमीरनं पांघरूण डोक्यावर ओढून घेतलं, कोणाशीच बोलला नाही. परिचारिकेनं मला काळजी करू नको, तो ठीक आहे, अशी खूण केली. मी निघताना त्यानं पांघरूण दूर करून मला त्याचे सगळ्यांत चांगले कपडे आणायला फर्मावलं. जसे काही याच्याकडे चांगले कपडे होतेच.

"नक्की आणेन," मी त्याला आश्वासन दिलं आणि निघाले. त्याच्याबद्दल इतकं वाईट वाटलं मला की अश्रू आवरेनात. तो किती निराश झाला असेल हे मी समजू शकत होते. ही सगळी वर्षं तो माझ्याशी चांगला वागला नव्हता हे खरं, पण त्याचं आयुष्यही साधंसरळ गेलं नव्हतंच.

इतरांचा चांगुलपणा

पुढच्या आठवड्यात मला व्लादिमीरला घरी घेऊन येण्याची परवानगी मिळाली. कुबड्या दिल्या होत्या, पण त्याला सतत आपण पडू अशी भीती वाटत होती. त्यामुळे कुबड्यांवर तो चालू शकत नव्हता. मेझद्राच्या वाटेवर तो सतत तक्रारी करत होता, शिव्याशाप देत होता. आम्ही घरी पोहोचलो तेव्हा मुलांनी आनंदानं जल्लोष केला, त्याच्या जवळ गेली. आईनं त्याला सिगारेट दिली. जॉर्जही भेटायला आला. बरं वाटत नाही असं वाटलं तर लगेच हाक मार, असं आवर्जून सांगून गेला. त्या साऱ्यांच्या भावनांची व्लादिमीरला फारशी किंमत नव्हती. त्याला एकटं राहायचं होतं. रात्रीचं जेवण झाल्यावर आई मुलींना तिच्या खोलीत घेऊन गेली. त्यांचा घरचा अभ्यास अजून पूर्ण व्हायचा होता. नेहमीसारखीच मी मुलींची दुसऱ्या दिवशीची शाळेची तयारी करायला लागले, त्यांचे कपडे काढून ठेवले.

"हे सारं का करते आहेस?" व्लादिमीरनं विचारलं, "हे उद्याही करू शकतेस तू."

"मला कामासाठी लवकर निघावं लागतं, मुली आल्या की छोट्यांना पाळणाघरात घेऊन जातील," मी सांगितलं.

"मग माझ्याबरोबर कोण असणार?"

"आई येईल ना उठल्यावर लगेच."

"तू परत कधी येणार?"

"काम संपलं की लगेच."

"मला नेमकी वेळ हवी आहे." तो चिडायला लागला.

"साधारण दोन वाजेपर्यंत."

या उत्तरानं त्याचं समाधान झालं नाही. झोपेपर्यंत तो काहीतरी पुटपुटत

राहिला. कधीतरी झोपी गेला. सकाळी मुलींनी शाळेत जाण्यापूर्वी त्याच्यासाठी चहा आणि सँडविच तयार केले आणि पलंगाजवळ ठेवले. पण त्यानं कोणत्याच गोष्टीला हात लावला नाही. त्यानं आईला सांगितलं, की तो माझ्या येण्याची वाट बघत बसेल. जेवणाच्या वेळी मुलींसाठी गरम केलेलं सूप आईनं देऊ केलं, तेही व्लादिमीरनं घेतलं नाही.

सव्वादोनला मी घरात पाऊल टाकलं तेव्हा व्लादिमीरनं माझ्यावर आरोपांचा जो भडिमार सुरू केला, तो बराच काळ थांबलाच नाही. तो घरी माझी वाट पाहत होता तेव्हा मी बाहेर मजा मारत होते, असं म्हणाला. त्याचा रुद्रावतार बघून मी आणि आई घाबरलो. रुग्णांना रात्रीचं जेवण बनवायला जाण्याआधी मला काही गोष्टींची तयारी करावी लागते असं त्याला सांगण्याचा प्रयत्न केला; पण त्याला काहीच पटेना. खोटारडी म्हणाला, त्याची काहीच पर्वा नाही मला, असाही आरोप केला. तो मला बोलत होता आणि ते सारं ऐकत मी एकीकडे बटाटे, कांदे सोलत होते. त्यामुळे मला त्याची काहीच पर्वा वाटत नाही हे त्याला पटलंच. नवऱ्याच्या आरोपांपेक्षा कामावर परत जायला उशीर होईल याची जास्त भीती वाटत होती. त्यामुळे मला ऐकता ऐकता काम करत राहणं तर भागच होतं.

तिथलं काम पटापट आटपली. घरी निघालेच होते, तोवर डॉक्टरांनी मला एका वाक्याचा अनुवाद करण्याची विनंती केली.

"माफ करा," मी म्हणाले, "इंग्रजीमध्ये एक शब्दही बोलण्याची मला परवानगी नाही. तसं केलं तर माझी नोकरी जाईल आणि मला भुकेनं मरायची वेळ येईल. तुम्ही परवानगीचं पत्र आणल्याशिवाय तुमचं काम करण्याची माझी हिंमत नाही."

मी घाईनं घरी आले. घरी काय वाढून ठेवलं आहे त्याची भीती होतीच. मुलांनी वडिलांना शांत केलं होतं. आईनं बनवलेलं जेवण घ्यायला तो आमच्यासोबत टेबलभोवती बसला. पण तो काहीच बोलला नाही. तो किती अशक्त झाला आहे, ते सर्वांनी बघावं अशी त्याची इच्छा होती. जेवणानंतर मला त्याला अंघोळ घालावी लागली. बाहेरच्या विहिरीतून आत बादल्या भरून आणायच्या आणि त्या हिंदकळत्या बादल्या घरात आणून रिकाम्या करायच्या. घरभर पाणी व्हायचं हे मला मनातून आवडणं कसं शक्य होतं? घरात नळाचं पाणी असणं मला खूप आवडलं असतं.

सारं काही आटपलं आणि मुलं झोपली, तरीही व्लादिमीर त्याला होत असलेल्या त्रासाबद्दल बोलत होता. मी ऐकत होते. एक शब्दही बोलले नाही. "तुझं माझ्याकडे लक्षच नाही." तो म्हणाला.

"मी ऐकते आहे, फक्त तुझं बोलणं मधे तोडत नाहीये," मी सांगितलं.

"इथं ये आणि पलंगावर बस."

मी पलंगावर गेले तसं त्यानं मला पकडलं आणि सारा राग आणि शक्ती एकवटून जोरात बुक्की मारली. मी टेबलावर आपटले. मोठा आवाज झाला. मुलं जागी झाली आणि त्यांनी रक्त बघितलं.

"गप्प बसा!" मुलांना अजूनच घाबरवत तो खेकसला. रोझी जोरात किंचाळायला लागली. मी त्यांना शांत करण्याचा प्रयत्न केला, पण त्यांच्या रडण्यानं घरमालक आणि त्याची बायको आले.

"आता लक्ष देऊन ऐक," घरमालक म्हणाला, "तुम्ही लोक मला इथं राहायला नकोच होतात. पण तुमच्या आजीमुळे मी तुम्हाला इथं राहू देतोय. पण तुला जर असं वाटत असेल की तू आरडाओरडा करून मध्यरात्री इतर भाडेकरूंना उठवशील, तर मात्र तुला बाहेरचा रस्ता धरावा लागेल. तसंही तू मला गेले चार महिने भाडं दिलेलं नाहीस. मुलांकडे बघून मी तुला इथं ठेवून घेतोय हे लक्षात ठेव."

"बायकोची काय अवस्था केली आहेस ते बघ जरा," त्याच्या बायकोनं व्लादिमीरला खडसावलं. "सकाळपासून रात्रीपर्यंत ती एखाद्या गुलामासारखी राब राब राबते, तुम्हाला जगता यावं म्हणून. तू तिला मारलंस तर कोण खायला घालणार तुम्हाला?"

त्यांचा एक काहीसा दारूडा भाडेकरू, तोही व्लादिमीरला आता बोलायला लागला. "तुला लाज वाटली पाहिजे स्वत:ची, वेड लागलंय तुला."

या साऱ्यामुळे व्लादिमीरचा संताप वाढत होता हे मला दिसत होतं. पण तो काही बोलला नाही. मी घरमालकांची माफी मागितली आणि पुन्हा असं होणार नाही असंही सांगितलं. अर्थात मला असं होणारच नाही याची खात्री नव्हतीच. छोट्यांनी मला रक्त पुसायला मदत केली, त्यांच्या मोठ्या बहिणींनीही या कामात माझी आधी खूपदा मदत केली होती. माझा चेहरा सुजला होता आणि डावा डोळा जवळजवळ बंद झाला होता. नाकातून अजूनही रक्त वाहत होतं. मुलांना झोपवायची तयारी करत होते, तेव्हा व्लादिमीर झोपून गेला. मी मग मुलांपाशीच लवंडले. त्यानंतर पुन्हा कामाला जायचं होतं. उठल्यावरही चेहरा सुजलेलाच होता, डोळ्यांभोवती काळंनिळं दिसत होतं. फार लाज वाटत होती मला!

मुख्य डॉक्टरांनी त्या दिवशी रुग्णांना नाश्ता नेऊन देण्याचं काम आयांकडे सोपवण्याची परवानगी दिली. त्या बदल्यात मला जिना पुसायचा होता. त्यामुळे आयांना भलताच आनंद झालेला दिसत होता.

काही दिवसांनी शस्त्रक्रिया विभागातलं कोणतंतरी औषध चोरीला गेलं आणि आम्ही सर्व संशयाच्या भोवऱ्यात सापडलो. रेल्वे साम्यवादी पक्षाच्या स्थानिक सदस्यांसमोर आम्हाला एखाद्या न्यायालयात उभं करतात तसं बोलावलं गेलं.

आम्हा सर्वांची चौकशी होणार होती. चौकशी लांबतच गेली. तेच ते प्रश्न, त्याच त्याच शंका, संपतच नव्हत्या.

आम्हाला काही प्रश्न विचारायचा आहे का, असं त्यांनी विचारल्यावर सगळीकडे शांतता पसरली. तेवढ्यात जिन्याखालून आवाज ऐकू येऊ लागला. एक कर्मचारी खाली कोण आहे ते बघायला गेला. परतल्यावर म्हणाला की तो माझा नवरा आहे.

"काय?" माझा कानांवर विश्वास बसेना. "तो इथं आला कसा?"

सारे स्वच्छता कर्मचारी माझ्या नवऱ्याचं दर्शन घेण्यासाठी खाली आले. तो खिडकीच्या तावदानावर कुबडी आपटत होता. "चल घरी," तो ओरडला, "तुला घर, मुलं नाही वाटतं? अपंग नवऱ्याची काही काळजी आहे की नाही?"

मला इतकं शरमल्यासारखं झालं. पक्षाची सचिव स्वयंपाकघराकडे जाताना उपरोधानं हसत होती.

"तो ठार वेडा असणार," दुसऱ्या बाईनं ठरवूनच टाकलं.

घरी येताना पूर्ण रस्ता तो मला शिव्याशाप देत होता. रस्त्यावरचे सारे लोक वळून टक लावून माझा अपमान बघत होते.

साऱ्या कठीण परिस्थितीत, मुलांनी मात्र आश्चर्यकारक यश मिळवलं. शाळेत मुली आर्टिस्टिक जिम्नॅस्टिक या गटात होत्या. स्पर्धांसाठीही त्यांची निवड झाली होती. त्या राष्ट्रीय पातळीपर्यंत विजेत्या ठरल्या आणि त्यांची टीम देशातली सर्वोत्तम टीम म्हणून नावाजली गेली. बक्षीस म्हणून त्यांना एका पर्यटन स्थळाजवळच्या पर्वतावर प्रशिक्षकांच्या उन्हाळी शिबिराला पाठवलं. परतल्या तेव्हा मुली सर्वांत तरुण प्रशिक्षका बनल्या होत्या. किती अभिमान वाटला मला त्यांचा!

व्लादिमीरचा राग आवाक्याबाहेर जाऊ लागला. एकदा त्यानं काही कारण नसताना मिकीला खूप मारलं. त्याला खूप लागलं. त्यामुळे मुलं घाबरली. तो कधी मारेल काही नेम नव्हता. रोज रात्री मिकी अंथरुण ओलं करायला लागला आणि त्याच्या जखमा बऱ्या होईनात. क्ष-किरण आणि औषधांबरोबर जे कोणी काय सांगेल मला शक्य ते सारं करून पाहिलं. अक्रोडाच्या पानांचं पोटीस, मेंढीच्या पातळ केलेल्या चीजमध्ये बुडवलेला कापूस, सशाची चरबी असलेलं मलम, खाजकुयली मुळांचं मलम... कसलाही उपयोग झाला नाही. व्रण पूर्ण नाहीसे व्हायला एक वर्ष लागेल असं डॉक्टर म्हणाले.

हे सगळं किती दु:खदायक होतं! तो किती गोड, प्रेमळ मुलगा होता. शाळेत गोळी मिळाली, तर सगळ्यांनी वाटून खायची म्हणून घरी घेऊन यायचा.

व्लादिमीरची तब्येत दिवसेंदिवस ढासळत होती, पण यापेक्षा काही करता येणं शक्य नाही असं डॉक्टरांनी सांगितलं. त्यांनी व्लादिमीरला कृत्रिम पाय बसवला.

व्लादिमीरला वाटलं की आता तो स्वतंत्र, स्वावलंबी होईल, त्याला कोणाच्याही मदतीची गरज लागणार नाही. आम्ही रुग्णालयाच्या बाहेर आलो तेव्हा मला त्याच्याबद्दल खरोखर वाईट वाटलं, कारण त्याला वाटत होतं इतकं सारं सोपं नाही हे मला माहीत होतं आणि व्लादिमीर संकटाला धीरानं तोंड देणारा नाही हेही ठाऊक होतं.

आम्ही रेल्वेपर्यंत पोहोचलो आणि त्याच्या लक्षात आलं की त्याला मदतीशिवाय उठता येत नाहीये, त्यामुळे तो खूप निराशेने संतापला.

रोज रात्री व्लादिमीरला चालायची सवय व्हावी म्हणून आम्ही वीस मिनिटं चालायला जायचो. मी त्याच्या मागे चालायचं अशी त्याची आज्ञा होती. मागे अशासाठी की तो पडला तर मी त्याला सावरण्याचं काम करणं अपेक्षित होतं. रस्त्यावरचे दिवे त्या वेळी बंद झालेले असायचे. काऊन्सिलनं जाहीर केलं होतं, की 'सामान्य' माणसांनी रात्री दहा नंतर बाहेर पडता कामा नये. त्यामुळे रस्त्यातले दगड आणि खड्ड्यांशी दोस्ती करत आम्ही चालत असू.

व्लादिमीरच्या शारीरिक समस्यांमुळे त्याचा मत्सर आणि संशय काही कमी झाला नाही. कामावर निघाले की मला कळू न देता तो माझ्या मागे यायचा. मी कुठे जाते, कोणाबरोबर जाते, हे त्याला बघायचं असायचं. मी घरी पोहोचले की दहा मिनिटांनी तो पोहोचायचा, पण तो कुठे गेला होता हे मला कधीच सांगायचा नाही.

रुग्णालयासाठी काचेवर काही रंगवण्याचं काम करायचे होते, त्यासाठी त्यांनी व्लादिमीरला विचारलं. म्हणजे आता त्याला काही पैसे मिळण्याची शक्यता निर्माण झाली होती. एक दिवस संध्याकाळी घरी आले तेव्हा व्लादिमीर पलंगाखाली पडला होता. त्याला श्वास घ्यायला त्रास होत होता. जॉर्ज आला आणि त्यानं श्वासोच्छ्वास घ्यायला सोपं जावं म्हणून त्याला कसलंसं इंजेक्शन दिलं. दुसऱ्या दिवशी डॉक्टरांनी सांगितलं की शस्त्रक्रिया करावीच लागेल. जॉर्जनं एका चुलतभावाला व्लादिमीरला गाडीनं दवाखान्यात नेण्याबद्दल विचारलं. त्याच्याकडे स्वत:ची गाडी होती. त्या काळात स्वत:ची गाडी असणं हे विशेषच होतं. व्लादिमीरला तातडीच्या सेवा विभागात दाखल केलं. दुसऱ्या दिवशी मला सांगितलं, की त्याला विशेष उपचारांसाठी सोफियाला हलवायला लागेल. म्हणजे पुन्हा तो रेल्वेचा भयावह प्रवास आणि पोहोचेपर्यंत त्याच्या तक्रारींचा पाढा.

''अरे, गप्प बस, कण्हणं बासं झालं,'' एक प्रवासी म्हणाला. ''युद्धात माझा एक हात गेला. घरी परतलो आणि लगेचच पाच मुलांना वाढवण्याची जबाबदारी टाकून बायको क्षयरोगानं वारली. तेव्हापासून एक दिवसही सुटी घेतली नाहीये मी. मुलांकडे, माझ्याकडे बघायला, काळजी घ्यायला कोणी नाही. माझ्या मोठ्या

मुलीला भेटायला चाललो आहे, ती रुग्णालयात आहे, तिलाही क्षयरोग झालाय. तू स्वत:ला नशीबवान समजायला हवंस.''

बाकीचेही त्याच्या संभाषणात सहभागी झाले. उतरेपर्यंत व्लादिमीर गप्प होता. ''मूर्ख लोकं,'' सारे प्रवासी दूर गेल्यावर तो पुटपुटला.

रुग्णालयात राहणं हळूहळू वाढलं, प्रत्येक वेळी तो घरी आला तेव्हा अधिकच आजारी वाटायचा. आमच्या रोजच्या फिरण्याचं अंतरही कमी होऊ लागलं.

त्याला फार काळ बसणं अवघड होऊ लागलं. त्याचा आत्मविश्वास कमी झाला. आजूबाजूला दोन-तीन जणांपेक्षा जास्त लोक जमले तर त्याला सहन होत नव्हतं. प्रत्येक गोष्टीचा त्याला त्रास व्हायचा. घरात मुलांना नेहमी शांतच बसावं लागे. हा नियम विसरून खेळताना कधी हास्याचे फवारे उडले, तर त्यांना बोलणी खावी लागत असत. कशानंच त्याला समाधान मिळायचं नाही, कशाचाच आनंद व्हायचा नाही. आयुष्य आमच्यासाठी अवघड बनत चाललं होतं, विशेषत: स्वत: व्लादिमीरसाठीही.

व्लादिमीरच्या अपघाताला आठ महिने उलटून गेले, तरी आम्हाला लागू असलेला अपघात भत्ता मिळत नव्हता. तो मिळावा म्हणू मी असंख्य समित्यांपुढे गेले होते. हा भत्ता मिळण्यासाठी आम्ही लायक आहोत की नाही हे अजून ठरत नव्हतं. अशाच एका समितीसमोर उत्तरं देणं व्लादिमीरला फारच अवघड गेलं. समितीतल्या एका सदस्यानं आमच्याकडे इतक्या थंडगार नजरेनं पाहिलं की आम्ही थिजून गेलो.

"हं... कशाची वाट बघता आहात तुम्ही?'' त्यानं विचारलं.

"माझा पाय वाढण्याची,'' व्लादिमीरनं उत्तर दिलं. माझ्या आठवणीनुसार त्याच्या तोंडून मी प्रथमच विनोद ऐकत होते. मला त्यावर मनापासून हसावंसं वाटत होतं, पण हसण्याचे काय परिणाम होतील ते मला चांगलंच माहिती होतं.

"आमची टर उडवतो आहेस तू, मूर्खा, तुझे शब्द मागे घेतले नाहीस तर तुला एका पैशाची मदत मिळणार नाही.''

शेवटी खूप विनवण्या, मिनतवाऱ्या केल्यानंतर, अनेक अधिकाऱ्यांच्या सह्या, शिक्क्यांसाठी धावाधाव केल्यावर व्लादिमीरच्या एकूण पगाराच्या पस्तीस टक्के आम्हाला मिळू शकले. खूप वर्षांनंतर मला समजलं, की आम्हाला पंच्याऐंशी टक्के मिळायला हवे होते. पण आमच्या कुटुंबाच्या इतिहासामुळे आम्हाला ही शिक्षा झाली होती.

एक दिवस लॉरी तिच्या वर्गशिक्षिकेला घेऊन घरी आली. तेव्हा व्लादिमीर

बरेच दिवसांपासून अंथरुणावर होता. ती लॉरीची व्यायामाचीही प्रशिक्षक होती. देखणी, अत्यंत हुशार स्त्री होती. आम्ही चहा घेताना तिनं लॉरीचं खूप कौतुक केलं. ते सारं ऐकताना व्लादिमीरला किती अभिमान वाटत होता ते मला दिसत होतं.

"शाळेच्या समितीनं लॉरीला स्पोर्ट्स ॲकेडमीमध्ये पाठवण्यासाठी निवडलं आहे." ती म्हणाली. "विशेषत: आर्टिस्टिक जिम्नॅस्टिकसाठी. तिला अनुदान मिळेल आणि राहण्याच्या जागेचे पैसेही भरले जातील. हेनी तिच्याएवढी झाली, की तिच्यासाठीसुद्धा आपण प्रयत्न करू."

माझा कानांवर विश्वास बसेना. इतका आनंद झाला. अशा ठिकाणी स्वत:च्या खर्चानं तिला कुठेही पाठवणं मला कधीच परवडणार नव्हतं.

"नाही," व्लादिमीरनं जाहीर केलं. "मी तिला खायला-प्यायला घातलंय. तिच्या शाळेचा खर्च केलाय. आता नोकरी करून माझी काळजी घेणं हे तिचं कर्तव्य आहे."

लॉरीचा चेहरा फिकट झाला. ती थरथरत खाली बसली. आम्ही तिघींनी एकमेकींकडे आश्चर्यानं पाहिलं. ही संधी किती चांगली आहे हे शिक्षिकेनं सांगण्याचा प्रयत्न केला. लॉरीला पुढे या संधीचं सोनं करता येईल हे परोपरीनं समजावलं. पण तिचे सांगणे जणू त्याला ऐकू येत नव्हते.

"नाही," तो पुन्हा ओरडला. "ती माझी मुलगी आहे, माझ्या निर्णयाविरुद्ध तुम्ही तिला भडकवू शकत नाही. हे मला मान्य नाही. माझा स्पष्ट नकार आहे."

लॉरी शिक्षिकेला बाहेरपर्यंत सोडायला गेली तेव्हा तिला अश्रू आवरत नव्हते. "काळजी करू नकोस," जाताना तिच्या बाई कुजबुजल्या, "मी काहीतरी मार्ग काढेन, माझ्यावर सोड बरं सारं!"

मी इतकी संतापले होते की स्वत:ला शांत ठेवू शकले नाही. कामाला जाईपर्यंत स्वयंपाकघरात आदळआपट करत होते. आमच्यावर जसं जगण्याची वेळ आली होती त्यापेक्षा खूप चांगलं जगण्याची संधी लॉरीला मिळाली होती आणि तिचे वडील ह्या संधीचं वाटोळं करत होते. विवेकबुद्धी असलेला माणूस असं म्हणू शकतो, हे माझ्या समजण्याच्या पलीकडे होतं.

दिवसभर मी संतापलेल्या अवस्थेतच होते.

कामावरून घरी निघताना एका सहकाऱ्यानं सांगितलं, की त्यानं व्लादिमीरला माझी वाट बघत झाडापाशी उभं असलेलं पाहिलं. मी वेगानं घरी निघाले, वाटेत दुकानात गेले, सिगारेट घेतल्या. त्याला कुबड्या घेऊन, वेगानं घरी येताना पाहिलं. मग मी आईच्या खोलीवर गेले, तिला बरोबर घेऊन घरी आले. जेवताना हेनी आणि लहान मुलं अखंड बडबड करत होती. मी, आई आणि लॉरी एक शब्दही बोललो नाही.

काही दिवसांनंतर डॉक्टरांनी व्लादिमीरला काही पाट्या रंगवायचं काम दिलं; पण अजून बरं वाटत नसल्याचं कारण सांगून त्यानं ते नाकारलं. "माफ करा, पण त्या दिवशी तुम्हाला घाईघाईनं कुठेतरी जाताना पाहिलं. मला वाटलं तुमची तब्येत आता ठीक आहे. तुमच्यासारख्या पाट्या रंगवायला कोणालाच जमत नाही. मी तर तुमचे पैसेही वाढवून दिले आहेत." डॉक्टर म्हणाले.

काही दिवसांत व्लादिमीर खूपच आजारी पडला. दोन मदतनीसांना बोलावून त्याला रुग्णालयात हलवावं लागलं. जेव्हा तो घरी आला तेव्हा दाराजवळ बसून बाहेर जगात काय चाललं आहे हे पाहण्याखेरीज इतर सर्व गोष्टींमधला त्याचा रस संपल्याचं दिसत होतं. एके दिवशी तो खुर्चीवरून पडला, त्याला उठताच येईना. या वेळी तो सहा आठवडे रुग्णालयात होता. या वेळात लॉरीच्या शिक्षिकेनं स्पोर्ट्स ॲकेडमीतल्या लॉरीच्या प्रवेशासाठी सारी तयारी केली. व्लादिमीरच्या या आजारपणानं एवढी चांगली गोष्ट मात्र केली.

तिचा प्रवेश पक्का झाल्यावर व्लादिमीरला काहीच करता आलं नाही.

लॉरीच्या उत्साहाला पारावार उरला नाही. ती जणू हवेत तरंगत होती. ॲकेडमीतलं आयुष्य मात्र तिला जरा अवघड गेलं. जादाचे पैसे नाहीत म्हटल्यावर अनेक आवश्यक गोष्टी मिळणार नाहीत हे स्पष्ट होतं. तिला इतरांसारखं पोटभर खायलाही नाही मिळायचं. त्या वेळी भुकेनं ती एकदोनदा चक्कर येऊन पडली होती हे तिनं आम्हाला कळू दिलं नव्हतं. मी तिला जे काही पैसे देऊ शकायचे, ते अजिबात पुरायचे नाहीत. तिथं एक लॉरीइतकीच गरीब मुलगी होती. बाकीच्या साऱ्या जेव्हा मौजमजा करण्यासाठी बाहेर जात तेव्हा ती मुलगी आणि लॉरी वसतिगृहात एकमेकांना सोबत करत. लॉरीचे काही कपडेही तिथून चोरीला गेले होते.

परिस्थिती अशी होती तरीही, लॉरीची राष्ट्रीय संघामध्ये निवड झाली. लवकरच येणाऱ्या ऑलिंपिकसाठी तिला प्रशिक्षणाकरता सहा महिने रशियाला जावं लागण्याची शक्यताही होती. रशियन व्यायामपटूंकडे नीट लक्ष देत असत. तिथं लॉरीला पोटभर खायला तरी नक्की मिळेल याबद्दल मला खात्री होती. तिला मोठं जग बघायला मिळण्याची ही एक चांगली संधी होती. चांगल्या संघामध्ये प्रशिक्षक म्हणून तिची निवडही झाली असती. अर्थात, तिची स्वप्नं उद्‌ध्वस्त करणारं काही होणार नाही ह्याची काहीच शाश्वती नव्हती.

बल्गेरियाच्या स्वातंत्र्यदिनी काही घोषवाक्यं रंगवून देण्याचं काम रशियन लोकांनी हेनीला दिलं. आमची छोटीशी खोली तिच्या कामानं व्यापली. व्लादिमीरलाही कामात ओढण्याचा प्रयत्न केला, पण त्यानं नकार दिला. मग आम्ही त्याचा नाद सोडला. हेनीनं काम उत्तम केलं. शाळेकडून तिला अजून कामं मिळत राहिली.

खूपदा आम्ही मध्यरात्रीनंतरही काम करत असायचो. कापणं, रंगवणं हे सारं झालं की तिला शाळेचा अभ्यासही करायचा असे. एका संध्याकाळी व्लादिमीर अचानक उठला आणि अवाक्षरही न काढता माप घेऊन कापडी पट्ट्यावर थेट अक्षरं रंगवायला लागला. आम्हाला आधी अक्षरं आखून घ्यावी लागायची मग रंगवायचो. त्यानं थेट लिहायला सुरुवात केली आणि चुटकीसरशी काम संपवलंही. हेनीला खूप आनंद झाला. तिनं वडिलांच्या खांद्याभोवती प्रेमभरानं हात टाकले आणि त्याला मिठी मारली. व्लादिमीरलाही अश्रू आवरेना. त्याच्या कमकुवत मनात काय चाललं होतं देवाला ठाऊक! सजावट फलक लावण्यासाठी तो हेनीबरोबर शाळेतही गेला. तिथं त्यानं खूप मदत केली. कामाचा मोबदला म्हणून हेनीला नेहमीपेक्षा जास्त पैसे मिळाले.

"मी थोडे पैसे मिकी आणि रोझीला देईन," ती म्हणाली, "उरलेले लॉरीला देते, चालेल ना आई?"

"तुला हवं ते कर बाळा," मी तिला जवळ घेत म्हणाले, "खूप काम केलं आहेस तू आणि किती कमी झोप घेतलीस."

"बाबा, तुमच्यासाठी मी हे आणलं आहे," व्लादिमीरला सिगारेटचं पाकीट देत हेनी म्हणाली. ते हातात घेताना व्लादिमीर रडू लागला. कोणाच्या नजरेला पडण्याच्या आत डोळ्यांतलं पाणी टिपायला मी स्वयंपाकघरात गेले.

व्लादिमीरच्या अपघाताला एक वर्ष झाल्यानंतर, त्याला मिळणारा भत्ता बंद झाला. आता त्याला अपंग भत्ता मिळण्यासाठी अर्ज करावा लागणार होता. म्हणजे अर्थातच संस्था, रुग्णालयं आणि समित्यांच्या फेऱ्या. प्रत्येक वेळी त्याला वाईट वागणूक दिली गेली, अपमान केला गेला. या यंत्रणेच्या दुष्टपणाला जणू काही अंतच नव्हता. घरमालकाच्या दोन्ही खोल्यांचं भाडं थकतच चाललं होतं. कधी कधी तर आमच्याकडे जेवायला अन्नही नसायचं; पण पोरांनी कधी तक्रार नाही केली.

लेन्टच्या एक आठवडा आधी बल्गेरियात सर्वजण मांसाहाराची पार्टी करतात. मात्र त्या वर्षी आमच्या घरात मांसाचा तुकडाही नव्हता. हेनी त्या दिवशी शाळेतून आली आणि तिनं घाईघाईनं पाव घ्यायला कपाट उघडलं. तिला खूप भूक लागली होती. कपाटात काहीच नव्हतं. माझं अंत:करण विदीर्ण झालं. पण ती काहीच बोलली नाही.

"आपण आता लगेच जेवायला बसणार आहोत ना?"

माझ्या चेहऱ्यावरचे भाव हेनीनं टिपले असावे. तिनं मिकीला उचललं आणि

त्याला हवेत उडवून झेलायला सुरुवात केली.

"तू पाळणाघरात नाही खाल्लंस का?" तिनं विचारलं.

"आम्ही खाल्लंय," रोझीनं उत्तर दिलं.

"मग आज एक दिवस जेवणाला सुट्टी," हेनीनं चिडवलं.

"मी फक्त विचारलं," मिकी पुटपुटला.

छोटे दमेपर्यंत हेनी त्या दोघांशी खेळली. तिनं दोघांना खूप हसवलं. ते दृश्य बघून माझं हृदय तिळतिळ तुटत होतं. तितक्यात दार वाजलं. घरमालकांचा मुलगा होता. माझी शुद्ध हरपतेय असं मला वाटायला लागलं.

"हल्ली मी बरेचदा शिकारीला जातो. या वेळी मला खूप तितर पक्षी मिळाले आहेत. म्हणून तुम्हाला आणले आहेत. आम्ही आत्ताच ते शिजवलेत. अजून गरमच आहेत आणि ही घरी बनवलेली दारू. तितर पचायला बरी पडते ना!"

मी सुखद धक्क्याने इतकी बधिर झाले होते की तोंडातून शब्द फुटेना; पण हेनी माझ्या सुटकेला आली.

"खरंच, थँक यू, आम्हाला तितर खूप आवडतात," हेनी म्हणाली.

मला रडू कोसळलं. जाताना त्यानंही डोळ्याला रुमाल लावलेला मी पाहिला. मुलं आईला आणायला निघाली होती, तेवढ्यात निकोलिन्कानं खिडकीवर टकटक केली. तिनं ताजा, नुकताच ओव्हनमधून काढलेला गरमागरम पाव दिला, भांडं भरून सरमी (भात आणि सागुतीनं भरलेली कोबीची पानं) दिली. ताट भरून चीज पाय दिला. अशाच काही गोष्टींनी आजूबाजूच्या शेजाऱ्यापाजाऱ्यांच्या चांगुलपणावरचा माझा विश्वास दृढ व्हायचा.

व्लादिमीर रुग्णालयात असताना त्याचे तीन भाऊ भेटायला आले होते. तिथल्या एका परिचारिकेनं ते भेटायला आल्याचं मला सांगितलं. ती म्हणाली, ते व्लादिमीरला कशावर तरी सही करायला राजी करत होते. मी त्यांना सांगितलं की तो कशावर सही करतो आहे हे समजण्याइतका बरा नाही आणि तसं करणं कायदेशीर नाही.

"ही कधीची गोष्ट?" मी विचारलं. भीतीची एक लाट शरीरातून गेली.

"दोन दिवस झाले. त्यानं सांगितलं नाही तुम्हाला?"

मी आणि परिचारिका दोघीही व्लादिमीरपाशी आलो. तो मला बघून आश्चर्यचकित झाला. परिचारिका त्याचा रक्तदाब मोजू लागली.

"तुझे भाऊ येऊन गेल्याचं बोलला नाहीस तू?" मी म्हणाले. "तिघंही एकत्र आले म्हणजे आश्चर्यच आहे. काही आणलं का त्यांनी तुझ्यासाठी?"

"फक्त सिगारेटी," तो चाचरत म्हणाला.

"सिगारेट?" नर्सला धक्का बसला. "तुला सिगारेट ओढायला मनाई आहे. त्यानं तुला त्रास होईल खूप. मला त्या सिगारेट इथून बाहेर नेल्याच पाहिजेत." परिचारिका कपाटात सिगारेटी शोधू लागली, पण तिथं काहीच नव्हतं. "कुठे लपवल्या आहेस ते सांग, दे त्या मला."

व्लादिमीरला अस्वस्थ वाटत होतं, "त्यांनी कुठे ठेवल्यात मला माहिती नाही,"

परिचारिका इतर रुग्णांकडे वळली. "कोणाला माहितेय का कुठे ठेवल्यात याने सिगारेटी?"

"आम्ही तर पाहिल्याही नाही सिगारेट," त्यांच्यापैकी एक म्हणाला.

"त्यांनी याच्यासाठी काहीही आणलं नव्हतं," दुसरा म्हणाला. "ते फक्त याला काही कागद दाखवत होते."

"ते मला खेड्यातल्या कोणत्यातरी जमिनीबद्दल सांगत होते. ते नक्की कशाबद्दल बोलत होते मला नीटसं माहीत नाही." व्लादिमीर अस्वस्थ दिसत होता.

"तू कशावर सह्या केल्यास का?"

"नाही, मला नाही माहीत! मला आठवत नाही. जा, मला एकट्याला राहू दे."

इतर रुग्णांनी मान हलवली, व्लादिमीरनं सही केल्याचं त्यांनी सांगितलं.

"ठीक आहे," तो इतका गोंधळला असल्याचं पाहून मी म्हणाले, "जाऊ दे, काही काळजी करू नकोस."

त्याच्या आई-वडिलांनी आम्हाला कधीकाळी याबद्दल सांगितल्याचं मला अंधुकसं स्मरत होतं. गावातल्या एक एकर जमिनीवर, घर बांधण्यासाठी व्लादिमीरचा हक्क होता. पण पैसे नसल्यानं त्याला घर बांधणं कधी जमलं नाही. त्याच्या दोन भावांनी घरं बांधली होती आणि तिसरा आजी-आजोबांनी बांधलेल्या घरात राहत होता. त्या बदल्यात व्लादिमीरला काही मोबदला मिळणं अपेक्षित होतं. ही जमीन मिळणार होती. ही कागदपत्रं त्याच संदर्भात असणार याची मला खात्रीच होती.

थोडे रविवार गेले आणि सोफियाला जाण्यासाठी अजून एका तिकिटाचे पैसे मी जमवले. छोटे अजूनतरी तिकिटाशिवाय प्रवास करू शकत होते. कोळसा हलवायला मदत केल्याबद्दल निकोलिन्कानं थोडे पैसे दिले होते. त्यामुळे आम्ही हेनीचंही तिकीट काढू शकलो.

आम्ही लवकर निघायचं ठरवलं, लवकर निघून लॉरीला ॲकेडमीतून घ्यायचं आणि एकत्र वडिलांना भेटायला जायचं असं ठरवलं. त्यामुळे आमचा सर्व परिवार एकत्र आला असता. गोठवणारी थंडी होती. ऊब नसलेल्या रेल्वेच्या डब्यात मुलं तोंडातून वाफा काढण्याचा खेळ खेळत होती.

रुग्णालयात पोहोचल्यावर कर्मचाऱ्यानं सांगितलं, की लहान मुलांना प्रवेश नाही. त्यामुळे त्यांना कुडकुडत बाहेरच बसावं लागेल. मी आणि लॉरी सरळ मुख्य डॉक्टरांकडे गेलो. व्लादिमीर पलंगावरून उठू शकत नसल्यानं मुलांना आत यायला त्यांनी परवानगी दिली.

मुलांना बघून सारा वेळ व्लादिमीर रडत होता. छोट्यांनी वडिलांसाठी गाणी पाठ केली होती, पण ती म्हटली तर त्यांना बाहेर काढतील, थंडीत उभं करतील म्हणून ती घाबरत होती. इतर रुग्णांनी मुलांना गाऊ देण्यासाठी परिचारिकेची परवानगी काढली. त्यांनी नाच केला, गाणी गायली, मिकीनं तर विनोद सांगितले, कोडी घातली. बाकीच्या रुग्णांनी पोरांना मिठाई, बिस्कीट, दाणे, सफरचंदं दिली. एकानं तर पाच लेवाची नोट दिली.

आम्ही बाहेर पडलो आणि अर्धे पदार्थ लॉरीला दिले. ती घ्यायला तयार नव्हती, पण आम्ही खूप आग्रह केला. तिला हे पदार्थ किमान आठवडाभर नाश्त्यासाठीतरी नक्कीच पुरले असते. मिकी आणि रोझी एकमेकांत कुजबुजत होते, मग त्यांनी लॉरीला पाच लेवा दिले.

"हे नाही घेणार मी, हे तुम्हाला दिले आहेत," लॉरी म्हणाली.

"आम्हाला लागले तर आई देईल ना," त्यांनी सांगितलं. "हे तुझ्यासाठी, तू नाताळात घरी यावंस म्हणून तिकिटासाठी दिले आहेत."

आम्हाला निरोप देण्यासाठी लॉरी स्थानकावर आली. गाडी दिसेनाशी होईपर्यंत हात हलवत राहिली. माझ्या सगळ्या मुलांचा मला किती अभिमान वाटला!

मृत्युशय्येवरचं दृश्य

थोड्याच दिवसांत रुग्णालयातून, व्लादिमीरला तातडीनं बघायला यावं असा निरोप आला. मला कारण कळेना. पण त्यांच्या सांगण्याप्रमाणे मी दुसऱ्या दिवशी सकाळी, नाश्त्याच्या वेळी त्याला भेटायला गेले. नेहमीप्रमाणे आडमुठ्या कर्मचाऱ्यानं मला आत सोडायला नकार दिला.

"खूप लवकर आली आहेस तू, किती वेळा तुला एकच गोष्ट सांगायची?" तो खेकसला.

डॉक्टरांनाच काय ते विचारावं असा आग्रह धरल्यावर, त्यानं तातडीनं मला आत जाऊ दिलं. व्लादिमीरची स्थिती खूपच भयानक होती. खिडकी उघडी हवी म्हणून तो तक्रार करत होता; पण परिचारिकेला ऑक्सिजन लावून देत नव्हता कारण त्याला वाटत होतं, ती त्याला मारण्याचं कारस्थान करते आहे. बाकीच्या रुग्णांनी खूप समजुतीनं घेतलं. त्यांनी सगळ्यांनी थंडीपासून वाचण्यासाठी खूप पांघरुणं घेतली आणि थोडा वेळ खिडकी किलकिली करण्यासाठी परिचारिकेला परवानगी दिली. त्यानं माझा हात घट्ट पकडून ठेवला होता. स्वच्छतागृहात जाण्यासाठीही तो हात सोडेना. अशीच एकदा त्याला डुलकी लागल्यावर मी थोड्या वेळासाठी बाहेर गेले. परत येताना परिचारिकेनं मला गाठलं. वाइटासाठी मन तयार ठेवावं असं तिनं सांगितलं. लॉरीला इथं आणण्याइतका तरी वेळ आहे आहे का आपल्यापाशी, असं मी तिला विचारलं, पण मुलीला या दुःखद प्रसंगाला तोंड द्यायला लावणं बरोबर नाही असं ती म्हणाली. मलाही ते पटलं.

परतले तेव्हा व्लादिमीर जागा झाला होता. मी बराच वेळ नव्हते म्हणून चिडलाही होता.

"होतीस कुठे तू? मला एकट्याला टाकून गेलीस, ते मला ओढून नेत होते,"

तो ओरडला.

"कोण त्याला ओढून घेऊन जातंय विचारा तरी एकदा," एक रुग्ण कुजबुजला.

व्लादिमीर भिंतीकडे कूस करून झोपला. थोड्या वेळानं शांत झाल्यावर भिंतीला ढकलू लागला.

"जा, जा इथून, जा सगळे तुम्ही! मी नाही येणार तुमच्याबरोबर. तुम्हाला तिरस्कार वाटतो माझा, नेहमी तिरस्कार वाटतो तुम्हाला माझा."

"कोण बोलवतंय तुला?" मी विचारलं.

"माझे मोठे भाऊ, चुलतभाऊ, ते... ते गावातले सारे जण. ते मला ओढतायत." त्याचा आवाज भीतीनं कापत होता. "मला आत्ता जायचं नाही त्यांच्याबरोबर." मग अचानक तो मागे वळला आणि नेहमीच्या स्वरात बोलू लागला. "ही खिडकी का बंद केलीस तू पुन्हा? मला हवा हवी आहे." मी खिडकी थोडीशी उघडली. "पूर्ण उघड म्हणून सांगितलं ना!" मी इतरांकडे पाहिलं. त्यांनी संमतीदर्शक मान हलवली. व्लादिमीरनं माझा हात पकडला आणि तो रडू लागला. "मी खूप वाईट वागलो तुझ्याशी, कधीच विश्वास ठेवला नाही तुझ्यावर. वेळोवेळी छळ केला तुझा. तेव्हा मी तुला जाऊ द्यायला हवं होतं. पुरेसा वेळ होता हातात. माझ्याकडे प्रवासासाठी पैसेही होते. तुला चांगलं आयुष्य जगता आलं असतं. पण मला मत्सर वाटला, स्वार्थी झालो होतो मी. दुसऱ्या कोणी तुझ्याकडे पाहू नये असं वाटायचं मला."

त्यानं पांघरुणात चेहरा लपवला आणि माझा हात आणखी घट्ट पकडत राहिला. माझ्या डोळ्यांतून अश्रू वाहत होते. घशात आवंढा आला होता. श्वास अडकला. तो पुन्हा भिंतीकडे वळला. मला वाईट वाटलं त्याच्यासाठी... इतकी सारी वर्षं ही अपराधी भावना घेऊन तो जगला होता. चांगला बाप, चांगला नवरा होण्याची ताकद नव्हती मिळाली त्याला.

"जा!" तो भिंतीकडे बघत ओरडला. "मी सांगितलं ना तुम्हाला नाही येणार मी आत्ता तुमच्याबरोबर. माझी बायको आहे इथं आणि मी तिच्याबरोबर राहणार आहे. मुलं वाट बघतायत माझी!"

थोड्या वेळानं तो मागे वळला.

"मुलं कुठे आहेत? कशी आहेत ती? तू त्यांच्याकडे लक्ष दिलं पाहिजेस. ऐकते आहेस ना माझं? मी त्यांच्यासाठी काही केलं नाही, पण तू केलं पाहिजेस."

"हो, निश्चित करेन मी. नेहमीच केलं आहे," मी शांतपणानं म्हणाले.

"मला माहीतेय, मी मुलांपेक्षा त्या कबुतरांची जास्त काळजी घ्यायचो. आई म्हणायची ते खरंच होतं, कबुतरं घरात अपयश, दुर्दैव आणतात."

"काळजी करू नकोस, मुलांचं सगळं काही चांगलं होईल. ती नीट राहतील. तू पाहशीलच," मी त्याला दिलासा देत म्हटलं.

व्लादिमीर पुन्हा भिंतीकडे वळला. त्याला डुलकी लागली. त्याची पकड घट्ट होती. माझा हात दुखत होता; पण तो सोडवून घेणं शक्य नव्हतं. दुसऱ्या हातानं मी खिडकी लावली. थंडीचा कडाका फार वाढत होता. एका कर्मचाऱ्यानं मला सूप आणि कपभर दही आणून दिलं. व्लादिमीरनं उजवा हात पकडून ठेवला होता, त्यामुळे मला डाव्या हातानं खावं लागलं. मला नीट गिळता आलं नाही, पण गरम सूप घशाला बरं वाटत होतं. काही रुग्णांनी मला खूण केली की वाटी तोंडाला लावून पी, मी प्रयत्न केला; पण मला तेही जमलं नाही. आम्ही कोणीच त्या रात्री झोपू शकलो नाही, कारण व्लादिमीर त्याच्या पालकांशी, भावंडांशी, दूरदूरच्या विस्मरणात गेलेल्या काकांशी, इतकंच काय, पण शाळेतल्या दोस्तांशीही भांडत होता.

तो शांत झाल्यावर बाकीच्या रुग्णांनी मला जाणाऱ्या आत्म्याबद्दल सांगितलं. शरीर सोडून गेलेले आत्मे त्यांच्या पोराबाळांच्या सुरक्षेसाठी कायम त्यांच्याबरोबर राहतात. मुलाबाळांवर वाईट नजर पडू नये, त्यांना संकटं येऊ नयेत म्हणून ते दक्ष असतात. आत्म्यानं भीतीशिवाय शरीर सोडून जाण्यासाठी त्या व्यक्तीचा हात धरून सोबत करावी.

ती रात्र दीर्घ होती. अवघडल्या स्थितीत बसल्यानं माझी पाठ दुखायला लागली होती. त्याची पकड इतकी घट्ट होती की हात निळसर झाला होता. जितक्या वेळा परिचारिकांनी त्याला ऑक्सिजन लावून घेण्यासाठी सुचवलं, तितक्या वेळा त्यानं नकार दिला. परिचारिकांनी मला जवळच्याच बाकड्यावर जरा वेळ पड असं सुचवलं, तेव्हा तो 'नाही,' म्हणून जोरात ओरडला. मग कोणी फार काही म्हणालं नाही.

सकाळी डॉक्टरांनी त्याला वेदना कमी होण्यासाठी इंजेक्शन दिलं आणि तो झोपी गेला. त्यामुळे मला ताजंतवानं होण्याची आणि एक कप गरम चहा पिण्याची संधी मिळाली. डॉक्टरांनी माझा निळसर हात बघितला आणि मान हलवली.

"एवढी शक्ती कुठून मिळवता तुम्ही याचंच आश्चर्य वाटत मला," ते म्हणाले. माझ्यात आता फार कमी ताकद शिल्लक राहिली होती याची त्यांना कल्पना नव्हती. आई आणि मुलांची काळजी वाटत होती, पण व्लादिमीरला या परिस्थितीत एकटं सोडून जाणं बरोबर नव्हतं.

उठल्यानंतर व्लादिमीर खूपच चांगला वाटत होता. मला वाटलं आता धोका टळला असावा. मी सोफियात राहणाऱ्या त्याच्या भावाला, म्लादेनला फोन केला. त्याला रुग्णालयात येऊन व्लादिमीरला भेटण्याविषयी सांगितलं. व्लादिमीरला हे सांगितलं, तेव्हा त्याला फार आनंद झालेला दिसला नाही. दिवस चढायला लागला, तशी त्याची तब्येत पुन्हा ढासळायला लागली. त्यानं माझा हात घट्ट

पकडला, हवा पाहिजे, खिडकी उघडा, असा आक्रोश करू लागला. भिंतीशी बोलू लागला. डॉक्टरांनी त्याला अजून एक इंजेक्शन दिलं. पण त्याचा किती उपयोग होणार? तो असं का करत होता ते मला कळत नव्हतं. एक रुग्ण व्लादिमीरपाशी बोलण्यासाठी आला आणि म्हणाला की त्यानं माझी क्षमा मागावी, जे काही तो माझ्याशी वागला आहे त्याबद्दल! पण व्लादिमीर जोरात ओरडला, तो यासाठी तयार नाही म्हणाला.

"मी नाही माफी मागू शकत तुझी, शक्य नाही ते, मला खूप अपमान झाल्यासारखं वाटतं, शक्य नाही मी माफी मागणं," तो हुंदके देऊ लागला.

"पण मी तुला खूप पूर्वी माफ केलं आहे," मी म्हणाले.

त्यानं हात इतक्या जोरात दाबला की मी वेदनेनं ओरडले. मग मला त्याची पकड ढिली होत असल्याचं जाणवलं. त्यानं मोठा सुस्कारा सोडला. मध्यरात्र व्हायला दहा मिनिटं बाकी होती. थोड्या वेळात, एखाद्या स्वप्नात ऐकू आल्यासारखे डॉक्टरांचे शब्द खूप दूरवरून माझ्या कानी पडले, "आम्ही अजून काही करू शकलो नाही."

प्रतिक्षालयाच्या खुर्चीत बसून मी सकाळपर्यंत रुग्णालयात थांबू शकत होते; पण मला बाहेर जावंसं वाटलं. इतक्या रात्री घरी जाण्यातही काही अर्थ नव्हता, कारण मला सकाळीच परत यावं लागलं असतं. त्यामुळे मी व्लादिमीरचा चुलतभाऊ, इव्हानकडे गेले. रुग्णालयातल्या एकानं मला सांगितलं, की ते व्लादिमीरच्या पूर्वीच्या अधिकाऱ्यांशी मदतीसाठी संपर्क साधतील. पण तरीही मला शवपेटी, जाण्या-येण्याचा खर्च आणि नोकरशाहीच्या इतर अनेक नियमांची पूर्तता करायची होती. दुसऱ्या दिवशी सकाळी रेल्वेचे दोघेजण मदतीसाठी आले. पतीला त्याच्या शेवटच्या प्रवासासाठी कपडे घालून तयार करणं हे माझं शेवटचं काम होतं.

अंधाऱ्या, थंड शवागारात शिरले तेव्हा अंगभर शिरशिरी आली. तिथल्या वासानं मला आजारी असल्यासारखं वाटलं. प्रेतांना कपडे चढवण्याचं काम करणारा माणूस स्वत:च थडग्यातून उठून आल्यासारखा दिसत होता. माझी बोटं गारठून कडक झाली, पण व्लादिमीरला कपडे चढवण्याच्या कामात त्या माणसाला माझी मदत होईल यासाठी मी मनापासून प्रयत्न केला. ते करत असताना तो माणूस मला सतत शिव्या देत होता. मी घाबरलेली, बिघडलेली, कृतघ्न, जाणीव नसलेली, आळशी आणि कोणत्याच कामासाठी उपयोगी नसलेली आहे असं म्हणत होता. मी त्याच्याशी वाद घातला नाही. शक्य तितक्या लवकर मला तिथून बाहेर पडायचं होतं. आरडाओरड्याची तर मला सवयच होती.

रुग्णालयाच्या दरवाजाबाहेर दीर भेटला, काही मदत हवी का असं विचारायला तो उभा होता.

"तू दफनविधीसाठी येशील का आणि त्याच्या बहीण-भावंडांनाही कळवशील का?" मी विचारलं.

"बघतो, काय करता येईल ते पाहतो," तो कुचकुचला.

सारा धीर गोळा करून मी विचारलं, "व्लादिमीरच्या शेवटच्या विधींसाठी थोडे पैसे उधार देशील का?"

"माफ कर, आत्ता शक्य नाही." तो म्हणाला.

लॉरीला विद्यापीठातून आणण्यासाठी मी निघाले. आम्ही रेल्वे स्थानकावर पोहोचतो, तोवर तिथं मला आमचे दोन नदतनीस दिसले. आम्ही तिकिटं काढली होती, ते व्लादिमीरला पुढच्या गाडीनं घेऊन येणार होते. स्थानकापासून घरापर्यंत शवपेटी वाहून नेण्याची तेवढी सोय मला करायची होती. स्थानकाबाहेर उभ्या असलेल्या घोडागाड्या हा एकमेव पर्याय शिल्लक होता. पण कोणीच शव घेऊन जायला तयार होईना. शेवटी एकाला दया आली, मात्र त्यानं सांगितलं की डॉक्टरांनी त्याला जड काही उचलायला बंदी केली आहे. त्यामुळे शवपेटी उचलायला बाकीची माणसं शोधणं आलं!

कडाक्याची थंडी होती, गाडीची वाट पाहणारे लोक थोडी तरी ऊब यावी म्हणून पाय आपटत उभे होते. गाडीवानानं घोड्याला रग घातला. शवपेटी स्थानकावर उतरली, आम्ही वाट बघत होतो तिथवर आणली गेली. तोवर मध्यरात्र झाली होती. खूप आरडाओरडा, ढकलणं, ओढण्यानंतर एकदाची शवपेटी घोडागाडीत चढवली.

आमच्या खोलीत शवपेटी आणल्यावर बाकीच्यांना हलायला काही जागाच उरली नव्हती. आता मला काउन्सिलकडून थडग्यासाठी परवानगी मागायची होती आणि स्मशानात थंडगार, गोठलेली माती खणायला माणूस शोधायचा होता.

दुपारी चारपर्यंत दफनविधी झाला नाही. कारण खड्डा खणणाऱ्यांनाच खूप उशीर झाला. व्लादिमीरच्या अंगावर कोणते कपडे चढवले आहेत, शवपेटीतली वस्त्रं, कापड नवं आहे की जुनं यावर चर्चांना ऊत आलाय याची मला कल्पना होती. मला आता कोणाच्याच बोलण्याची फिकीर नव्हती. त्याच्या सहकाऱ्यांनी थडग्यावर लावण्यासाठी पंचतारांकित लाकडाचं स्मृतिचिन्ह बनवलं होतं. तेवढंच लावण्याची साम्यवादी पक्षाची परवानगी होती. प्रेतसंस्कारानंतर चर्चमध्ये थांबण्याची परवानगीही नाकारण्यात आली होती.

प्रेतयात्रेला डोंगरावर प्रवास करावा लागला. घोडा ओढत असलेली गाडी अनेकदा घसरली, शवपेटी बाहेर पडते की काय याची भीती वाटली. मग गाडी ढकलण्यासाठी जास्त लोकांना पाचारण केलं गेलं.

"त्याला जायचं नाहीये," मागे कोणीतरी कुजबुजलं.

दफनसंस्कारानंतर माझ्या दिरानं रोझीला दत्तक घेण्याची टूम काढली. ती लहान असल्यानं खेड्यातल्या जीवनाशी पटकन जुळवून घेईल आणि त्यामुळे माझं ओझंही हलकं होईल असं त्याचं म्हणणं होतं. ते सारे माझ्या मुलांची कशी 'सोय' लावायची याबद्दल बोलत होते. जणू मी नव्हतेच तिथं. व्लादिमीर नसताना मला सारं घर चालवणं अवघड जाईल, अशक्य होईल असं त्यांना वाटत होतं. पण त्यानं मला आयुष्यात कधीच सुख दिलं नाही. उलट ते खडतर बनवलं. मी त्या साऱ्यांकडे दुर्लक्ष केलं आणि आई, मुलांवर लक्ष केंद्रित केलं. कुटुंबाला आधार म्हणून पुरुष माणूस घरात नाही, आता आम्हा सर्वांचं कसं होणार या विचारानं आईदेखील खूप अस्वस्थ झाली होती.

दुसऱ्या दिवशी मला नियमानुसार सुटी मिळाली. मात्र त्याच्या थडग्यावर मेणबत्ती लावणं, तिथं थोडं पाणी शिंपडणं आणि पावाचे तुकडे ठेवणं हे सारं मी करणं अपेक्षित होतं. तिथं अजून कोणी असेल तर त्यालाही काही दान देणं अपेक्षित होतं. साम्यवाद्यांनी मनाई केलेल्या जुन्या रुढीप्रमाणे, गेलेल्या मनुष्याचा आत्मा पुढचे चाळीस दिवस भटकत असतो. त्याला जवळच्या माणसांनी त्याच्यासाठी खायला घेऊन जायचं असतं. रोज काहीतरी ठेवून यायचं असतं.

"हे कशासाठी?" वाया जाणारं अन्न बघत मिकीनं स्वाभाविकपणानं विचारलं.

"हे तुझ्या वडिलांसाठी," मी त्याला समजावण्याचा प्रयत्न केला; पण माझ्या मनातली शंका आवाजात आली असावी.

"हे सारं खायला ते कधी येणार?" त्यानं विचारलं.

"ते मग येतील, आत्ता त्यांना बाहेर यायला लाज वाटत असेल." रोझीनं त्याला सांगितलं.

एक प्रेमळ शेजारी आमचं कसं चाललं आहे, ते बघायला थोड्या दिवसांनी मुलांना खाऊ, खेळणी घेऊन आले.

"केजीतल्या नवीन वर्षाच्या पार्टीच्या वेळी माझ्या लक्षात आलं," ती म्हणाली,"फादर फ्रॉस्टसाठी तुझ्या मुलांना काहीच मिळालं नाही. त्यांची खूप निराशा झाली होती ग, पण पोरं भारी धीराची. एका शब्दानं कोणाला काही म्हणाले नाहीत. तू पाहायला पाहिजे होतंस त्यांना. एकमेकांचे हात हातात धरून कोपऱ्यात बसली होती. बाकीची मुलं आई-वडिलांनी दिलेल्या नव्या भेटवस्तू घेऊन कशी मजा करताहेत ते बघत होती."

मी खाली बसले, डोळ्यांतले अश्रू थोपवणं अशक्य होतं.

"पण," शेजारीण सांगतच होती, "शिक्षकांनी आणि पालकांनी मिळून मिठाई, किसमिस, सफरचंदं, जे काही मिळालं ते सारं पिशव्यांमध्ये भरलं आणि

फादर फ्रॉस्टना सांगितलं ते सारं तुझ्या मुलांना द्यायला. किती आनंद झाला ग त्यांना! चमकत्या नजरेनं त्यांनी फादरचे आभार मानले. मी त्यांना सांगितलं, पिशव्या उघडून बघायला, पण त्यांनी सांगितलं की मिळालेलं सारं ते मोठ्या बहिणींबरोबर आई, आजीबरोबर वाटून घेतात. खरं तर, आम्हा साऱ्या मोठ्यांसाठीही हा चांगला धडा होता.''

''पतीच्या दफनसंस्कारात इतकी गर्क होते, की विसरायला झालं,'' मी सांगण्याचा प्रयत्न केला. ''इतकं अपराधी वाटतंय मला, बिचारी माझी मुलं!''

खरं तर समारंभाआधीच पालकांनी फादर फ्रॉस्टकडे भेटी नेऊन देणं अपेक्षित असतं हे माझ्या ध्यानात आलं नव्हतं. शेजारीण दयाळू होती. नंतरही बरेचदा ती मुलांना खेळणी घेऊन आली. तिच्या मुलांना लहान होणारे कपडेही आणून दिले.

मुलांना फॅमिली पेन्शन मिळावी यासाठी पुन्हा अनेक अर्ज भरण्याचा कार्यक्रम पार पाडावा लागला. त्यांच्यापैकी एकालातरी मोफत जेवण मिळावं म्हणून मी प्रयत्न केला. चार मुलं असलेल्या विधवा बाईच्या किमान दोन मुलांना कायद्यानुसार मोफत जेवण मिळतं. पण माझ्या मुलांना हा नियम लागू होणार नाही असं सांगण्यात आलं, कारण ती अर्धी परदेशी होती.

आईची तब्येत ढासळतच चालली होती, पण तिच्याकडे लक्ष द्यायला मला खूपच कमी वेळ मिळत होता. शेवटी, तिलाही रुग्णालयात हलवावं लागलं.

निवडणूक जवळ आली होती आणि प्रत्येकाला मतदान करणं भाग होतं. बऱ्याच जणांना जबरदस्तीनं मतदान करावंच लागलं. पोलीस आणि सैनिक पाठीला बंदुका लावून मतदान करवून घेत होते. अत्यवस्थ असलेल्यांना यातून सुटका होती. आईचं हृदय कमजोर असल्यानं तिनं बाहेर जाऊ नये अशी व्यवस्था डॉक्टरांनी करून ठेवली होती. पण जेव्हा डॉक्टर स्वतःच मतदानाला गेले होते, तेव्हा आईला मतदान करण्यासाठी भाग पाडावं असं पक्षाच्या सचिवानं फर्मावलं. ते तिला गाडीतून घेऊन गेले, पण ती पायऱ्या चढताना पडली आणि बेशुद्ध झाली. तिला व्राटझाच्या मुख्य रुग्णालयात नेलं.

तिला भेटायला जाण्यासाठी मी तयार होत होते, तेव्हा तार आली. आई वारली आणि तिचं प्रेत मी लवकरात लवकर घेऊन जावं असं त्यात म्हटलं होतं. आम्ही साऱ्यांनी मिळून इतकं सारं सोसलं. मात्र आता जाताना ती एकटीच होती, हे वास्तव मला सहनच होत नव्हतं. खूप वर्षांपूर्वी, आजीकडे बल्गेरियाला येण्याचा निर्णय तिनं घेतला नसता, तर तिचं आयुष्य किती वेगळं गेलं असतं!

विधवेचं जिणं

आईच्या शवपेटीची व्यवस्था केली. एका रुग्णाच्या मदतीनं शवपेटी थंड, खोल, शवागारात घेऊन गेले. तिथं दोन भ्यायलेले चेहरे अनेक प्रेतांमध्ये माझी वाट बघत होते. त्यांच्या भाचीला शेवटच्या प्रवासाला तयार करण्यासाठी मी मदत करणार होते. तिला तयार केलं, आईलाही कपडे चढवले. डोळे वाहत होते. मग त्यांनी आईची शवपेटी बाहेर आणून ठरवलेल्या गाडीत चढवायला मला मदत केली. माझं किती प्रेम होतं तिच्यावर हे सांगायची आणि निरोप घ्यायची एक शेवटची संधी मिळावी असं खूप खूप वाटलं, तिचा हात फक्त एकदा हाती घ्यायला मिळावा अशी असोशी वाटली. व्लादिमीरचा हात मी हाती घेऊ शकले होते.

आईच्या शेवटच्या दिवसांत तिच्याकडे नीट लक्ष द्यायचं, तिची काळजी घ्यायची असं मी ठरवलं होतं, व्लादिमीरही त्रास द्यायला नव्हता. पण तीही वेळ निघून गेली होती. मुलांची जबाबदारी अंगावर होती आणि मी एकटी होते... अगदी एकटी!

खूप थंडी होती, म्हणून गाडीवान कुरकुर करत होता. उणे दहा तापमान होतं. तो बिचारा घोडा इतक्या वेळा बर्फात फसला, की आम्हाला कितीतरी वेळा खाली उतरून गाडीची चाकं वर काढावी लागली.

साडेतीन तासांनंतर घरी पोहोचले, तेव्हा इतकी कडक, गोठल्यासारखी झाले होते, की गाडीतून उतरताच येईना. लॉरी आणि घरमालकिणीनं मला खाली उतरवलं आणि आधार देत घरी नेलं.

जमीन इतकी कडक झाली होती, की शवपेटीच्या आकाराचा खड्डा खोदणं शक्यच नव्हतं, त्यामुळे शवपेटी कशीबशी, वाकडीतिकडी आत घुसवावी लागली.

आई, आजी आणि व्लादिमीर एका ओळीत, एकत्र विश्रांती घेत होते आणि त्यांच्या स्मरणार्थ चांगली स्मृतिशिलाही नव्हती.

"वय?"
"छत्तीस."
"विवाहित?"
"विधवा."
"मुलं?"
"चार."
"पालक?"
"नाही."
"भावंडं?"
"नाही."
"घर?"
"नाही."
"जमीन?"
"नाही."
"नागरिकत्व?"
"बल्गेरियन."

"मी विचारलं, तुझं नागरिकत्व कोणतं?" काऊन्सिलर सचिव टिपेच्या आवाजात ओरडला.

"माझा नवरा बल्गेरियन, वडील इंग्लिश, आई अर्धी इंग्लिश-अर्धी ऑस्ट्रियन." मी शांतपणे उत्तर दिलं.

"मोठाच गोंधळ आहे तुझा," कारकून अपमानकारक स्वरात म्हणाला. "मला नाही वाटत तुला कोणत्याही प्रकारचं वेतन, भत्ता मंजूर होईल."

अशा चौकशांमधून मी इतक्या वेळा गेले होते, पण माझ्यापुढे दुसरा कोणताच पर्याय नव्हता. मी कधीच फेडू शकणार नाही इतकी कर्जं डोक्यावर होती. आई राहत असलेली खोली सोडली, तेव्हा त्या खोलीचं वर्षभराचं भाडं थकलं होतं. आम्ही राहत होतो त्या खोलीचीही तीच कथा होती. मिकी, रोझी आणि मी झोपत असलेली लोखंडाची खाट आणि मुलींचे पलंग याशिवाय विकण्यासाठी जवळ काहीच उरलं नव्हतं. शेजारीण आठवड्यातून तीनदा दूध आणत होती, महिन्यातून एकदा घरगुती शेळीचं चीज देत होती. मी तिला पैसे देऊ शकत नव्हते तरीही ती दूध आणि चीज द्यायची. लॉरी आणि हेनीचं लग्न झाल्यावर मी तिला लोखंडी खाट

पैशाच्या ऐवजी द्यावी, असं ती म्हणाली. मी असं काही वचन देणं योग्य वाटलं नाही. मी म्हणाले, की दूध आणि चीज नको आणत जाऊ. तिनं माझं बोलणं हसण्यावारी नेलं आणि दोन्ही गोष्टी ती आणतच राहिली.

''काळजी करू नकोस, तुझ्या पोरी गोड आहेत. मला या पलंगाची फार काळ वाट बघावी लागणार नाही,'' ती म्हणाली.

नवी डॉक्टर रुजू झाली होती. तिचं व्यक्तिमत्त्व प्रभावी होतं. रेल्वे कामगारांसाठी एक खोली मोफत मिळू शकते हे तिनं सांगितलं. एक खोली आणि स्वयंपाकघर मिळत होतं. चोवीस तास पाणी होतं. स्वच्छतागृह शेजारच्या कुटुंबाबरोबर वापरायचं होतं. पण तिथंही पाण्याची व्यवस्था उत्तम होती. मला जर ती खोली हवी असेल तर दुसरं कोणी जाण्याआधी मी तातडीनं तिथं राहायला जाणं गरजेचं होतं. नशिबावर माझा विश्वासच बसेना. घरमालकिणीचा जावई मदत करायला पुढे झाला आणि रात्रभर आम्ही आमचं सामान शहराच्या या टोकापासून त्या टोकाला हलवलं. बिचारी हेनी धापा टाकत गाडी ढकलत होती. आम्ही आत्तापर्यंत राहिलेल्या जागांपेक्षा ही जागा पुष्कळच चांगली होती. पण शक्य झालं, की लगेच मला खोलीला रंग लावणं आवश्यक होतं. उंदरांची बिळंही टिनचे तुकडे टाकून लवकर बुजवणं भाग होतं. धो धो पडणाऱ्या पाण्याची अडचण अशी होती, की हवं तेव्हा ते थांबत नव्हतं.

दुसऱ्या दिवशी मी दुपारच्या जेवणाच्या वेळी घरी आले, तेव्हा सहा-सात माणसं खोलीत उभी होती. आम्हाला घराच्या बाहेर काढावं की राहू द्यावं यावर ते बोलत होते. इंजीनचालकाला इथं राहायचं होतं. सुदैवानं डॉक्टर मदतीला धावून आली. चार मुलांची आई असलेल्या विधवेला खोलीतून बाहेर काढण्याचा विचारही करू नका, असं त्यांना निक्षून सांगितलं. डॉक्टरच्या तोंडाचा पट्टा असा काही होता, की त्या माणसांनी आम्हाला घराबाहेर काढण्याचा विचार बाजूला ठेवला आणि ते निघून गेले.

नव्या शेजाऱ्यानं, डिमिटीरनं जुन्या खोलीतून शेगडी आणि कोळसे आणून शेगडी पेटवायला मदत केली. मी पुन्हा कामावर गेले. परत आले तेव्हा शेगडी पेटलेली होती. तो आणि त्याची मुलगी हेनीला पलंग जोडायला मदत करत होते.

व्लादिमीरच्या मृत्यूनंतर एका वर्षानं मुलांना किमान भत्ता मंजूर झाला. त्यातून त्यांना लागणाऱ्या दुधाचा खर्चही भागणार नव्हता. लॉरीनं अॅकेडमी सोडण्याचा निर्णय घेतला. रशियाला जायची संधीही जाणार होती. पैसे कमवून घराला हातभार लावण्यासाठी पोरीनं हा निर्णय घेतला होता. मी तिचं मन वळवायचा प्रयत्न केला, पण तिनं हट्ट सोडला नाही. तिनं कुठलंही चांगलं काम शोधलं, की पक्षाचा सचिव आडकाठी करत असे, कारण त्याच्या कोणत्यातरी नातेवाइकाचा त्या कामावर

डोळा असे. शेवटी तिला एक काम मिळालं. माती, दगडातून शेंगा वेचण्याचं.

मीही शिवणाची जास्त कामं घेऊ लागले. अधिकाधिक कामं मिळावी म्हणून कमी किंमत आकारू लागले. कधी पैशांऐवजी दूध, पाव किंवा इतर कुठलातरी पदार्थ स्वीकारू लागले. जवळच्याच बाईला ही गोष्ट समजली आणि त्यानं लष्करी छावणीत तक्रार केली. तिथला एक अधिकारी या बाईचा अगदी चांगला मित्र होता. दुसऱ्याच दिवशी मला स्थानकात येण्याचं फर्मान आलं.

"तू बेकायदेशीररित्या काम करतेस असे पुरावे मिळालेत मला," प्रमुखानं आरोप केला, "शिवणाचं मशीन वापरून तू भरपूर पैसे कमावते आहेस आणि कर मात्र भरत नाहीस. हे बेकायदेशीर आहे."

"प्रत्येक स्त्री आपल्या कुटुंबासाठी विणकाम, शिवणकाम करते. शिवणाच्या मशीनमुळे कामात सफाई येते," मी उत्तर दिलं.

बेकायदेशीरपणानं तू इतरांचं शिवणही शिवतेस. गरीब शिंप्यांच्या तोंडचा घास काढून घेतेस. तुझं शिवणाचं मशीन जप्त करण्याची आज्ञा देऊ शकतो मी."

"माझ्या पगारातून मुलांचे कपडे नाही खरेदी करता येत. त्यामुळे मला कोणाकोणाचे जुने कपडे लहान-मोठे करून वापरण्यायोग्य करावे लागतात."

"तू इतरांसाठीही कपडे शिवतेस, मी हे सिद्ध करू शकतो."

"शिवत असेन, पण भेट म्हणून उपकारांच्या, मदतीच्या बदल्यात."

"अच्छा," त्यानं उपरोधानं म्हटलं, "तुझ्याकडचं शिवण्याचं मशीन काढून घेतल्यावर इतरांच्या उपकारांची फेड कशी करशील तू?"

"थोडे पैसे मिळवण्यासाठी मला दुसरा मार्ग शोधावाच लागेल." मनात राग उकळत होता, त्यावर नियंत्रण ठेवणं अशक्य होत होतं. "चार पैसे मिळवायला मी दुसरा मार्ग शोधेन," आत उकळणाऱ्या रागावर कसेबसे नियंत्रण ठेवून मी म्हणाले, "पण जर तुम्ही मला कधीमधी रात्री उशिरा विचित्र ठिकाणी दिसले, अब्रूला जपणाऱ्या एखाद्या सद्गृहस्थावर जाहीर आरोप केले, तर आश्चर्य वाटू देऊ नका. जर तुम्ही माझ्याविरुद्ध कारवाई केली तर लक्षात ठेवा, तुमची मी शक्य तितकी बदनामी करेन. ज्यामुळे प्रत्येकजण मजा म्हणून त्याच्या तोंडावर थुंकेल आणि निश्चितपणे ते जगजाहीर करण्याची व्यवस्था करेन आणि माझ्यावर ही वेळ का आली ह्याचंही स्पष्टीकरण देईन.'

"आधी चालती हो इथून," मला बाहेरचा रस्ता दाखवत तो संतापून म्हणाला. "पण लक्षात ठेव, माझं तुझ्याशी अजून बोलून संपलं नाहीये."

पुढच्या काही वर्षांत आम्हाला राजकीय शिक्षण वर्गांना, तसंच रशियन भाषेच्या वर्गांना हजेरी लावावी लागली. राजकीय शिक्षण वर्गाचा मला भारी कंटाळा यायचा. कारण ते समजत होते की त्यांचाच मार्ग एकमेव योग्य मार्ग आहे. आम्ही

वेगवेगळ्या भाषा आधीपासून बोलत असल्याने दुसरा वर्ग मात्र तितकासा अवघड वाटला नाही.

लॉरी आणि हेनी आता सुंदर तरुणी झाल्या होत्या. काम संपल्यावर लॉरी फिरायला जाऊ शकत होती. ती प्रायोगिक नाटकात कामं करू लागली होती. एक दिवस तिनं सांगितलं की बोजीदार नावाच्या तरुण रेल्वे चालकानं तिला लग्नाची मागणी घातली आहे आणि ती त्याला होकार देण्याच्या विचारात आहे. मी ज्या सापळ्यात अडकले होते, तशीच तीही फशी पडेल याची मला भीती वाटत होती. लग्नाआधी प्रेमळ आणि दिलदार असणारा तरुण लग्नानंतर कोणी वेगळाच बनू शकतो हे माझ्यापेक्षा जास्त चांगलं कोणाला माहीत असणार!

"मला कळतंय तुला काय म्हणायचं आहे ते," तिनं मला मिठी मारत सांगितलं. "तू बाबांचं किती आणि काय सहन केलंस हे मी कित्येकदा पाहिलं आहे. रागाच्या भरात ते तुला किंवा आजीला ठार मारतील की काय याची खूप भीती वाटायची मला. मी ते सारं विसरले आहे असं वाटत तुला?"

त्याच वेळी हेनी आत आली आणि तिनं शाळेचं दप्तर खाली टाकलं. घाईनं ती छोट्यांना आणायला गेली. तिच्या दप्तराचा बंद पुन्हा तुटला होता. आमच्या दोघींच्या हे लक्षात आलं. काही दिवसांनी मी रेल्वेनं चालले असताना वाटेत तिची शाळा लागली. हेनी अंगणात दिसते का म्हणून मी बाहेर पाहिलं, तर माझी पोर एका मुलाचा कोट पकडून दप्तरानं त्याला बडवत होती. दप्तराचा बंद म्हणून सारखा तुटत होता तर!

एकविसाव्या वर्षी लॉरीनं बोजीदारशी लग्न करण्याचा निर्णय घेतला. विवाहाच्या दिवशी पोर फार सुंदर होती. ती सासू-सासऱ्यांबरोबर राहायला गेली. ती सुखात राहावी एवढीच माझी इच्छा होती.

हेनीनं राज्य नाट्यकला संस्थेत प्रवेशासाठी अर्ज केला. पण विदेशी असण्याच्या नेहमीच्याच मुद्यावरून तिला मिळालेला प्रवेश नाकारला गेला.

"तुझ्या वडिलांचा मृत्यू होऊन बरीच वर्षं लोटली आहेत," त्यांनी तिला सांगितलं, (त्याला जाऊन चार वर्षं झाली होती.) "त्यामुळे तो कुठला होता याचं आता फारसं महत्त्व राहत नाही. त्यामुळे विद्यापीठात शिकण्याचा तुला काहीही अधिकार नाही."

हेनीला खूप नैराश्य आलं. जगण्यासारखं काहीच राहिलं नाही असं ती म्हणू लागली. मला तिची काळजी वाटायला लागली. बांधकामाच्या ठिकाणी काम मिळालं. तिथल्या कष्टांनी जणू नवचैतन्य निर्माण झालं. हेनी घरी आल्यावर बांधकामाच्या जागी ती करत असलेल्या कामाचं इतकं नाट्यपूर्ण वर्णन करत असे, की छोट्यांना कधी थोडं मोठं होऊन तिथं काम करायला लागू असं झालं होतं.

हेनीचा सहा आठवड्यांचा पगार चोरीला गेला आणि ती पुन्हा एकदा नैराश्याच्या खाईत लोटली गेली.

पण एखाद्याच्या वाट्याला सतत फक्त दुर्दैवच कसं येईल! मित्रमैत्रिणींच्या मदतीनं तिला एका प्रवासी नाट्य संस्थेत अर्ध्या पगारावर काम मिळालं. विद्यापीठातल्या पदवीविना व्यवसायात उतरण्याची एक संधी तिला मिळाली आणि तिनं या संधीचा सोनं समजून स्वीकार केला.

तापाची साथ आल्यानं आमच्या रुग्णालयात वर्दळ वाढली. आमच्याकडे खाटांपेक्षा रुग्ण दुप्पट झाले. त्यामुळे जागा मिळेल तिथं, अगदी व्हरांड्यातही खाटा, चटया टाकाव्या लागल्या. प्रत्येक इंचाचा उपयोग केला गेला. मला दुप्पट खाणं बनवायला लागायचं. इतकंच नाही तर आठवड्यातून एकदा रुग्णाची काळजी घेण्याचं कामही करावं लागायचं. त्यातच मिकीला ताप आला. इतका की तो जगतो की नाही अशी स्थिती झाली होती. डॉक्टरांना माझ्या घरातली परिस्थिती माहीत होती, त्यामुळे मिकीला पूर्ण बरं झाल्याशिवाय घरी नेऊ नये, असं त्यांनी सुचवलं. अजून मिकीचं हृदय कमजोर होतं. त्यांनी मिकीला ठेवून घेण्याची तयारी दाखवली, पण मला त्याला भेटायला रोज येणं शक्य झालं नसतं. तो लहान असताना पाळणाघरात ठेवलं होतं तो प्रसंगही नजरेसमोरून जाईना. पुन्हा तसाच अनुभव आला तर? ह्या भीतीने मी प्रचंड घाबरले, पण माझ्यापुढे पर्याय तरी काय होता?

मिकी घरी येण्याइतका बरा झाला. मात्र अजूनही त्याला डोंगरावर असलेल्या शाळेत पुस्तकं घेऊन चढता येत नव्हतं. रोजच्या रोज त्याच्या मदतीसाठी कोणालातरी शोधायलाच लागायचं. त्याला पुन्हा कधीच जास्त कष्टाचं काम करता येणार नाही असं डॉक्टरांनी मला सांगितलं. मिकीच्या शिक्षकांनी मला सांगितलं होतं की तो संगीतात खूप पुढे जाईल. पण मी घरातल्यांसाठी अन्न-धान्य मिळवण्यात, घर उबेत ठेवण्यासाठी आणि सर्वांचा रोजचा दिवस ठीकठाक घालवण्यात व्यस्त होते. मिकीकडे जास्त लक्ष द्यायला मला नाही वेळ झाला. एकदा मी ऐकलं शाळेत एक संगीताचा कार्यक्रम होणार होता, तिथं जायला मी कसाबसा वेळ काढला. लवकर आले नाही तर कामावर उशीर होईल या चिंतेनं माझी घालमेल होत होती.

सतत कामावर किंवा घरची कामं उरकण्यासाठी धावाधाव इतकंच माझं आयुष्य झालं होतं. ह्या गोष्टीची मला खंत वाटत असे, मुलांकडे लक्ष द्यायला वेळ मिळावा असं फार वाटायचं. पण नाही जमलं कधी. मुलं इतकी गुणी होती, त्यांनी ना कसली तक्रार केली, ना कसल्या मागण्या! त्यांच्या परीनं होईल तेवढी मदत मात्र सारीजण करत असत. प्रत्येक आईला वाटत असावं की तिनं आत्ता करते त्यापेक्षा जास्त काही मुलांसाठी करावं. तिनं आत्ता देतो आहे त्यापेक्षा जास्त वेळ मुलांना द्यावा.

मिकी गात होता, एका मुलीसोबत ॲकॉर्डियन वाजवत होता. जेव्हा मी मिकीला गाताना आणि दुसऱ्या मुलीबरोबर ॲकॉर्डियन वाजवताना ऐकलं तेव्हा मला रडू आवरलं नाही. प्रेक्षक उत्साहानं 'आणखी म्हणा' असं प्रत्येक गाण्यानंतर ओरडत होते. मी खिळून उभी राहिले. कामाला जायला उशीर होणार हे मला कळत होतं. ह्या भीतीनं मी खूप घाबरले होते, पण पाय निघत नव्हता. माझ्या मुलातलं असामान्य कौशल्य आणि प्रेक्षकांवर असलेला असा प्रभाव मला कसा समजू शकला असता?

त्या संध्याकाळी आमच्या घरी खूप वेळ विचारविनिमय झाला. कुठल्या गोष्टीत काटकसर करून आम्ही एक स्वस्तातला ॲकॉर्डियन विकत घेऊ शकतो यावर चर्चा झाली. रेल्वे कामगारांच्या मुलांसाठी ट्रान्सपोर्ट ग्रुप ऑफ आर्ट मॅटर्स या संस्थेतर्फे संगीत अभ्यासक्रम सुरू करण्यात येणार आहे, हे कळल्यावर असं वाटलं, की हेच... अगदी हेच मिकीला हवं आहे. मिकीनं पियानो शिकायला सुरुवात केली. तो असा एकमेव विद्यार्थी होता, ज्याला संध्याकाळी सराव करण्यासाठी पियानो ठेवलेल्या हॉलची किल्ली दिली गेली होती. त्याला हवं तेव्हा जाऊन तो आता सराव करू शकत होता. तो सलग पाच तासांपेक्षा जास्त वेळ सराव करायचा. मला पैशाची मदत व्हावी म्हणून रोझी आणि मिकीनं त्यांच्या मित्रमंडळींसाठी पोहण्याचे पोशाख शिवायला सुरुवात केली. सुरुवातीला ते हे सारं लपतछपत करायचे. तरीच, मी रात्री शिवणकामासाठी घेतलेला दोरा दुसऱ्या दिवशी निराळाच कसा असतो याचं कोडं मला बरेच दिवस सुटत नव्हतं.

त्या काळात कितीतरी आमच्याशी प्रेमानं वागले! आम्हाला जेव्हा अतिशय गरज होती, तेव्हा खायला अन्न दिलं. मला एकटीला करता येणं अशक्य असलेली कामं करायला मदत केली. त्यातही काही वेळा काही पुरुषांनी सुचवून पाहिलं, की त्यांच्या सेवेचा मोबदला मी दुसऱ्या मार्गानंही देऊ शकते. ते असा विचार तरी कसा करू शकतात असं वाटून मला संताप यायचा. नेहमी माझ्या कानावर यायचं की ही दिसायला सुंदर आहे, तरुण आहे, ती सोप्या मार्गानं बरेच पैसे मिळवत असेल. असे शब्द नेहमीच जिव्हारी लागायचे, रात्री एकटी असताना डोळे ओले करायचे.

लॉरीनं १९५९ साली इनाला जन्म दिला आणि चाळीस वर्षांची असतानाच मी आजी झाले. इना फारच गोड होती, लॉरीला बाहेर जायचं असायचं, तेव्हा ती आमच्यापाशी असायची. मी कामावर गेलेली असताना मिकी आणि रोझी तिला छान सांभाळायचे. माझ्या घरातले एकमेकांची इतकी काळजी घेतात याचा मला फार अभिमान वाटायचा.

मिकी अकरा वर्षांचा झाला. त्याच्या हृदयावर उपचार करण्यासाठी मिनरल बाथ हॉस्पिटलमध्ये घेऊन जा असं डॉक्टरांनी सुचवलं. तिथं जागा मिळणं कठीण आहे असंही त्यांनी सांगितलं. त्यामुळे तिथं जाऊन मी स्वत:च जाऊन नशीब अजमावायचं ठरवलं. मी जे सांगितलं ते तिथल्या डॉक्टरांनी अगदी काळजीपूर्वक ऐकलं.

''त्याला दाखल करून घेतलंत तर फार उपकार होतील तुमचे,'' मी म्हटलं.

त्यांनी काही क्षण माझ्याकडे पाहिलं. ''अर्थातच मी त्याला जागा देईन. हे मी करू शकतो याचा मला फार आनंद होतोय. मी लहान विद्यार्थी असताना तुझ्या आजीने माझा जीव वाचवला. त्या उपकारांची कशी परतफेड करायची ह्या विचारात मी नेहमी असायचो.''

पुन्हा एकदा, आजीनं केलेलं सत्कृत्य माझ्या मदतीसाठी धावून आलं.

मिकी शुश्रूषागृहात अडीच महिने होता. तीन तास तो शाळेच्या वर्गात जायचा. तिथं माशांना पकडायची जाळी कशी बनवायची हेदेखील शिकला. जरी तो तब्येतीनं नाजूक राहिला, तरी शाळेतल्या दोस्तांबरोबर डॅन्यूब नदी पार करण्याइतकी त्याची शक्ती वाढली.

इना दोन वर्षांची होते, तोवर लॉरीनं हॅरीला जन्म दिला. केशभूषाकार म्हणून लॉरी अर्धवेळ काम करू लागली. ती संसारात स्थिरस्थावर होत होती, तेव्हा हेनीच्या करिअरनं जोर धरला. तिला आता देशातल्या सर्वोत्तम नाटकांत भूमिका मिळायल्या लागल्या. रोझी दहा वर्षांची झाली आणि खरेदी, कपडे धुणं अशी रोजची घरची बरीच कामं पोरीनं अंगावर घेतली.

वर्षं सरत होती, पण जन्मभूमीकडे परत जाण्याच्या इच्छेपासून मी कधीच विचलित झाले नाही. माझ्या मनात कायम असायचं, की माझा देश इंग्लंड आहे आणि कितीही काळ लोटला तरी मला तिथं जायचं आहे.

वर्ष सरली

१९६६ मध्ये नवीन बांधलेल्या केमिकल कॉम्बिनेटच्या मुख्य संचालकानं मला भेटण्याचं फर्मान सोडल्यावर मला त्यांचा दुष्ट हेतू आणि प्रश्नांचा भडिमार ह्यांची खूप भीती वाटत होती. मी त्या बोलावण्याकडे दुर्लक्ष केलं तर ते लोक मला विसरून जातील अशी समजूत करून घेतली. मला खरं तर समजायला हवं होतं. दुसऱ्याच दिवशी दोन सैनिक दारात येऊन उभे राहिले आणि गाडीतून मला घेऊन गेले.

आश्चर्य असं, की मला चौकशीसाठी तिथं बोलावण्यात आलं नव्हतं. त्यांना अनुवादक हवे होते. नव्यानं बांधलेल्या इमारतीतला ब्लॉक, नोकरीसह मला मिळणार होता.

स्थानिक शस्त्रक्रिया विभागातले मुख्य डॉक्टर या बातमीनं तितकेसे खूश झाले नाहीत. नव्या नोकरीसाठी, कामाचा आवाका यावा म्हणून दोन दिवस सरावकाम करायचं होतं. त्यासाठी परवानगी मागायला मी डॉक्टरांकडे गेले.

"हं, तर मग, तू आणि तुझी पोरं भुकेनं मरत असताना आम्ही तुझ्यावर दया दाखवली, त्याची तुला काहीच जाणीव नाही. इतर बायकांनाही गरज होती, तरी आम्ही तुला इथं काम दिलं. चोवीस तास पाणी असलेली खोली दिली आणि आता तू आम्हाला पूर्वसूचना न देता निघून चाललीस,'' ती उपरोधिक स्वरात म्हणाली.

"त्यांना अनुवादकाची तातडीनं गरज असल्यानं त्यांनी मला विचारलं असावं. मला त्यांनी दिलेली नोकरी स्वीकारता येणार नाही असं सांगते मग...''

"नाही, नाही. तू चालू लाग. मी फक्त तुला आठवण करून दिली, की तुझा सुंदर, स्वस्त फ्लॅट आणि नोकरी तू गमावणार आहेस आणि कॉम्बिनेटमधली तुझी गरज संपली की तू बेकार होऊन रस्त्यावर येशील, उपाशी मरशील.''

मला कळलं की, तिला माहीत होतं मला अकरा वाजता पोहोचायचं आहे. उशीर व्हावा म्हणून तिने मला मुद्दाम थांबायला लावलं. मी तिची परवानगी मागायला गेले नसते, तर आज्ञापालन करत नसल्याची तक्रार केली असती आणि आता पुन्हा एकदा, तिला मी किती आणि कशी आवडत नाही हे सांगितल्याशिवाय तिला राहवलं नाही.

कॉम्बिनेटमध्ये मी वीस मिनिटं उशिरा पोहोचले. तरीही कोणी काही बोललं नाही. माझं आनंदानं स्वागत करण्यात आलं. ते मला 'मॅडम हेलन' म्हणून संबोधत होते. सारे जण प्रेमळ आणि समजूतदार वाटत होते. त्या सगळ्यांनी मला तांत्रिक परिभाषा समजावून सांगितली आणि जणू काही कधीच खंड न पडल्यासारखं माझं इंग्रजी पुन्हा सुरू झालं. जणू मी एका निराळ्याच जगात गेले होते.

तीन दिवसांनंतर सेंट्रल ट्रान्स्पोर्ट हॉस्पिटलच्या प्रमुखानं मला पंधरा वर्षांच्या सेवानोंदीची कागदपत्रं दिली. "आम्हाला दुःख होतयं तू सोडून जाते आहेस त्याचं." ते म्हणाले. "आमच्या संपूर्ण यंत्रणेत इतकी बुद्धिमान, प्रामाणिक, मेहनती व्यक्ती कधीच नव्हती. तुझ्या पुढच्या कामासाठी आमच्याकडून हार्दिक शुभेच्छा! मला माहीत आहे, की तुला माणूस म्हणून सन्मानानं वागणूक मिळाली पाहिजे आणि मला हेही माहीत आहे, की आमच्या या यंत्रणेनं तशी ती तुला दिली नाही. मला वाईट वाटतं त्याबद्दल. मी निवृत्त होईपर्यंत आणखी दोन वर्षं हे बोलणं आपल्या दोघांमधेच ठेव. मला वाटतं चांगल्या दयाळू लोकांना गप्प रहावं लागतं आणि दांडग्यांना सगळ्यांना दुःखी करण्यासाठी मोकळं रान मिळतं."

कॉम्बिनेटमधल्या सगळ्या कर्मचाऱ्यांमध्ये इतका आत्मविश्वास होता. ते ज्या पद्धतीनं चालायचे, बोलायचे, धूम्रपान करायचे, कॉफी प्यायचे. परदेशी भाषा येत नसतानाही परदेशी लोकांशी संवाद साधायचे... तरीही! त्यांच्यापैकी बऱ्याच जणांना टाइपरायटर आणि टेलेक्स सहजी वापरता यायचा. इकडे मी सारं काही हातानं लिहायची. प्रत्येकजण तरुण, उत्तम कपडे केलेला आणि रुबाबदार दिसायचा. आपल्याकडे बरे कपडे नाहीत याची मला जाणीव झाली. एक दिवस मंत्रिमंडळातील काही महत्त्वाची मंडळी आली. त्या वेळी मला पाचारण करण्यात आलं. मला फ्रेंच मंडळ आणि मंत्र्यांच्या शेजारी बसवण्यात आलं. त्यांच्यात वादाला तोंड फुटलं आणि जर्मन तज्ज्ञ मधेच काही म्हणाला. विचार न करता मी तेही अनुवादित करून सांगितलं आणि त्याच्या अनुवादकारानं माझ्याकडे माझा अपराध दाखवणारा एक जळजळीत कटाक्ष टाकला. मी माफी मागितली.

वाद शांत झाला आणि कॉफी आली, तेव्हा मंत्री आणि फ्रेंच तज्ज्ञानं एकाच वेळी मला सिगारेट देऊ केली. मी नम्रपणे नकार दिला. त्यामुळे त्या दोघांनाही आश्चर्य वाटलं. समोर बिस्किटांचं ताट आलं आणि सारे जण मला बिस्कीट

घेण्याचा आग्रह करू लागले. एक बिस्कीट घ्यायला गेले तर हात थरथरत होता. अधिकाऱ्यांकडून इतक्या सभ्य वागणुकीची मला सवय नव्हती.

परिषद संपली, उशीर झाला होता, माझी नेहमीची बस चुकली, त्यामुळे मी घाईघाईनं निघाले. त्या वेळी त्यांनी मला थांबवलं आणि त्यांच्याबरोबर जेवणाचा आग्रह केला. तिथं इतकं खाणं-पिणं होतं की माझा डोळ्यांवर विश्वासच बसेना. अर्थात मला खायला वेळच मिळाला नाही, कारण मी अनुवाद करण्यातच व्यस्त होते. जेवण झाल्यावर राहिलेले सारे पदार्थ त्यांनी माझ्या मुलांसाठी बांधून दिले. वरिष्ठांनी मला गाडीतून घरी सोडलं. माझं लहानसं घर ते बघतील म्हणून मला अस्वस्थ वाटू लागलं.

"काळजी करू नकोस, आमच्यापैकी बहुतेक जण जग फिरले आहेत. आम्ही खूप गरिबी बघितली आहे," ते म्हणाले. "इंग्लंडमध्ये लोक ज्या रोज लागणाऱ्या गोष्टी नाही म्हणून तक्रार करतात, त्या गोष्टी बल्गेरियातल्या लोकांसाठी ऐषारामाच्या गोष्टी असतात. लोकांच्या जीवनमानानुसार त्यांना प्रतिष्ठा देणाऱ्यातला मी नाही. माणसाच्या व्यक्तित्त्वाचा, वागण्याचा, दृष्टिकोन व क्षमतांचा मी आदर करतो."

ते घरात आले, मिकी आणि रोझीशी स्वत:हून ओळख करून घेतली. पिशवीतून भाजलेलं गाईचं मांस, बटाटे, मटार, ॲस्पेरगस, ऑलिव्ह, ताजे टोमॅटो, काकडी, ग्रीन सलाड बाहेर काढलं आणि मिकी, रोझी डोळे विस्फारून बघत राहिले. मी चहा करायला आत गेले. मग त्यांनी दोन मोठी दह्याची खोकी, मोठं लोण्याचं पाकीट, चेड्डार चीज, हॅम आणि दोन सुके सॉसेज दिले. एक मोठा पांढरा पाव आणि पेस्ट्रीजचं मोठं खोकं दिलं. जाताना त्यानं मुलांना गाडीतून लांबवर चक्कर मारायला नेण्याचं कबूल केलं.

अजूनही मला कमीत कमी पगार देण्यात येत होता. स्वच्छतेचं ढोंग करणाऱ्या सफाई कामगार बाईपेक्षा कमी; पण जास्त वेळ काम केलं तर मला जास्तीचे पैसे मिळतील अशी संचालकांनी व्यवस्था केली. मात्र लवकरच त्यांनी मला कल्पना दिली की 'त्यांना माझ्याबद्दल सारं काही माहीत आहे,' इतकंच नाही, तर मला असंही सांगण्यात आलं, की 'मी इतकी चाणाक्ष आहे, की मी कोणासाठी काम करायचे, कोणाबरोबर काम करायचे, मला कुठल्या चलनात पैसे दिले जायचे हे अधिकाऱ्यांना शोधता आलं नाही.'

कॉम्बिनेटमधली परिस्थिती आंतरराष्ट्रीय पातळीपेक्षा खूपच प्राथमिक दर्जाची होती. त्यामुळे इतर अनुवादक इथं फार काळ टिकले नाहीत. त्यामुळे मला तिथं नेहमीच काम मिळालं. मिकीनं शाळा सोडल्यावर माझ्या वरिष्ठानं काम करण्यासाठी मिकीचं मन वळवलं. हे त्याच्या आवडीचं काम नव्हतं. पण म्युझिक ॲकेडमीमध्ये प्रवेश मिळण्याची व्यवस्था होईपर्यंत त्याला पैसे तर मिळाले असते. त्यानं तिथं

दोन वर्षं काम केलं. एक जुना पियानो विकत घेण्याएवढे पैसे जमवले. त्याची तब्येत ठीक नसायची. पण त्यानं कधी तक्रार केली नाही. मात्र एक दिवस रात्रपाळीला असताना त्याच्या पोटात खूप दुखायला लागलं. फुटलेल्या अल्सरचं निदान झालं. केमिकल कॉम्बिनेटमधला धूर त्याच्या तब्येतीसाठी त्रासदायक आहे, ती नोकरी सोडून त्यानं त्याच्या आवडत्या क्षेत्रात, संगीतामध्ये काम केलं तरच बरं पडेल असं डॉक्टरांनी सुचवलं.

एक महिना मिकी रुग्णालयात होता. त्या काळात त्यानं शाळेतल्या एका जुन्या मित्राशी संपर्क साधला. हा मित्र समायोजक म्हणून काम करत होता. तो तरुण संगीतकारांना निरनिराळ्या देशांतल्या उपाहारगृहात संगीत सादर करण्याची संधी देत असे. मिकीला एका गटात संधी मिळाली. कमी पैसे मिळणार हे जरी उघड होतं, तरी काम मिकीच्या आवडीचं होतं, ही केवढी मोठी जमेची बाजू होती. तीन महिन्यांत, देशातल्या तरुण पियानोवादकांमध्ये मिकी सर्वोत्कृष्ट म्हणून गणला जाऊ लागला. माझ्या सगळ्या मुलांचा मला अतिशय अभिमान वाटायचा.

दर महिन्याला, पैसे मिळाले की मिकी घरासाठी काहीतरी उपयोगी वस्तू घ्यायचा. कधी इस्त्री, कधी इलेक्ट्रिक स्टोव्ह, वॉशिंग मशीन तर कधी बॉयलर.

रोझी आणि मी बराच वेळ एकत्र असायचो. ती आता विद्यापीठात प्रवेश मिळवण्यासाठी प्रयत्न करत होती. तिला बहिणीसारखं अभिनेत्री व्हायचं होतं. विद्यापीठातल्या प्रवेशाकडे ती अगदी डोळे लावून बसायची, हेनीप्रमाणे तिलाही प्रवेश नाकारला जाईल अशी मला भीती वाटायची. हेनी प्रथितयश अभिनेत्री बनली होती आणि तिच्याच एका सहकाऱ्याशी विवाहबद्ध झाली होती. हेनी आता बर्गसमध्ये राहायची. तिचा सहचरी मला तितकासा आवडला नाही, उमदा वाटला नाही. असो. लवकरच तिला बाळाची चाहूल लागली.

रोझीला वर्गात सर्वाधिक गुण मिळाले आणि तिला प्रवेश दिलाच पाहिजे असा प्राध्यापकांचा विचार ठरला. तिच्यासाठी वसतिगृहात एक खोलीही राखून ठेवण्यात आली. चौथं अपत्य असल्यानं तिला शिक्षण मोफत होतं, पण काही कारणानं तिचा प्रवेश लांबला. खूप उशीर झाला म्हणून प्रवेश बारगळला. प्राध्यापकांनी तिला पुढच्या वर्षी पुन्हा प्रयत्न करण्याचा सल्ला दिला. त्यांनाही या नव्यानं उद्भवलेल्या समस्येची उकल लागेना. मला आश्चर्य वाटलं नाही. मात्र निराशा लपवण्याचा प्रयत्न करणाऱ्या रोझीकडे बघून मन तुटायचं.

हेनीला बाळंतपणात मदत करण्यासाठी रोझी बर्गसला गेली. तीन महिन्यांसाठी मिकी युगोस्लाव्हियाला गेला. अचानक, आयुष्यात पहिल्यांदाच मी अगदी एकटी राहत होते. जेव्हा मला कुटुंबासाठी जागेची गरज होती, तेव्हा ती मिळाली नाही. आता मी एकटी होते आणि मला एवढी जागा होती. खूप एकटं, खूप दुःखी

वाटलं. माझ्या आयुष्यात माझ्या परिवारातली माणसं हे माझं सर्वस्व होतं. आता ते सगळे मोठे होत होते. स्वत:चे जीवन घडवत होते.

अर्थात आनंदाचे क्षणही होतेच. मला काम नसताना लॉरी तिच्या मुलांना माझ्यापाशी सोडून जायची आणि मला कामही करायला लागायचं नाही.

हेनीचं बाळंतपण अगदी जवळ आलं, तेव्हा मी पाचशे किलोमीटर प्रवास करून बर्गसला गेले. किती वर्षांनी मी पुन्हा समुद्र पाहत होते. कधी एकदा इंग्लंडहून व्हिएन्नाला जाताना डोव्हरची पांढरी शिखरं मागे पडत चालली होती... चौतीस वर्षं झाली आता त्या घटनेला.

इतक्या वर्षांनंतरही मी पोहोणं विसरले नव्हते याचा शोध लागला आणि रोमांचित झाले. काही दिवसांत हेनीनं इव्हानला जन्म दिला. लवकरच रोझीलाही व्यावसायिक रंगभूमीवरचं पहिलं काम मिळालं.

कॉम्बिनेटमधले सगळे इंग्रजीचे तज्ज्ञ काम सोडून जात होते, मला त्यांची फार आठवण यायची. जर्मन लोक गंभीर स्वभावाचे आणि करारी होते, इटालियन मोठ्यानं बोलणारे अन् उर्मट होते. साऱ्या तांत्रिक गोष्टी मला पुन्हा इटालियन भाषेत शिकाव्या लागल्या. नवीन संचालकाला मी आवडत नव्हते. इटालियन गेले की माझीही गच्छन्ती होणार याची मला कल्पना आली होती.

पन्नास वर्षांची झाल्यावर माझी डिक्शनरी घेऊन तिथून बाहेर पडले. मला मिळणारं निवृत्ती वेतन रोजचे खर्च भागवायला पुरेसं होतं. शिवाय मी हातखर्चाला चार पैसे असावे म्हणून लहान मुलांच्या इंग्रजीच्या शिकवण्याही घ्यायचे. असं काम करणं बेकायदेशीर होतं, पण सुदैवानं कोणी कधी तक्रार केली नाही.

हेनीला 'ट्रेचरी अँड लव्ह' या नाटकात ल्यूसीची महत्त्वपूर्ण भूमिका मिळाली. तिची सासू बाहेरगावी गेली होती म्हणून तिनं मला इव्हानला सांभाळशील का असं विचारलं. माझं आणि हेनीच्या नवऱ्याचं, वसिलचं फारसं जमायचं नाही. तिचा मुलगा इव्हान खूपच दंगेखोर होता, मला आवरायचा नाही; पण हेनीला इतकी मोठी संधी मिळत होती की मी हो म्हटलं. पहिल्या प्रयोगानंतर प्रेक्षकांनी नाट्यगृहात पसंतीची दाद दिली. मी आणि इव्हान फुलं घेऊन हेनीचं अभिनंदन करायला पडद्याआड गेलो. एक मोठे अभिनेते आत आले आणि गुडघ्यावर बसून त्यांनी हेनीच्या हाताचं चुंबन घेतलं. "तू महान आहेस," डोळ्यातलं पाणी पुसत ते म्हणाले. एका प्रसिद्ध डॅनिश नाटककारानं हेनीला सांगितलं, की गेल्या चाळीस वर्षांत त्यांनी इतकी प्रभावी ल्यूसी पाहिलेली नाही. हेनी लाजली, गोंधळली. माझी मान अभिमानानं ताठ झाली.

रोझीचं करिअरही उत्तम आकार घेत होतं. हेनी आणि तिच्यात खरं तर दहा वर्षांचा फरक होता तरीही तिनं बरेचदा, गरज लागेल तसं, हेनीच्या ऐवजी काम

केलं. आता ती राज्यातल्या मोठमोठ्या नाट्यगृहात काम करू लागली होती. लवकरच तिलाही जीवनाचा जोडीदार मिळाला. मिकी प्रवास करत होता, त्यालाही पूर्व जर्मनीत त्याची जीवनसाथी, करीना भेटली.

हेनी आणि रोझीचे जुने मित्र-मैत्रिणी नेहमी मला भेटायला यायचे. येताना कॉफी, केक घेऊन यायचे. आम्ही तासन्‌तास गप्पा मारायचो. लहान मुलांना वाढवताना येणाऱ्या समस्या, विवाहातल्या अडचणी यावर काही सल्ला मागण्यासाठी त्यांना मी योग्य वाटत असावी. असंच काहीसं लोकांना माझ्या आजीबद्दल वाटायचं. त्यांच्या उपयोगी पडता येतं, म्हणून मलाही बरं वाटायचं.

मिकीला मुलगा झाला. त्याचं नाव एलन ठेवलं. तो पिता झाल्यावर मी पूर्व जर्मनीत जाता यावं म्हणून व्हिसासाठी अर्ज केला. तब्बल चार महिने लागले व्हिसा मिळायला; पण शेवटी मी तिथं जाऊ शकले. पूर्वेकडच्या देशांत पूर्व जर्मनी उत्तम तऱ्हेनं चालवला जायचा, त्यामुळे तिथून परत बल्गेरियाला येणं प्रत्येक वेळी क्लेशकारक वाटायचं. मिकी आणि त्याच्या कुटुंबाबरोबर खूप दिवस राहिल्यानंतर मी एकदा परत आले, तेव्हा पाहिलं, अधिकाऱ्यांनी आमच्या घराच्या रस्त्याला लागून एक भलामोठा चर खोदून ठेवला होता. मातीचे ढीग रचून ठेवले होते, रसरशीत लिंबाची झाडं मरतील इतका राडारोडा करून ठेवला होता. दर दोनशे मीटरवर खड्डा पार करण्यासाठी पूल म्हणून फळी घालून ठेवली होती. जो कोणी त्यावर उभा राहील त्याला खड्डा पार करण्यापेक्षा त्यात पडण्याचीच जास्त भीती वाटायची. मातीचे ढीग सारा रस्ताभर पडलेले असायचे. वाऱ्यानं माती लोकांच्या घरात यायची. कितीही स्वच्छता राखली तरी सारेजण चिखलानं माखून जायचे. कितीदातरी लहान मुलं, दारूडे खड्ड्यात पडायचे. सकाळचे सफाई कामगार येईपर्यंत ते तिथंच असायचे. बरेच रस्ते कितीतरी महिने अशाच स्थितीत होते. त्यांना कोणीच वाली नव्हता. इतर देशांसारखे स्वच्छ रस्ते, नीट आकार दिलेली झाडं, हसरे लोक, आनंदी मुलं बघण्यासाठी मी किती वाट बघत होते. जाणाऱ्या प्रत्येक वर्षात, बल्गेरियातलं आयुष्य अधिक कठीण, अधिक खडतर बनत चाललं होतं.

व्हिसा मंजूर करणाऱ्या बाईसाठी जर मी पूर्व जर्मनीतून भेटवस्तू आणल्या तर माझा पुढच्या वेळचा व्हिसा चुटकीसरशी मंजूर होईल हे मला पक्कं ठाऊक होतं. अशी लाच देऊन खालच्या पायरीवर उतरणं मला खरं मनातून आवडतच नव्हतं. पण मी तसं केलं नसतं, तर मला मिकी आणि त्याच्या परिवाराला भेटणं दुरापास्त झालं असतं.

रोझीच्या नवऱ्यानं तीन महिने नॉर्वेमध्ये काम करून परत आल्यावर जाहीर केलं की तो रोझीला सोडून जाणार आहे. याचा रोझीला इतका धक्का बसला,

ॲटॅक आल्यासारखी अवस्था झाली. ती जवळजवळ नऊ दिवस रुग्णालयात बेशुद्धावस्थेत होती. शुद्धीवर आल्यावर डॉक्टरांनी सांगितलं, की रोझीला अजूनही काही प्रमाणात अंतर्गत रक्तस्राव होतो आहे, त्यामुळे तिची अवस्था नाजूक आहे. पंधरा दिवसांनी ती रुग्णालयातून बाहेर आली. रोझीनं रंगमंच व्यवस्थापकाची नोकरी मिळवली असली तरी ती नवऱ्याबरोबर राहत होती त्या फ्लॅटचा खर्च तिला परवडेनासा झाला. नाट्यगृहाच्या कोठीत पोषाख आणि सिनरी बरोबर सामान ठेवण्याची मुभा रोझीला मिळाली होती. कधी ती त्या सर्वांमधे सोफ्यावर झोपतदेखील असे. कधी रेल्वे स्थानकाच्या प्रतिक्षालयात गाडीला उशीर झाल्याने रेल्वेची वाट पाहतो आहोत असं भासवत तिथेच झोपायची. एकदा नाट्यगृहाच्या बागेमध्ये झोपली. तिच्या मैत्रिणींचे नवरे कामासाठी परगावी गेले, की त्या रोझीला राहायला बोलवायच्या. सलग दोन दिवसांची सुटी मिळाली, तर रोझी कपडे धुवायला घरी येत असे. तेव्हा तिला रात्री जरा सुखानं झोपता येत असे.

मला माझ्या घरात राहता येईल असं सांगण्यात आलं असलं तरी १९८२ मध्ये, अधिकाऱ्यांनी नेहमीप्रमाणे मन बदललं. वयाच्या त्रेसष्टाव्या वर्षी स्वस्त जागा शोध आणि लवकरात लवकर तिथं राहायला जा असं फर्मान निघालं. माझे नवीन घरमालक आठवडाभर बाहेर गेले असल्यानं मीच त्यांच्या घराची काळजी घेत होते. अर्थात त्यांची छोटी मोरी मी थोडे दिवस वापरू शकत होते. तरी पाणी, टॉयलेट पुन्हा एकदा घराबाहेर होतं. घसरणाऱ्या, निसरड्या बर्फातून, मध्यरात्री मरणाच्या थंडीत मी स्वच्छतेसाठी बाहेर जायची, लाकूड-कोळसा आणायची.

मिकी आणि करीनाला दुसरं बाळ झालं, मुलगी झाली, तिचं नाव एलिना ठेवलं. करीनाला शिक्षिकेच्या नोकरीला जाता यावं म्हणून मी आनंदानं माझं सामान बांधून त्यांच्याकडे गेले.

एकीकडे रोझीला राहायला घर नाही याची काळजी होती, तर दुसरीकडे लॉरीचं लग्नही डळमळत होतं. व्लादिमीरसारखाच लॉरीचाही नवरा मत्सरी होता. साम्यवादी अधिकाऱ्यांनी त्याच्या डोक्यात नाही नाही ते भरवून दिलं होतं. तो तिला बरेचदा विनाकारण मारहाणही करायचा हे मला ठाऊक होतं. लॉरीनं त्याला कधीच सोडून दिलं असतं, पण मुलांचा विचार करून माझी पोर शांतपणे निभावत राहिली. परत खोली मिळेपर्यंत तिला जायला कुठेही जागा नव्हती.

रोझीला कुणीतरी सोडलेली तळघरातली एक खोली मिळाली. खिडक्या तुटल्या होत्या, नळ चोरीला गेले होते, इतकंच काय पण फरशाही उपटून टाकल्या होत्या. वायरी भिंतीला लटकल्या होत्या. तिथं राहणाऱ्या भटक्या कुत्र्या-मांजरांनाही हाकलावं लागलं. त्यांनी केलेली, वाळलेली घाण आणि कबुतरांच्या चघळलेल्या हाडांचा

खच साफ करावा लागला. तिथं मेलेल्या कुत्र्या-मांजरांचे हाडांचे सापळेही पडलेले होते.

दोस्तांच्या मदतीनं आम्ही सारा कचरा साफ केला. मी तिच्याबरोबर राहायला यायचं ठरवलं. त्यामुळे तिलाही थोडं फर्निचर मिळालं. लॉरीही आमच्याबरोबर राहायला आली. तिची मुलं आता मोठी झाली होती आणि घराबाहेर पडली होती. नवऱ्याच्या मारापासून वाचवायला तिला आता कोणीच नव्हतं. एका दोस्ताच्या घरी, एका मोठ्या पलंगावर आम्ही तिघी झोपायचो आणि जमेल तसं तळघर साफ करण्याचं काम करायचो.

लॉरीला स्टीलचे ठोकळे बनवणाऱ्या एका कारखान्यात काम मिळालं. ते काम अवघड, कठीण होतं, पण निदान त्यमुळे आम्हाला नियमित पैसे मिळायला लागले. तळघरात घाणीचा इतका वास होता, की त्या वासानं चक्कर येऊ नये म्हणून आम्ही चेहऱ्याला रुमाल लावून सारी घाण पिशवीत भरायचो. रात्री अंधार पडल्यावर, दुकानदार जिथं कचरा फेकायचे तिथं आम्ही गोळा केलेला कचरा नेऊन टाकायचो. आम्ही पकडले गेलो तर दंड झाला असता, कदाचित तुरुंगातही जावं लागलं असतं. हेही आम्हाला माहीत होतं. आमच्याकडे दंड भरायला पैसेच नव्हते. त्यामुळे लपवाछपवी करून कचऱ्याची विल्हेवाट लावणं भाग होतं. लॉरीचा मुलगा हॅरीनं आम्हाला ह्या कामात मदत केली. घाण ओलसर व्हावी, मऊ व्हावी, आवाज येऊ नये म्हणून आम्ही त्यावर पाणी मारायचो. शक्यतो आवाज न करता, शक्य तितक्या वेगाने काम करायचो. शेजारी साम्यवादी पक्षाचे सदस्य होते हे आम्हाला माहीत होतं, ते धोकादायक ठरू शकले असते. अजून कोणी साम्यवादी पक्षाचा सदस्य बनायचा राहिला असेल यावर त्यांचा विश्वास बसणं कठीण होतं, पण आमच्याबद्दल त्यांना खूप उशिरापर्यंत कळलं नाही. वीस दिवस पाठ मोडेल इतकं काम केल्यावर ती जागा माणसांनी राहण्यायोग्य बनली.

तिथं राहायला लागून काही आठवडे झाल्यानंतर आम्ही विचार केला, की आता काऊन्सिलमध्ये आपण राहत असलेल्या जागेची कल्पना देणं आवश्यक आहे. म्हणजे ही जागा कायदेशीर होईल. नाहीतर उगाच आम्ही पुन्हा संकटात सापडायचो.

"काय?" अध्यक्ष किंचाळले. "माझी परवानगी न घेता तुम्ही कोणत्यातरी जागेत राहायला गेलात? काही लोक वीस-वीस वर्षं जागेसाठी वाट पाहत आहेत हे माहीतेय तुम्हाला? तुम्ही ती जागा तातडीनं खाली केली पाहिजे."

लॉरी स्टील कारखान्यात काम करत होती, आणि तिचं काम आवश्यक असल्यानं कारखान्यानं जागा देण्याचं कबूल केलं होतं, हे त्यांना सांगण्याचा आम्ही परोपरीनं प्रयत्न केला, पण त्यांचा संताप आटोक्याबाहेर गेला होता. ते काही

ऐकण्याच्या मन:स्थितीत नव्हते. आम्ही घरी परतलो आणि कधी घराबाहेर फेकले जाऊ याची वाट पाहू लागलो.

तिथं राहणं अवघड होतं. आमच्याकडे सतत कोणी ना कोणी रात्रपाळीनंतर झोपायला यायचं. खिडक्या रस्त्याच्या पातळीला लागून होत्या, त्यामुळे आवाजही बराच असायचा. सकाळी मी सहसा सगळ्यांच्या आधी उठायचे. चहा-कॉफीकरता पाणी उकळवायला ठेवायचे. सगळेजण आपापल्या कामाला वेळेवर जातील याकडे लक्ष ठेवायचे. स्वयंपाक आणि साफसफाई खूप करावी लागायची. कधीकधी मला खूप आधी उठून, दुर्मिळ असणाऱ्या दूध, दही आणि पावाच्या रांगेत उभं राहावं लागायचं. खूप वेळ रांगेत उभं राहून खिडकीपर्यंत पोहोचावं, तर समजायचं की मला जे हवंय ते आत्ताच संपलंय.

एक दिवस माझी पणती, इनाची मुलगी आजारी होती आणि तिला दही हवं होतं. तेव्हा मला तीनदा रांगेत उभं राहावं लागलं होतं. दोन ते पहाटे आठपर्यंत मी रांगेतच ताटकळत होते. मांस आम्हाला परवडणार नव्हतं. आम्ही आठवड्यातून एकदा ते खायचो, कधीकधी त्यापेक्षाही कमी वेळा.

युद्धानंतर, साम्यवादामुळे आयुष्य किती सुंदर, समृद्ध असेल, याबद्दल रशियन कसे फुशारकी मारायचे ते मला आठवायचं. सत्ता नसलेल्या प्रत्येकासाठी आयुष्य भयंकर झालं होतं. आयुष्य ज्या पद्धतीनं चाललं होतं, त्यामुळे प्रत्येकजणच दुःखी होता. अनेक वर्षांच्या दडपशाहीनंतर, छळवणुकीनंतर आमच्यापैकी बहुतांश लोक बोलायलाही कचरत होते.

आम्हाला घराबाहेर काढायला अधिकाऱ्यांना वेळ झाला नसावा. मी सतत भयभीत अवस्थेत राहत होते, पण तरुणांमध्ये मात्र भयंकर अस्वस्थता, नाराजी पसरत होती. त्यांना पश्चिमेकडच्या सुखी आयुष्याची माहिती मिळत होती आणि साम्यवादी यंत्रणेखाली जगणं उत्तम आहे हे त्यांना आता मान्य होत नव्हतं. त्यांची नाखुषी, अस्वस्थता दिवसागणिक वाढत होती. पण उघडपणे कोणी निषेध नोंदवत नव्हते. प्रत्येकजण अधिकाऱ्यांच्या नजरेआड राहण्याचा प्रयत्न करत होता.

मिकी आणि करीनानं बर्लिनमध्ये, बर्लिन भिंतीच्या समोर एक सुंदर घर घेतलं होतं. या भिंतीनंच आम्हाला पश्चिमेपासून तोडलं होतं. घर सातव्या मजल्यावर असल्यानं पलीकडच्या मोकळ्या जगाकडे मुक्तपणानं बघता यायचं. या भिंतीपलीकडे एक दिवस जाता येईल, असा का कोण जाणे मला विश्वास वाटायचा. हा विश्वास कसा वाटायचा, हे उमजत नव्हतं, पण ते स्वप्नच बहुधा मला जिवंत ठेवत होतं.

तिकडे बल्गेरियात रोझी चार लोकांत नको ते बोलून गेली. दूरचित्रवाणीचा

कॅमेरा तिचं बोलणं टिपत होता हे तिच्या लक्षात आलं नाही आणि ती संकटात सापडली. मिकीनं तिला तातडीनं बर्लिनला यायला सांगितलं. तिनं तसं केलं. साम्यवादाची लोकांवरची पकड अस्ताला चालली आहे हे पक्षाच्या लक्षात येत चाललं होतं, त्यामुळे परिस्थिती अधिकच धोकादायक बनली होती. कित्येक वर्षांच्या साठलेपणानंतर परिस्थिती अचानक वेगानं बदलत होती. पण या परिस्थितीचा फायदा मला होईल की नाही याबद्दल साशंकता वाटत होती.

पंख स्वप्नांचे

लॉरीला कामातून सुटी हवी होती. मिकीनं तिला बर्लिनला बोलावलं, तिनं मलाही बरोबर चलण्याचा आग्रह केला. लॉरीच्या नातीला, यानालाही सोबत घेतलं.

आम्ही पोहोचल्यावर दोनच दिवसांत बर्लिनची भिंत पाडणार असल्याचं आम्हाला कळलं. १९८९ चा मे महिना होता. इंग्लंडहून आजीला भेटायला निघाले होते त्याला पन्नास वर्षं लोटली होती. पन्नास वर्षं आमच्या घरी जाण्यापासून रोखून ठेवणारे अडथळे असे एका रात्रीत जमीनदोस्त होतील यावर विश्वास ठेवणं कठीण होतं.

दुपारच्या जेवणानंतर मुलांना झोपवलं, म्हणजे रात्री आम्ही उशिरापर्यंत जागे राहू शकलो असतो. सारेजण ती ऐतिहासिक घटना बघण्यासाठी सिद्ध झालो. रात्री दहाच्या सुमारास आम्ही ब्रॅंडनबर्ग गेटजवळ पोहोचलो. माझ्या मनातला आणि गर्दीचा उन्मेष अगदी एकसारखा होता. सारा चौक गर्दीनं फुलून गेला होता. काही जण तर जर्मनीचे दोन्ही भाग एकाचवेळी पाहण्यासाठी भिंतीवर चढले होते. रस्त्यावर खाण्या-पिण्याचे पदार्थ विकत मिळत होते. तरुण मंडळी स्वत:च गाणी गात, नाचत होती. मध्यरात्र झाली की आकाशात सोडण्यासाठी फुगे तयार होत होते. अवघं वातावरण उत्सवासारखं भारून गेलं होतं.

खूप गर्दी झाली होती. मला गर्दीची भीती वाटायची. मग मी एका इमारतीच्या पायऱ्यांवर बसले. तिथून समोरचं दृश्य स्पष्ट दिसत होतं. एक तरुण जोडपं माझ्याजवळ येऊन बसलं. त्यांच्या दहा दिवसांच्या बाळाला त्या तरुणानं उबदार जाकिटाखाली धरलं होतं. चार मुलं असलेलं एक कुटुंब आणि एक कोणत्याही क्षणी बाळंत होईल अशी बाई माझ्याजवळ बसली. ते सारे हा क्षण अनुभवण्यासाठी थेट शिकागोहून आलेत असं म्हणाले. माझ्या आजूबाजूला कितीक प्रकारच्या भाषा

बोलल्या जात होत्या. जणू कित्येक दिवसांचे मित्र असावेत तसे, सारे अनोळखी एकमेकांशी बोलत होते.

बँडनबर्ग गेटवर खूप भाषणं झाली, दुसऱ्या बाजूनंही ओरडा, जल्लोष ऐकू येत होता. सारी गर्दी शेवटचे तीस क्षण मोठ्यानं मोजायला लागली. मीही त्यांना सामील झाले. इतक्या वर्षांच्या कुजबुजण्यानंतर मोठ्या आवाजात ओरडणं किती... किती छान, मोकळं वाटत होतं.

''तीन, दोन, एक...'' त्यानंतर एक क्षण विलक्षण शांतता पसरली आणि मग पहिला घाव पडल्याचा आवाज आला. नंतर इतका आवाज यायला लागला, की त्यानं कानाला बधिरता आली. घोषणांऐवजी आता गाणी ऐकू येत होती. दोन्ही बाजूची लोकं भिंतीवर चढून एकमेकांना मिठ्या मारत होती. स्वच्छ, नीटनेटक्या जर्मन गृहिणी त्यांच्या पर्समधून शँपेनच्या बाटल्या आणि पेले काढत होत्या. शँपेनची बुचं उडाली आणि आतषबाजी आकाशात रंग भरू लागली. आमच्या बाजूला नेहमीची बेरंग रोषणाई होती, पण पश्चिमेकडून नेत्रसुखद, आकाशात पोहोचणारी आतषबाजी पाहायला मिळत होती. इतके रंग, आकार, इतकी प्रकाशमय आतषबाजी!

एक मोठी क्रेन कमानीवर झुलू लागली. एक अमेरिकन गायक जगातल्या प्रत्येकासाठी नव्या, मुक्त आयुष्याचं गाणं गात होता. माझ्या खांद्यावर थोपटलं म्हणून वळून पाहिलं, तर कोणीतरी हातात चमचमणाऱ्या शँपेनचा पेला दिला.

''झूम वोहल.'' माझ्या पेल्याला पेला भिडवत एक सुंदर, तरुण आई म्हणाली.

माझी नातवंडं गर्दीतून पळत येताना दिसली. ''आजी, आजी, तू आतषबाजी पाहिलीस का? त्यांनी भिंतीला भोक पाडलं आहे. फक्त एक माणूस जाऊ शकेल इतकं. चल ना, बघ तरी.''

जाड भरभक्कम भिंतीत केलेल्या निमुळत्या रस्त्यावरून आम्ही गेलो आणि इतरांप्रमाणे बागेला फेरी मारली. पूर्वेकडच्या मुलांना पश्चिमेकडील स्त्रिया ककोज देत होत्या, पश्चिम भागातलं चलनही देत होत्या.

दुसऱ्या दिवशी दोन्ही बाजूकडच्यांसाठी पळण्याची मोठी शर्यत होती. बरेच धावपटू 'हरवले' आणि कधीच पूर्वेकडे परत गेले नाहीत. आम्ही भिंतीवरच्या रेखाटनांकडे बघत फिरत होतो, अनेक जण भिंतीचा काही भाग काढून नेत होते, आठवण म्हणून ठेवण्यासाठी! याना आणि एलिनाला कोणीतरी हातोडीनं भिंतीचे खापे पाडताना दिसलं, त्यांनी जर्मन आणि बल्गेरियन भाषेत विचारलं, आम्ही यातले छोटे तुकडे घेऊ का म्हणून. तुम्हाला हवं तितके घ्या असं त्यानं शुद्ध बल्गेरियनमध्ये उत्तर दिलं.

नंतरच्या दिवसांत रोज दुपारी आणि रात्री आम्ही उशिरापर्यंत हिंडायचो.

आमच्याकडे पश्चिमेकडचे चलन नसल्याने आम्हाला दिसणाऱ्या आकर्षक, सुंदर गोष्टी आम्ही खरेदी करू शकलो नाही. लॉरीला गरमागरम कबाब हवा होता आणि यानाला रंगीबेरंगी पेय. रंगीत स्ट्रॉ असलेल्या त्या पेल्याला लिंबाचा काप लावला होता. इतकी वर्ष पूर्वेकडे राहिल्यावर किती छोट्या छोट्या गोष्टी त्यांना आनंद देत होत्या!

भिंत पडण्यामुळे इकडे बल्गेरियात आयुष्य आरामदायी झालं नाही. प्रत्येकजण जमेल त्या पद्धतीनं पैसे मिळवण्याच्या मागे लागला. पण आता गोष्टी आधीपेक्षा अधिक अवघड, क्लिष्ट होऊ लागल्या. होणाऱ्या बदलांमुळे वरच्या पातळीवर असलेले मूठभर श्रीमंत लोक अधिकच श्रीमंत होऊ लागले.

१९९६ मध्ये, एक दिवस रोझी घरी आली आणि तिनं मला सांगितलं, की तिच्या एका मैत्रिणीनं पर्यटक म्हणून इंग्लंडला जाता यावं म्हणून व्हिसासाठी अर्ज केला आहे. ''तू ब्रिटिश दूतावासामध्ये जाऊन का बघत नाहीस?'' तिनं सुचवलं.

''त्या दिशेला जायचीसुद्धा मला भीती वाटते, अगदी अजूनही,'' मी कबूल केलं. ''पूर्वी काय झालंय माहीत आहे ना तुला?''

''पण आई, आता काळ बराच बदलला आहे ग, सध्याच्या बल्गेरियन सरकारला आंतरराष्ट्रीय कायदे मानावे लागणार आहेत आता,'' तिनं आग्रह केला.

''पण सगळ्या कायद्यांना कसं गुंडाळून ठेवायचं ते या लोकांना चांगलंच माहीत आहे, त्यांना हवं तेच करणार ते.''

''तसंही असेल,'' रोझी म्हणाली, ''पण तरीही तू प्रयत्न तर करू शकतेस. तुझ्या मातृभूमीसाठी तुझं झुरणं कधीच थांबलं नाहीये. हे आम्हाला सगळ्यांना माहीत आहे. अगदी कालपरवापर्यंत तुझ्या मनात आशा होती की तुला तुझे वडील व कुटुंबाविषयी काहीतरी कळेल. तू जरी ह्याचा कधी उल्लेख केला नसलास तरी मला माहीत आहे. तुझ्याकडे तुझ्या काकांचे पत्तेही आहेत.''

''तुझं बरोबरच आहे ग,'' अनेक वर्षांपूर्वीच्या इंग्लंडमधल्या मधुर आठवणी डोळ्यांसमोर आणत मी शांतपणे म्हणाले, ''पण आता माझं वय होत चाललंय पोरी, इतकं, की पुन्हा घरी जाण्याची कल्पना करण्याचं धैर्यही उरलं नाही माझ्यात. घर? कुठे आहे घर? सगळं काही कायमचं हरवलं आहे. एखादी परी आली आणि तिनं जरी सांगितलं, की मी आता घरी जायला मुक्त आहे, तरी माझ्याकडे लंडनलाच काय; पण बाजारात जाण्यासाठी ट्रामचं तिकीट खरेदी करायलाही पैसे नाहीत.''

''पण आई,'' रोझी तिचा मुद्दा सोडायला तयार नव्हती, ''किमान ब्रिटिश नागरिक म्हणून परत मान्यता मिळाली तरी किती बरं वाटेल तुला.''

त्याच वेळी दारावर घंटा वाजली, लॉरीनं माझ्या हातात पुष्पगुच्छ ठेवला.

''माझ्या वरिष्ठांनी दिलीत ही फुलं,'' ती म्हणाली, ''मी तिला सांगितलं आज तुला भेटायला येणार असल्याचं. तिला आवडतेस तू, म्हणून तिनं पाठवलीत खास तुझ्यासाठी.''

मला भरून आलं. मी फुलदाणी शोधायला लागले, तोवर रोझीनं लॉरीला आम्ही कशाबद्दल बोलत होतो ते सांगितलं.

''हो आई, तू एकदा प्रयत्न का नाही करत?'' लॉरीनंही रोझीच्या सुरात सूर मिसळला. ''आजकाल बऱ्याच जणांना इंग्लंडला जाण्यासाठी व्हिसा मिळतो, त्यातले बरेच तर परतही येत नाहीत.''

''माहीतेय मला,'' माझा विश्वास दुबळा होत होता. ''पण मला दूतावासात जायची खूप भीती वाटते ग, मी आता म्हातारी झाले. काही बरे दिवस पाहायला मी जिवंत राहीन असा विचार करायचंही धाडस होत नाही.'

''आम्हाला माहीतेय तू हल्ली निराश असतेस,'' लॉरी म्हणाली, ''पण तुझ्यावर जी परिस्थिती आली होती, जे अत्याचार झाले, त्यातून फारच कमी लोक वाचले आहेत. प्रयत्न कर, फक्त अजून एकदा.''

मी शेवटी मान्य केलं. मला कळत होतं की त्यांचं बरोबर होतं. घरी परतण्याचं स्वप्न मी कधीच सोडून दिलं नव्हतं. रोझीनं मैत्रिणीकडून आणलेला दूतावासाचा दूरध्वनी क्रमांक मी थरथरत्या हातानं लावला. एका स्पष्ट बल्गेरियन आवाजानं मला कोणाशी बोलायचं आहे असं विचारलं.

''मला मुख्य अधिकाऱ्यांशी बोलायचं आहे,'' माझा आवाज अजूनही कापत होता.

''काय काम आहे? तुम्हाला व्हिसा हवा आहे का?''

''तसंच काही नाही, मला फक्त दूतावासाच्या अधिकाऱ्यांशी थोडं बोलायचं आहे.''

''तुमच्याकडे ब्रिटिश पासपोर्ट आहे का?''

''नाही, म्हणजे आत्ता नाहीये. पण खूप वर्षांपूर्वी होता.''

''अं, किती वर्षांपूर्वी?''

''फार नाही, फक्त साठ!''

''ओह, अं, एक मिनिट थांबा.''

थोड्याच वेळात ती पुन्हा फोनवर आली.

''उद्या सकाळी अकरा वाजता दूतावासात या आणि बाहेरच्या कारकुनाला सांगा की तुम्हाला मिस मोरेलनी भेटायला वेळ दिली आहे.'

''धन्यवाद,'' इतकंच म्हणायला सुचलं मला.

माझं हृदय इतकं जोरात धडधडत होतं, की चेहरा फिकट झाला असावा. रोझीनं मला खुर्चीत बसवलं. पेल्यात पाणी आणून दिलं. तीही माझ्यासारखीच

काळजीत होती आणि त्याच वेळी उत्तेजित झाली होती. काय बोलणं झालं ते मी रोझीला सांगितलं.

"आई, हे फारच छान झालं."

"चांगलं की वाईट काही कळत नाहीये मला."

"अर्थात यात वाईट काहीच नाही झालंय. तू लंडनमधे राहायचीस हे सिद्ध करणाऱ्या काही वस्तू राहिल्या असतील तर त्या आता गोळा करायला लाग."

"फार काही उरलंच नाहीये. त्यांनी सारं काही नेलं. बऱ्याच गोष्टी तोडल्या, मोडल्या..." पूर्वीच्या दिवसांचा विचारही खिन्न करायचा. खूप संताप यायचा. आम्हाला सतत वाईट वागणूक देणाऱ्यांबद्दल मनात तिरस्काराची भावना दाटून यायची. मनात येणारे सारे विचार मी कायम दडपले होते. ते कोणाला कळले तर पुन्हा नव्या संकटात पडण्याची मला भीती वाटायची.

"माझ्या वडिलांच्या जन्मदाखल्याची प्रत आहे माझ्याकडे. ती आता स्पष्ट दिसत नसेल कदाचित, पण ते कदाचित ओळखू शकतील."

"पण ती प्रत आहे कुठे हे आठवतंय का तुला? तू कधी आम्हाला दाखवली नाहीस," रोझी किंचित नाराज होत म्हणाली.

"मला नाही सांगता आलं खरं... तुम्ही सारे खूप लहान होतात, पण मला माहीतेय ती प्रत कुठे आहे ते," मी म्हणाले.

"कुठे?" आता रोझीचा धीर निघेना.

"बायबलमध्ये लपवली आहे."

"पण शोधाशोध करताना ते नेहमी पुस्तकांची उलथापालथ करायचे."

"मला माहीतेय, त्यांनी बायबल उचललं की माझा प्राण कंठाशी यायचा. पण त्यांना ते प्रमाणपत्र कधीच नाही मिळालं. ते नेहमी आमचा उपहास करण्यात मग्न असायचे. आपली बोटं आपल्या डोक्याकडे नेऊन दाखवायचे की मी वेडी आहे, कारण आदर्श फादर स्टॅलिनवर विश्वास न ठेवता दुसऱ्या कुणावर तरी ठेवत होते."

रोझीनं बायबल शोधलं. मी ती पानं काढली. काळजीपूर्वक थरथरत्या हाताने त्याचे कोपरे फाडून अलग केली. आत तो जन्माचा दाखला होता. मी तो वाचायला रोझीच्या हातात ठेवला.

"रेल्वे अभियंता अल्बर्ट एडवर्ड पिऊ पिऊस डिअर म्हणजे कोण आई?" तिनं विचारलं.

"ते माझे आजोबा, इस्तंबूलला जाणारी ओरिएंट एक्स्प्रेस बनवण्याच्या कामात तेही होते."

"वा!" तिला एवढाच शब्द सुचला.

देवदूत

बरोबर अकरा वाजता, मला मिस सुझन मोरेल यांच्या कार्यालयात नेण्यात आलं. त्या सोफियाच्या ब्रिटिश दूतावासाच्या उपमुख्य अधिकारी होत्या. इतके वर्ष प्रयत्न केल्यानंतर, आता मी दूतावासाच्या इमारतीत सरळ चालत जाऊ शकत होते, यावर माझा विश्वासच बसत नव्हता. इतकी वर्षं या दरवाजाजवळ येणंही दुरापास्त होतं आणि आता मला दूतावासानं निमंत्रण दिलं होतं. आम्ही एका मोठ्या व्हरांड्यातून आत गेलो, पण मी विचारात इतकी गढले होते, की आजूबाजूला काय आहे, कोण आहे हे माझ्या ध्यानातही आलं नाही. उंच, देखण्या, तरुण, सहृदय मिस मोरेलनी मनमोकळं हसून माझं स्वागत केलं.

''प्लीज, बसा ना! आणि मला सांगा तुम्हाला काय त्रास आहे? तुम्हाला अनुवादक हवा आहे का?'' त्या म्हणाल्या.

''मी खूप वर्ष इंग्लिश बोलले नाहीये, मी बरंच काही विसरून गेले आहे.'' मी कबूल केलं.

तिची बल्गेरियन सचिव लगेच आमच्यासोबत बसली. मिस मोरेलना माझी कथा जाणून घ्यायची खूपच उत्सुकता दिसली. मी अडखळत सुरुवात केली. आत्तापर्यंत कधीच इतक्या चांगल्या कार्यालयात गेले नव्हते. तिथलं फर्निचर आत्ताच पॉलिश केल्यासारखं चमकत होतं. भिंतीवर उत्तमोत्तम चित्रं लावली होती. समोरच्या दोन फुलदाण्या होत्या, त्यात अप्रतिम पुष्परचना केलेली होती. मला वाटलं, की इतक्या चांगल्या ऑफिसमध्ये माझ्यासारख्या अजागळ बाईनं येऊ नये आणि मग मला लंडनमधलं आमचं घर आठवलं. घरात असल्यासारखं वाटू लागलं. आजी व्हिएन्नाला कशी राहायला आली आणि आईनंही कॅनडाला जाण्याआधी व्हिएन्नाला येण्याचं कसं ठरवलं हे मी सांगत होते, तेवढ्यात तिनं माझं बोलणं थांबवलं.

ती म्हणाली. "मिमी, आमच्यासाठी चहा करणार का? मला वाटतं आपल्या सगळ्यांनाच गरज आहे चहाची."

मिमी लगेच गेली आणि काही वेळातच चहा आणि बिस्किटं घेऊन आली. इंग्लिश भाषातज्ज्ञ म्हणून काम करताना घेतला त्यानंतर इतका चवदार चहा मी घेतला नव्हता. माझी कथा पुढे सांगायला लागले, त्यामुळे मला बिस्किटांना मात्र हातही लावता आला नाही. फार लांबण लावणार नाही याची काळजी घेण्याचा मी प्रयत्न करत होते. आम्हाला ब्रिटिश दूतावासात येऊ दिलं नाही, इतकंच काय पण दूतावासाच्या आसपास फिरकूही दिलं नाही हे सांगितलं तेव्हा मिस मोरेल आणि मिमी भयचकित झाल्या.

"विश्वासच बसत नाहीये!" दोघी एकदम म्हणाल्या.

"खूप वर्षं आशा सोडली नाही," मी सांगितलं. "इथं कोणीतरी ब्रिटिश भेटेल म्हणून नेहमी यायची, पण ते कधीच झालं नाही. शेवटची मी इथं आले होते, तेव्हा अगदी मुख्य दरवाजाजवळ पोहोचले होते, पण तेव्हाच दोन नागरिकांनी मला पाहिलं आणि दंडाला घट्ट धरून खेचत लष्करी तळावर नेलं. त्यांनी मला खुर्चीला बांधलं आणि शंभरदा विचारलेले प्रश्नच पुन्हा विचारले – मी कोणासाठी काम करते? कोण पैसे देतं मला? कोणत्या मार्गानं पैसे माझ्यापर्यंत पोहोचतात? मी जितक्या वेळा सांगितलं की मला काही माहीत नाही, तेवढ्या वेळा मला डोक्यावर मार बसला. मी खुर्चीला बांधलेल्या अवस्थेतच होते. डोळे अर्धवट मिटलेले होते. ते मला उचलायचे आणि पुन्हा प्रश्नांची सरबत्ती सुरू. मी कधीतरी बेशुद्ध पडली असेन, जेव्हा शुद्धीवर आले तेव्हा माझा चेहरा रक्तानं भरला होता, रक्त ओघळत होतं. चेहरा सुजला होता, डोळे-कान ठणकत होते. त्यांनी मला धमकी दिली, की पुन्हा जर त्यांनी मला दूतावासाजवळ पाहिलं तर दिसताक्षणीच गोळ्या घालतील आणि माझी मुलं त्यांच्या ताब्यात जातील. आम्हाला हवं तसं वागवू त्यांना, तरी ते आमचेच पाय चाटतील. असं म्हणून त्यांनी मला बाहेर रस्त्यावर फेकून दिलं."

"देवा, हे कधी घडलं?" मिस मोरेलनं विचारलं.

"१९६७-६८ च्या सुमारास, तेव्हा माझी सर्वांत छोटी मुलगी शाळेचं शिक्षण संपवून बाहेर पडत होती."

"तो सर्वांत वाईट काळ होता," मिमी म्हणाली.

"तोवर जेवणाच्या सुट्टीची वेळ झाली होती. कोणीतरी अदबीनं आत आलं, त्यांना तातडीनं कशावर तरी सही हवी होती."

"अजून अर्धही सांगून झालं नाहीये, मी पुन्हा कधीतरी येऊन तुम्हाला सारं काही सांगेन." मी म्हणाले.

"तुम्ही पुस्तक लिहिलं पाहिजे." मिमी म्हणाली.

"नक्कीच," मिस मोरेलनं आग्रहानं सांगितलं. "बरं, आता सांगा, तुम्ही मला दाखवायला तुमच्याबरोबर काय आणलंय?"

आत्तापर्यंत मी ज्या वस्तू जपून ठेवू शकले त्या वस्तू बॅगमधून बाहेर काढल्या. त्यात माझ्या वडिलांचा जन्मदाखलाही होता. सारं काही काहीसं खराब झालं होतं, पण तरी ओळखता येत होतं. त्यात शाळेतली काही प्रमाणपत्रं होती, लंडनच्या प्रसिद्ध भागात घेतलेली काही छायाचित्रंही होती.

"हे सारं लंडनला पाठवायला हवं, त्यांचं उत्तर आलं की तातडीनं कळवते तुम्हाला." असं म्हणत, सारं काही गोळा करून नेत मिस मोरेल बाहेर गेल्या. मिमीनं मला बिस्किटांची आठवण करून दिली व चहा ओतला. थोड्याच वेळात मिस मोरेल परतल्या.

"हे घ्या," एका मोठ्या पाकिटात सारं काही घालून मला परत देत त्या म्हणाल्या. "नीट ठेवा हे, नेहमीच्या कामातला हा बदल चांगला होता. नेहमी असं छान काही नसतं."

"तुमचा खूप वेळ घेतला, माफ करा मला," मी उभं राहत म्हणाले.

"अजिबात नाही," मोकळं हसत माझा हात हातात घेत त्या म्हणाल्या.

मिमी मला बाहेरपर्यंत सोडायला आली आणि मी सावकाश, किंचित अडखळत घरी पोहोचले. रोझी घरी नव्हती. मी सारी कागदपत्रं माझ्या शाळेच्या दप्तरात ठेवायचे, तिथं हे पाकीट ठेवत होते, तेवढ्यात रोझी घाईनं आली.

"काय झालं आई?" रोझीनं उत्सुकतेनं विचारलं.

"मला नक्की माहीत नाही. मिस मोरेलनं मी दिलेली कागदपत्रं नेली आणि त्या म्हणाल्या की ते सारं काही लंडनला पाठवणार आहेत. मग त्यांनी कागदपत्रं मला परत दिली."

"त्यांनी ती फॅक्स केली असणार," रोझी म्हणाली.

"पण त्या तर पाचच मिनिटांत परत आल्या."

त्याच वेळी माझी पणती, याना शाळेतून परतताना घरी आली आणि मी घडलेलं सारं काही त्यांना आठवून आठवून सांगितलं.

"ह्या सगळ्या वर्षांमधे एका समान, सामान्य माणसांप्रमाणे वागवलं जाणं मी विसरून गेले होते."

आजच्या भेटीतून फार काही साध्य होईल अशी माझी अपेक्षा नव्हती, पण तरीही, रात्री झोप लागली नाही. आत्तापर्यंत घडलेल्या घटनांचे गोफ उलगडत होते, दाबून ठेवलेल्या साऱ्या आठवणी उफाळून येत होत्या.

दुसऱ्या दिवशी सकाळी मी चहाचे पेले विसळत होते. रोझी कुणाला तरी त्वरित भाषांतर हवं होतं म्हणून गेली होती. आठ वाजत होते. तेवढ्यात फोन

वाजला. मी फोन कानाला लावला, तोच एक उत्साही आवाज कानावर पडला. "नऊ वाजता दूतावासात या. बाजूच्या दारानं आत या."

"बरं, ठीक आहे," मी चाचरत म्हणाले आणि फोन बंद झाला.

त्यातल्या त्यात बरे कपडे करताना, माझ्या मनात विचारांचं थैमान चालू होतं. काय होणार याचा काहीच अंदाज नव्हता.

माझे बूट जीर्ण झाल्याचं, गेल्या अनेक वर्षांत पहिल्यांदाच माझ्या लक्षात आलं. मी खूप काळजीपूर्वक 'हॅट टू युअर शूज' स्वच्छ केले. इंग्लंडमधल्या कडक शिक्षिका नेहमी सांगायच्या. आता त्या मला बघू शकत नाहीत हे एक त्यातल्या त्यात चांगलं होतं.

मी सर्व अंतर पळतच गेले असेन. शेजारच्या दारामधून जाताना मला अपराधी वाटत होतं. बाहेर लोकांची व्हिसासाठी भली मोठी रांग लागली होती. "इकडे, इकडे," मला मिमीचा आवाज ऐकू आला. तिनं मला जवळजवळ ओढूनच आत नेलं. आमच्या मागे स्वयंचलित दार बंद झालं. तिनं मला मिस मोरेलच्या ऑफिसमध्ये नेलं.

"प्लीज बसा ना," मिस मोरेलचा चेहरा चमकत होता. "आत्ताच मला लंडनहून उत्तर आलं आहे." माझ्या पायातली शक्तीच गेली. मी धपकन खुर्चीत बसले. "तुम्हाला कोणीच, कधीच ब्रिटिश नागरिक असण्याचा हक्क नाकारू शकत नाही. तेव्हा परत आगमनासाठी स्वागत!"

त्या दोघींनी मला मिठी मारली. ही बातमी पचवायचा मी प्रयत्न करत होते. घशात मोठ्ठा आवंढा आला होता. काही क्षण बोलायला शब्द सुचत नव्हते. "माझा विश्वासच बसत नाहीये. धन्यवाद देवा! निदान शेवटी तरी..."

"अं, खरं आहे हे! इथं, दूतावासातल्या सगळ्यांना खूप आनंद झाला आहे."

"मला ब्रिटिश पासपोर्ट मिळेल?"

"अर्थात!"

"आता आमच्या मुख्य अधिकाऱ्यांना तुम्हाला भेटायचं आहे, तुमची कहाणी ऐकायची आहे. त्यांना तुम्ही भेटाल का एकदा?"

"मला फार आवडेल त्यांना भेटायला. फक्त कधी ते सांगा!"

"माफ करा," मिमी म्हणाली, "मला थोडा वेळ बाहेर जावं लागेल, दुसऱ्या कक्षात माझं काम आहे."

ती गेल्यावर मिस मोरेलनं दहा पाऊंडाची एक नोट माझ्या हातात सरकवली. "तुमच्या मुलांबरोबर खाण्यासाठी काही घ्या." डोळ्यांतले अश्रू थोपवणं मला अवघड जात होतं. मी बाहेर निघाले. मी चालत होते तेव्हा मला वाटलं की इथं काम करणाऱ्या सर्वांनी माझी कथा ऐकली आहे आणि जणू काही मी जात असताना

ते हसत माझ्याबरोबर आनंद साजरा करत आहेत. मी बाहेर जाताना त्यांनी दार उघडून धरलं, पायऱ्या उतरताना हात दिला. मला सम्राज्ञी असल्यासारखं वाटत होतं. इतकं सौजन्यानं आत्तापर्यंत कोणीच वागवलं नव्हतं मला. मला थोडंसं विचित्र वाटत होतं. या वेळी मिस मोरेल स्वत: मला बाजूच्या दरवाजातून सोडायला आल्या.

"यापुढे तुम्ही इथं येतच राहाल आणि तुमचं अगदी मनापासून स्वागतही होईल इथं." मला घरी जाण्यासाठी टॅक्सीची व्यवस्था केली होती – मी आणि टॅक्सीमध्ये! जे घडत होतं त्या साऱ्यावर माझा विश्वासच बसत नव्हता. मला खूप आनंद होतो आहे याचीही भीती वाटत होती, माझ्या आशा अकल्पित संकटानं उद्ध्वस्त तर होणार नाहीत ना? अनुभवांचं गाठोडं असं होतं, की मला मनापासून आनंद लुटण्याचीही हिंमत व्हायची नाही. कारण सतत काहीतरी अघटित घडण्याची भीती मनात असायची. माझी मुलं आणि माझ्या डोक्यावर कोणतीतरी दुष्ट शक्ती लटकते आहे असं वाटावं इतकं भय वाटायचं.

बल्गेरियन लघुउद्योजक आणि जर्मन प्रतिनिधी ह्यांच्यात अनुवादकाचे काम करतानाचा रोझीचा तो दिवस कटकटीचा गेला. निदान तिला त्यांनी कामाचे पैसे तरी दिले. कोपऱ्यावरच्या दुकानातून तिनं घरी लागणाऱ्या काही वस्तू आणल्या.

"फार काही नाही आणलंय आई, पण काहीच नसण्यापेक्षा बरंय ना!" रोझी म्हणाली, "आणि दूतावासात काय झालं ग?"

"अं, मिस मोरेल..."

"कोणीतरी खिडकीवर थाप मारतंय," रोझी मधेच म्हणाली.

"ओह्, ही तर मिमी आहे," मी दारापाशी जात म्हणाले. "आत ये ना, आमच्या खोल्या बघून धक्का बसेल तुला. त्या फारच साध्या आहेत."

"खूप छान वाटतंय. सुंदर आणि स्वच्छ!" ती म्हणाली. अचानक भेटीचा अर्थ काय असेल या चिंतेत मी पडले.

"उद्या तुम्ही अधिकाऱ्यांना भेटणार आहात, त्यासंबंधी काही सूचना द्यायला मी आलेय." ती उत्साहानं, हसत बोलत होती.

"उद्या?" मी विचारलं. रोझी केवढी आश्चर्यचकित झाली ते मी बघत होते.

"हो, उद्या. त्यांना तुम्हाला भेटायचंच आहे आणि तुमच्याकडूनच सगळी कथा ऐकायची आहे. तुमची उपजीविका कशी चालते, असं जर त्यांनी विचारलं, तर त्यांना सांगा की तुमचं निवृत्ती वेतन खूप कमी आहे आणि मुलांची मदत घेतल्याशिवाय जगणं कठीण आहे. मुलांनाही चांगल्या नोकऱ्या नाहीत तरी त्यांच्याकडूनच मदत घ्यावी लागते असं सांगा. मला माहितेय तुम्हाला असं मागायला नाही आवडणार, तुम्ही तशा नाही, पण तुमचं मागणं मांडायला

अजिबात कचरू नका. किमान तुमच्या गरजा तरी मांडाच.''

मी पूर्णत: हरवून गेले होते. ''ओह, कुठून सुरुवात करायची आणि काय मागायचं हे मला उमजणारच नाही. याआधी कोणी मला कसली मदत देऊ केली नाहीये. आमच्याकडे जे असेल ते घेऊन जाण्याचेच मार्ग आम्ही शोधलेत. खरंच, मला कळतच नाही काय मागायचं ते.''

''काहीही मागू शकता,'' मिमी म्हणाली. ''तुमचं घरभाडं, वीज, पाणी, औषधोपचार, सगळं काही!''

''आईला खरं तर थोड्या कपड्यांचीही गरज आहे,'' रोझी चाचरत म्हणाली.

''हो तर, अर्थात, तेही मागू शकता.'' मिमीनं खात्रीपूर्वक सांगितलं.

दुसऱ्या दिवशी मी दूतावासाच्या घंटेला हात लावला तोच स्वयंचलित दार उघडलं.

''या व्हरांड्यातून खाली जा, तुम्ही थेट अधिकाऱ्यांच्या विभागात पोहोचाल.'' स्वागतिकेनं सांगितलं. मिस मोरेल वाट पाहत होत्या. त्यांनी अगदी जुन्या मैत्रिणीसारखं माझं स्वागत केलं.

''काही क्षणात अधिकारी येतीलच,'' तिनं सांगितलं. तिच्यासारखंच हास्य करत ते आले.

''छान, छान, तुम्ही तर हीरो आहात,'' हस्तांदोलन करताना ते म्हणाले. ''इतकं सारं सोसलं आहेत तुम्ही. बल्गेरियात इतक्या जास्त काळ जिवंत राहू शकलेल्या तुम्ही एकमेव ब्रिटिश आहात. तेही इथं सर्वांत जास्त वाईट काळ, वाईट शासन असताना!''

काय बोलावं ते मला सुचेना. युद्धापूर्वीच्या माझ्या आयुष्याबद्दल त्यांनी विचारलं. तब्बल तीन तास मी त्यांना माझी कहाणी सांगत होते आणि मिस मोरेल ते सारं पुन्हा ऐकण्यासाठी थांबल्या होत्या. त्यांनी मध्ये व्यत्ययही आणला नाही.

''आता तुम्ही आमच्या आहात,'' माझं सांगून झाल्यावर ते म्हणाले, ''तुम्हाला थोडी तरी मदत केलीच पाहिजे. मला सांगा, तुम्हाला काही आर्थिक मदतीची गरज आहे का, महिन्याला किती मदत लागेल तुम्हाला? तुमचं निवृत्ती वेतन म्हणजे मोठा विनोदच आहे हे माहीत आहे मला. पण तुमची गरज काय आहे, हे सांगाल मला? ''आता निश्चित काय हवं आहे, ते आता सांगू शकेन असं नाही वाटत मला,'' मी ओशाळून म्हणाले. ''कितीतरी गोष्टींशिवाय जगण्याची आता सवय पडून गेली आहे.''

''मला माहीत आहे,'' माझं ओशाळलेपण झाकण्यासाठी मिस मोरेल मधेच म्हणाल्या. ''मी मिमीशी बोलेन. सामान्य नागरिकाला इथं किती पैसे लागू शकतात

याची तिला चांगली कल्पना आहे. त्यामुळे आपण नेमकी रक्कम नंतर ठरवू शकतो. चालेल?'' मी मान हलवली. ''अर्थात अंतिम निर्णय लंडनमध्येच घेतला जाईल. त्यामुळे कदाचित थोडे दिवस जातील. पण तुमचं नुकसान काहीच नाही होणार. काळजी करू नका.'

''खूप आभारी आहे मी तुमची,'' मी म्हणाले, ''तुम्ही तुमच्याकडून प्रयत्न कराल याची खात्री आहे मला, माझ्यासाठी तुम्ही देवदूतच आहात.''

''तुमच्यासाठी मी देवदूत बनू शकले तर खूप बरं वाटेल मला,'' सारी कागदपत्रं गोळा करत त्या म्हणाल्या, ''माझ्या हातात असतं तर तुमचं सारं आयुष्य बदलून टाकलं असतं मी.''

''तुम्ही ते आताही बदललं आहे,'' मी तिला आश्वासन दिलं.

घराकडे

दुसऱ्या दिवशी एक वाजता खुद्द राजदूत श्री. शॉर्ट आणि त्यांची पत्नी माझ्यासोबत कॉफी घेऊ इच्छित आहेत व त्यांच्या पत्नीची मला भेटायची इच्छा आहे असं मला सांगण्यात आलं. काहीच सुचेनासं झालं. अशा भेटीगाठींसाठी माझ्याकडे योग्य कपडे नाहीत हे एवढंच त्या क्षणी प्रकर्षानं जाणवलं. गेल्या कित्येक वर्षांत मी स्वत:च्या दिसण्याचा विचार पहिल्यांदाच केला असेल. दुसऱ्या वेळच्या जेवणाचीच भ्रांत असेल तर कपडे कसे आहेत याकडे लक्ष जाण्याचं काही प्रयोजनच उरत नाही. कपडे उबदार आहेत ना, मग झालं, इतकंच काय ते कपड्यांचं महत्त्व. रोझीनं मला त्यातल्या त्यात बरा स्कर्ट आणि ब्लाऊज निवडायला मदत केली. पण बुटांचं मात्र आम्ही काहीच करू शकलो नाही. ते खूपच खराब झाले होते. दूतावासात काम करणारे किती उत्तम पोषाखात असतात हे मी पाहिलं होतं.

"तू फक्त पाय असे टेबलखाली ठेव," रोझीनं शक्कल लढवली. "कोणी तुझ्या बुटांकडे बघणार नाही, ना कोणी तुझ्या बुटांना नावं ठेवेल."

राजदूताला काय म्हणून संबोधतात हे आठवायचा मी प्रयत्न केला– युअर एमिनन्स? एक साधी गोष्ट धड माहीत नाही म्हणून मला अगदीच मूर्खासारखं वाटलं.

दिलेल्या वेळेला मी पोहोचले आणि मिस मोरेलच्या ऑफिसमध्ये वाट पाहत बसले. वेळ झाल्यावर त्यांनी मला मुख्य हॉलमध्ये नेलं. आम्ही तिथं जात असताना माझ्या लक्षात आलं, की काही कर्मचारीही आमच्यामागे येत होते. त्यामुळे जरा गोंधळायलाच झालं. हॉलकडे जाणाऱ्या पायऱ्यांवर लाल जाजम अंथरलं होतं.

मला अस्वस्थ वाटायला लागलं. मिस मोरेलनं मला जाजम घातलेल्या

पायऱ्यांवरून पुढे नेलं. तिथं उभे होते राजदूत, मि. शॉर्ट. त्यांचा लालबुंद चेहरा प्रेमळ होता. त्यांनी माझं स्वागत केलं, मला आत बोलावलं, सन्माननीय अतिथी नोंदवहीत लिहायची विनंती केली. त्यांच्या पत्नीनं मला मिठीत घेतलं. मी आजूबाजूला पाहिलं. हॉल दूतावासाच्या सदस्यांनी भरला होता. थेट लंडनहून काही पत्रकारही आले होते.

राजदूतांनी खास शँपेनची पहिली बाटली उघडली आणि एक पेला माझ्यासमोर केला. थरथरत्या हातानं मी तो स्वीकारला. ते माझ्याशी बोलत होते; पण मला शब्दच सुचत नव्हते. त्यांनी हातातला पेला उंचावून माझं मनापासून स्वागत केलं. सगळ्यांनी तेच केलं. मला आनंदी आयुष्यासाठी शुभेच्छा दिल्या. त्या सर्वांचे आभार मानण्यासाठी मी शक्य ते शब्द शोधण्याचा प्रयत्न केला.

एक सुंदर, तरुण मुलगी विविध खाद्यपदार्थांनी भरलेलं ताट घेऊन सामोरी आली. मिस मोरेलनी मला त्यातलं काही घेण्यासाठी आग्रह केला. पण प्रत्येक वेळी मी घास घ्यायला लागावं, तर कोणीतरी मला प्रश्न विचारायचं. सगळेजण इतके प्रेमानं वागत होते, मला अस्वस्थ वाटू नये म्हणून प्रयत्न करत होते, पण तरीही मला कसंसं वाटतच होतं. ते सारे जसे बोलत होते, तशाच आधुनिक, बुद्धिमत्तायुक्त भाषेत मला स्वत:ला व्यक्त करायचं होतं; पण ते मला जमत नव्हतं. मला माझीच लाज वाटली. प्रश्नांना मोकळेपणानं उत्तरं द्यायची मला सवय नव्हती. शक्य तितक्या थोडक्या शब्दांत प्रश्नाला उत्तरं द्यायचंच माहीत होतं. मला प्रश्न विचारणाऱ्यांनी ओरडायचं किंवा मारायचं हेच माझ्या मनात ठसलेलं होतं.

''मी दुसऱ्या महायुद्धाच्या आधीच्या सगळ्या नोंदी तपासल्या आहेत.'' राजदूत म्हणाले. ''तुम्ही किंवा तुमच्या आईकडून एकही पत्र, निरोप उपलब्ध नाही. मात्र एका अर्धवट खराब झालेल्या नोंदवहीमध्ये बल्गेरियन भाषेत लिहिलेल्या काही नोंदी आम्ही मिळवल्या आहेत. त्यामध्ये 'काही लोक त्यांच्याशी संपर्क साधण्याचा प्रयत्न करतील, पण ते आम्ही कधीच होऊ देणार नाही,' कदाचित तुम्हीही त्यांच्यापैकीच एक होतात. इंग्लंडला थोड्या दिवसांसाठीही परत न गेलेल्या आणि इथं इतका काळ टिकाव धरलेल्या तुम्ही एकमेव ब्रिटिश नागरिक आहात. तुम्हाला कधीच व्हिसा दिला गेला नाही हे ठाऊक आहे आम्हाला.''

मिस मोरेलनं मला दुसऱ्या दिवशी काही कागदपत्रांवर सह्या करण्यासाठी पुन्हा बोलावलं. त्यात काही वाईट असं नसणार याची खात्री होती मला, पण अशा सह्या वगैरे करायच्या म्हटल्यावर मला काहीशी चिंताच वाटत होती. पण तरीही दुसऱ्या दिवशी मी तिथं गेले. मिस मोरेलनं समोर ठेवलेल्या कागदपत्रांवर सह्या करणार, तेवढ्यात हे कागद आधी वाचायचे नाहीत का, असं त्यांनी विचारलं.

''मला तुमचा खूप वेळ घ्यायचा नाहीये,'' मी गोंधळून म्हटलं. ''आणि

तुम्ही मला नुकसान होईल अशा कशावरही सही करायला लावणार नाही याची मला खात्री आहे.''

''प्रत्येकावर इतका विश्वास ठेवणं योग्य नाही याचा अनुभव माझ्यापेक्षा तुम्हाला जास्त आहे, खरं ना! पण तरीही ही कागदपत्रं बघून घ्या.''

त्यांनी एका जागी बोट ठेवलं. मी ते लिहिलेलं वाचावं असं सुचवलं. तिथं साठ डॉलर असं लिहिलं होतं. ''पासपोर्ट मिळण्यासाठी मला ही रक्कम भरायला लागेल का?'' मी विचारलं. माझा चेहरा बदलला असणार, कारण इतके पैसे मला कधीच जमा करता आले नसते.

''अजिबात नाही, वाचा तर खरं.''

हळूहळू मला लिहिलेल्याचा अर्थ उमजला. मला दर महिना खर्चासाठी साठ डॉलर मिळणार होते. मी नि:शब्द झाले. डोळ्यांतले अश्रू मला आवरेनात. मिस मोरेलनं मला डोळे टिपण्यासाठी रुमाल दिला.

''ह्या मदतीला तुम्ही पात्र आहात. आता सही करू शकता तुम्ही. हे पैसे घ्या आणि शांतपणे घरी जा,'' त्या म्हणाल्या.

मी सही केली. त्यांनी मला पैसे आणि कागदपत्रांची एक प्रत दिली.

''कोणत्याही चलन केंद्रात तुम्ही हे पैसे बल्गेरियन चलनात बदलून घेऊ शकाल. पण चलन केंद्रात असतानाच पैसे नीट मोजून घ्या हं,'' त्या म्हणाल्या.

दूतावासातून बाहेर पडल्यापडल्या मी दहा डॉलर बदलून घेतले. हातात पैसे असणं किती चांगलं वाटत होतं. आता मी माझ्या कुटुंबासाठी काहीतरी चांगलं खायला घेऊ शकते ही भावनाच सुखावणारी होती. आता मला त्यांच्यावर पैशासाठी अवलंबून राहावं लागणार नव्हतं. घरी पोहोचले तोपर्यंत माझ्याकडच्या पिशव्या अंमळ जड झाल्या होत्या. रोझी अजून परतली नव्हती. मी घाईनं आणलेल्या गोष्टी ठेवून टेबल सजवलं आणि फुलंही मांडून ठेवली. रोझी आली तेव्हा लॉरीही तिच्यासोबत होती. त्या आत आल्या. सजवलेलं टेबल आश्चर्यानं बघतच राहिल्या.

''तू हे सगळं कुठून आणलंस?'' रोझीनं विचारलं.

''किती छान छान गोष्टी आहेत!'' लॉरी म्हणाली. ''माझा तर डोळ्यांवर विश्वासच बसत नाहीये.''

आम्ही चहा घ्यायला बसलो आणि मी त्यांना माझ्याकडच्या सर्व बातम्या सांगितल्या. माझं सांगून झालं, तेव्हा त्या दोघी उडी मारून उठल्या आणि मला घट्ट मिठी मारली. त्यांना खूप आनंद झाला होता आणि माझा खूप खूप अभिमान वाटतो असं म्हणाल्या दोघी!

एक-दोन महिन्यांत मी आणि रोझी दूतावासात राणीचा वाढदिवस साजरा करायला गेलो. सगळ्या स्त्रियांनी हॅट घातली होती. रोझीनं मला जर्मनीहून सुंदर स्कर्ट आणि ब्लाऊज आणलं होतं. मी स्वत:करता बूट खरेदी केले आणि हॅट उसनी घेतली. तिथं बल्गेरियाचे अध्यक्ष आणि इतरही प्रसिद्ध मंडळी होती. सँडविचनंतर त्यांनी आम्हाला इंग्लंडमधल्यासारखे कोनातून फिश आणि चिप्स दिले. मला लहानपणची आठवण झाली. माझ्या लहानपणाच्या काही खुणा तरी रोझीला दाखवता आल्या याचा मला भारी आनंद झाला. नंतर त्यांनी स्ट्रॉबेरी आणि क्रीम आणलं, त्यामुळे तर मी अगदी विरघळून गेले. माझ्या लहानपणाचा प्रवास जणू सुरू झाला.

तेव्हा आम्ही सारे मिळून कॅमरोझ ॲव्हेन्यूवरच्या हेरॉड्समध्ये गेलो होतो, नव्या घरासाठी खरेदी करायला. ओक्टेव्ह आणि मला, आपापल्या खोल्यांसाठी जे काही आवडेल ते घ्यायची मुभा होती. हेरॉड्समध्ये सारं काही होतं. इतकंच काय, पण त्यांची माणसं येऊन काचसामान लावण्यापासून ते पडदे लावण्यापर्यंत सारं काही करायची.

नाताळ आला तेव्हा मिस मोरेलनं मला जास्तीचे साठ डॉलर दिले. इंग्लंडमध्ये सर्वांनाच नाताळच्या वेळी दुप्पट निवृत्ती वेतन मिळतं असं त्यांनी सांगितलं. त्यांनी मला भेटी असलेल्या पिशव्याच पिशव्या दिल्या.

''तुम्हाला खराखुरा नाताळ साजरा करण्याचा आनंद मिळावा म्हणून या फक्त काही गोष्टी आणल्या आहेत,'' त्या म्हणाल्या. ''सारं काही इंग्लंडहून मागवलं आहे. खूप वर्षांत तुम्ही अशा ख्रिसमस पुडिंगची चव घेतली नसणार, पैजेवर सांगते.''

घरी आल्यावर कळलं, पुडिंगसोबत टर्की, मटार, वाईन, ख्रिसमस क्रॅकर्स, सारं काही होतं. मी मोजे जमवले, ख्रिसमस ट्रीवर लावले आणि त्यात खूप साऱ्या वस्तू ठेवल्या.

नवीन वर्षात मिस मोरेल गंभीरपणानं माझ्या इंग्लंडला जाण्याबद्दल बोलायला लागल्या. इंग्लंडमधलं वातावरण, जीवन माझ्या लहानपणापेक्षा खूप खूप बदललं आहे याची त्यांनी मला जाणीव करून दिली.

''आता तिथं निवारा हवा असणारे बरेच जण आहेत,'' त्यांनी सांगितलं, ''राहायला जागा मिळवण्यासाठी अगदी दोन वर्षंही लागू शकतात. पण तुम्हाला प्रत्यक्ष जाऊन बघायचं असेल, तर मी ब्रिटिश एअरवेजच्या प्रतिनिधीशी बोलते. लंडनचं मोफत परतीचं तिकीट मिळू शकतं तुम्हाला.''

काही आठवड्यांत, मला सांगण्यात आलं, की मी पहिल्या वर्गानं लंडनला

जाऊ शकते. रोझी माझी काळजी घ्यायला सोबत येऊ शकते आणि आम्ही पूर्ण एक महिना तिथं राहू शकतो.

विमानप्रवास म्हणजे चमत्कार होता. मी खूप वर्षं काळोखलेल्या, निराशेनं भरलेल्या जगात राहिले होते. आयुष्य किती सुंदर असू शकतं हे विसरूनच गेले होते. मी, ओक्टेव्ह आणि आई आमच्या नव्या साहसासाठी इंग्लंडहून निघालो होतो त्याला चौसष्ट वर्षं झाली होती.

विमानतळावर आम्हाला घेण्यासाठी गाडीची व्यवस्था करण्यात आली होती. आमची कहाणी समजल्यावर चालकानं आम्हाला लंडनमधली प्रेक्षणीय स्थळं मोफत दाखवली. किती बदल झाला होता. पण तरीही मला तिथली महत्त्वाची ठिकाणं अगदी काल पाहिल्यासारखी आठवत होती. पिकाडेली, हेरॉड्स, सेलफ्रिज, बिग बेन, बकिंगहम पॅलेस, ट्रफाल्गर स्क्वेअर... इतक्या वर्षांनंतरही सारं काही किती ओळखीचं वाटत होतं. माझं चौसष्ट वर्षांचं स्वप्न साकारलं होतं. मी घरी आले होते.

समारोप

मी आता लंडनमध्ये राहते. वय वाढतंय. रोझी माझी काळजी घ्यायला इथं आहे. मिकी अजून जर्मनीत राहतो आणि संगीतकार म्हणून काम करतो. लॉरी स्टीलच्या कारखान्यातून निवृत्त झाली आणि आता बल्गेरियातच, एका मैत्रिणीच्या दुकानात वेळ रमवण्यासाठी काम करते. दुर्दैवानं काही वर्षांपूर्वी, हेनी वारली. आयुष्यभर तिनं अभिनेत्री म्हणून काम केलं. मला तीन नातू व दोन नाती आणि एक पणती आहे.

माझ्या अपेक्षेपेक्षा युरोपातली परिस्थिती कल्पनेपलीकडे बदलली आहे. आता कोणीही, कुठेही फिरायला मुक्त आहे. कोणावर कसलंच बंधन नाही. जेव्हा इंग्लंडमध्ये येतात, तेव्हा माझे सगळे कुटुंबीय मला भेटायला येतात. आम्ही अजूनही प्रवासी कुटुंबच आहोत. निरनिराळ्या देशांत राहिल्यानं, निरनिराळ्या भाषा बोलणारे आहोत. पण आता मला मनातून सुरक्षित, घरी आल्यासारखं वाटतं.

मी आणि माझ्या मुलांनी अनेक मार्गांनी माझे वडील, भाऊ आणि इतर कुटुंबीयांचं काय झालं हे शोधण्याचा प्रयत्न केला. पण कोणताच मार्ग शेवटापर्यंत पोहोचला नाही. माझे काका राहायचे ती जागा बॉम्बहल्ल्यात उडवली गेली. शेजारी, एकतर मारले गेले किंवा तिथून दुसरीकडे राहायला गेले. माझे वडील ज्या बँकेत काम करायचे, त्यांच्याकडेही त्या काळाचं रेकॉर्ड नव्हतं; कारण सर्व शहरात बॉम्बहल्ले झाले होते. इंग्लंड किंवा कॅनडात असलेल्या आमच्या नातेवाइकांचा, ओळखीच्यांचा कुठलाच धागा मिळाला नाही.

माझ्या आईसाठी मला इतकं वाईट वाटतं! बल्गेरियातलं दारिद्र्य आणि

दुष्टपणापासून तिची कधीच सुटका झाली नाही. तिच्यासारख्याच अनेकांना असं दबावाचं, दडपशाहीचं, छळवणुकीचं आयुष्य पन्नास वर्षांहून अधिक काळ जगावं लागलं. पुन्हा तसे दिवस आपल्याला कधीच दिसू नयेत हीच इच्छा करू या!